விரலோடு வீணை

இந்துமதி

notionpress.com

INDIA · SINGAPORE · MALAYSIA

ISBN 979-8-88849-358-8

1

கல்லூரியின் முதல் மணி அடிக்க இன்னும் நேரமிருந்தது. கிட்டத்தட்ட அரைமணி நேரமாவது இருக்கும். அதற்குள் பேசி முடித்துவிடலாம் என்று பி.ஏ.எகனாமிக்ஸ்-பி செக்ஷன் மாணவிகள் பத்துப் பேர் கல்லூரியின் பின்பக்கம் காண்டீனுக்கருகில் கூட்டமாகக் கூடினர். அந்தச் சிறிய கூட்டத்திற்குத் தலைமை ஷைலஜா, பி.ஏ., எகனாமிக்ஸ் பொறுத்தவரை எதுவானாலும் ஷைலஜா, ஷைலஜா, ஷைலஜாதான்.

அனைத்துக் கல்லூரிப் போட்டியா - ஷைலஜா

அவர்கள் கல்லூரிப் போட்டியா - ஷைலஜா

பேச்சுப் போட்டி, பாட்டுப் போட்டி,

மாறு வேடப் போட்டி - ஷைலஜா

கல்லூரிக் கலைவிழா - ஷைலஜா.

கல்சுரல் செகரெட்டரி - ஷைலஜா.

அழகு - ஷைலஜா.

படிப்பில் முதல் மார்க் - ஷைலஜா.

ஆகவே அந்த வகுப்பின் முடிசூடாத ராணி ஷைலஜாதான். இந்த மாதிரி கூட்டம், பேச்சு எல்லாமே ஒப்புக்குத்தான். ஷைலஜா என்ன சொல்கிறாளோ அதுதான் முடிவு. ஆனாலும் கூட்டம் மட்டும் தவறாமல் கூட்டப்படும். அபிப்பிராயங்கள் சொல்லப்படும். மனதிருந்தால் ஷைலஜா கேட்பாள். இல்லாவிட்டால் தன் முடிவை மட்டும் சொல்வாள். ஏற்றுக்கொண்டு கூட்டம் கலையும்.

அவளது முடிவை மாற்றுகிற தைரியமும், புத்திசாலித்தனமும் யாரிடமும் இருந்தாலும் அதை ஓரம் கட்டுகிற வித்தை தெரியும் ஷைலஜாவிற்கு. இவர்கள் என்ன சொல்வது நாமென்ன கேட்பது என்பது பார்வையில் தெரிக்கும். சாமர்த்தியமும், சாதிக்கிற குணமும் முகத்தில் பளபளக்கும். சில சமயம் பேச்சிலும் கொட்டும். பிறிதொரு சமயம், 'இந்தப் பூனையும் பால் குடிக்குமா?' என்றிருக்கும். 'ஐயோ பாவம்' என்கிறாற் போல் கூடத் தோன்றும். அத்தனை தத்ரூபமாக வைத்துக் கொள்வாள். கேட்டால்,

"அப்படித்தாண்டி இருக்கனும், அப்போதான் இந்த உலகத்தில் பிழைக்க முடியும்" என்பாள்.

அன்றைக்கும் அதே மாதிரி குழந்தை முகத்தோடு கூட்டத்தில் உட்கார்ந்திருந்தாள். நாளைய மறுநாள் அவர்கள் வகுப்புத் தோழி சங்கீதாவின் கல்யாணம். அதற்கு என்ன பரிசு வாங்கலாம் என்பதைத் தீர்மானிக்கக் கூட்டம்.

ஆளுக்குப் பணம் போட்டு கணிசமாக சேர்த்திருந்தார்கள். அதற்கு என்ன கிடைக்கும் என்பதைப் பட்டியல் போட்டு வைத்திருந்தார்கள். என்ன வாங்குவது எங்கே வாங்குவது என்பதைத் தீர்மானிக்கவே கூட்டம்.

"டின்னர்செட் மாதிரி ஏதாவது வாங்கலாமா?"

"கல்யாணம்தானே பண்ணிக்கறா, உடனே அவளை மாமியாக்கி சமையலுக்கும், சாப்பாட்டுக்கும்தான் லாயக்குன்னு காட்டணுமா?"

"சரி. வேணாம். நல்லதாக சுடிதார் செட் வாங்குவோம்."

"சமையல், டிரஸ், அதைவிட்டால் நகைககள். இதைத்தவிர வேறு விதமாகத்தான் யோசியுங்களேன்."

"நீதானே யோசிக்கிறவ. நீயே சொல்லு."

"அழகான கலைப் பொருள் ஒண்ணு வாங்கினால் என்ன?"

"வெரிகுட் ஐடியா ஷைலு, பூம்புகார், காதி கிராமோத் யோக பவன் போய் நல்லதாக ஏதாவது வாங்குவோம்."

  விரலோடு வீணை

"ஏன், விக்டோரியா டெக்னிகல் இன்ஸ்டிட்யூட் போய் வாங்கினால் என்ன?"

"அங்கே கொஞ்சம் விலை அதிகமாக இருக்காது?"

"இருந்தால் என்ன? தினமும் சாப்பிடும் உடுப்பி ஓட்டல் இல்லைன்னால் ஒரு நாளாவது ஃபைவ் ஸ்டார் ஓட்டல்ல சாப்பிடற மாதிரித்தான் வாழ்க்கையில் வித்தியாசமே வேணாமா? வி.டி.ஐ-ல வாங்கினால் ஒரு மதிப்பு, கௌரவம்."

"ஷைலுவே சொன்னதற்கு அப்புறம் நோ அப்ஜெக்ஷன்ப்பா. சாயந்திரம் காலேஜ் விட்டதும் நேராக மவுண்ட்ரோடு போய் விடலாம்!"

"மவுண்ட்ரோடு எதுக்குப் போகணும்?"

"ஏய் தூத்துக்குடி, உன்னை மாதிரி ஹாஸ்டல், பார், ஊர், ஹாஸ்டல்னு இருந்தால் வெளியிடலாம் தெரியாமல் போய் விடும். மவுண்ட்ரோடுலெதான் விக்டோரியா டெக்னிகல் இன்ஸ்டிட்யூட் இருக்கு."

"அதில்லைப்பா. ஷைலு வி.டி.ஐ-ன்னு சொல்றா. நீ பெரிசா ஏதோ பேர் சொல்ற? எந்தக் கடைல வாங்கப் போறோம்?"

"விக்டோரியா டெக்னிகல் இன்ஸ்டிட்யூட்டை சுருக்கினால் வி.டி.ஐ. கர்மம், இது கூட தெரிஞ்சுக்காமல் நீயெல்லாம் ஏண்டி மெட்ராசுக்குப் படிக்க வர்ற?"

"நானாவது தூத்துக்குடி, முத்து எடுக்கிற இடத்துலேர்ந்து வரேன். வெறும் பருத்தி காட்டுலேர்ந்து நீ வந்திருக்கியே, அதுக்கு என்ன சொல்ல?"

"வந்து நான் சும்மா இல்லை, மெட்ராஸ் முழுசும் தெரிஞ்சுக்கிட்டிருக்கேன்."

"நான் வந்தது படிக்க, உன்ன மாதிரி பார் சுற்ற இல்லை."

"ஐயோ. போறும். நிறுத்துங்க, எப்பவும் சண்டை போட்டுக்கிட்டு. ஆமாம், அத்தனை பேருமா போகணும்?"

"சீ... என்ன காணும் பொங்கலுக்கா போறோம்? நானும், நித்தியும் மட்டும் போய் வாங்கிட்டு வரோம். என்ன நித்தி?"

"ஓ.கே. ஷைலு."

"இன்னிக்கு சாயந்திரம் வேணாம், நாளைக்கு சனிக்கிழமை. காலேஜ் கிடையாது, காலைல பத்து மணிக்கெல்லாம் நான் உன் வீட்டுக்கு வரேன். உன் கார்லேயே போயிடலாம். என்ன?"

"சரி, ஷைலு."

* * *

மறுநாள் காலை பத்தரை மணிக்கெல்லாம் அவர்கள் விக்டோரியா டெக்னிகல் இன்ஸ்டிட்யூட் என்ற அந்த சிலைப் பொருள் கடைக்குள் நுழைந்தார்கள். கடையின் கீழ்த்தளம் முழுதும் அலசினார்கள். மாடிக்குப் போனார்கள். அங்கிருந்த மரப் பொருட்களைத் துழாவி எதுவும் பிடிக்காமல் கீழே இறங்கி வந்தார்கள்.

"என்ன ஷைலு. எதுவுமேவா பிடிக்கலை?"

"ம்ஹ்ஹும்." என்று திரும்பிய ஷைலஜாவின் பார்வையில் பில் போடும் கௌண்டரில் வைத்திருந்த கண்ணாடியில் செய்த நிர்வாணப் பெண்ணின் உருவம் மனதைக் கவர்ந்தது. நித்யாவின் கையைப் பற்றி இழுத்துக் கொண்டு கௌண்டர் அருகில் போனாள். கௌண்டரில் இருந்தவர் அவளைப் பார்த்து, "எஸ் மேடம்?" என்றார்.

"இந்தக் கண்ணாடிச் சிலை ரொம்ப அழகாக இருக்கு." சொன்ன போது ஷைலஜாவின் கண்களும், முகமும் மலர்ந்து கிடந்தது.

"எஸ் மேடம்." என்றார் கௌண்டரில் இருந்தவர்.

"இதப்பார் நித்தி. இது ரொம்ப அழகாக இருக்கு. புதுசா கல்யாணம் பண்ணிக்கிறவங்களுக்கு ஐடியல் பிராண்ட் சங்கீதாவுக்கும் பிடிக்கும். அவ வீட்டுக்காரருக்கும் பிடிக்கும். வாங்கிடலாமா?"

"வேணாம்னு சொன்னால் நீ விடவா போற? வாங்கு."

ஷைலஜா விலை கேட்டதும் கௌண்டரில் இருந்தவர் சட்டென்று மறுத்தார்.

                                      விரலோடு வீணை

"ஸாரி மேடம், இதை இவர் வாங்கிட்டாரு."

கௌண்டருக்குப் பக்கத்தில் நின்றிருந்த பணக்காரக்களை சொட்டும் இளைஞன் அவளைப் பார்த்து மிக அழகாகச் சிரித்தான்.

"ஐயம் ஸாரி. நான் ஏற்கெனவே வாங்கிட்டேன். பில் போட்டுக்கிட்டிருக்காங்க."

"ஓ..." ஷைலஜாவும் அதே மாதிரி அழகான சிரிப்போடு அவனைப் பார்த் தாள்.

"உங்களுக்கு நல்ல ரசனை. அதனால்தான் இதைத் தேர்ந்தெடுத்து வாங்கியிருக்கீங்க."

"தாங்க்யூ, அதேபோல் உங்களுக்கும் நல்ல ரசனைதான். அதனால்தான் இதையே கேட்கறீங்க. இந்த மாதிரி இன்னொரு கண்ணாடிச் சிலை இருந்தால் அவங்களுக்குத் தாங்களேன் சார்."

கௌண்டரில் இருந்தவர் விற்பனைப் பகுதியில் இருந்த பெண்ணைக் கூப்பிட்டு விசாரித்தார்.

"ஸாரி சார். ஸாரி மேடம். இந்த ஒரு பீஸ்தான் இருக்காம்."

"பரவாயில்லை." என்ற ஷைலஜா, தலை சாய்ந்து பணக்காரத் தோரணை இளைஞனை கெஞ்சுகிற மாதிரி பார்த்துக் கேட்டாள்.

"நான் இந்தச் சிலையை ஒரு தரம் கையில் எடுத்துப் பார்த்துவிட்டுத் தரலாமா மிஸ்டர்..."

"விஸ்வநாதன். விச்சுன்னு கூப்பிடுவோங்க."

"என் பேர் ஷைலஜா. இவ என் கிளாஸ்மேட் நித்யா"

"எங்கே படிக்கிறீங்க?"

கல்லூரி பெயர் சொன்னாள்.

"என்ன படிக்கிறீங்க?"

"பி.ஏ. எகனாமிக்ஸ்"

"ஓ... நானும் லயோலாவில் பி.ஏ. எகனாமிக்ஸ்தான் பண்ணினேன்."

"இப்போ?"

"அப்பாகூட பிஸினஸ் பார்த்துக்கிட்டிருக்கேன். டெக்ஸ்டைல் பிஸினஸ்."

"இந்தப் பொம்மையைக் கையில் எடுத்துப் பார்த்துட்டுத் தரலாமான்னு கேட்டேனே?"

"ஓ... எஸ். வித் பிளெஷர். தாராளமாக எடுத்துப் பாருங்க. இதுக்கு எதுக்கு பர்மிஷன் எல்லாம் கேட்கறீங்க?"

ஷைலஜா கையில் எடுத்தாள். ஒருமுறை தடவிக் கொடுத்து சொன்னாள்.

"பாரு நித்தி. எவ்வளவு அழகாக இருக்கு?"

பார்த்துவிட்டு மீண்டும் கௌண்டருக்குள் வைக்கப்போன போது சட்டென்று கை நழுவிற்று. கண்ணாடிச் சிலை சிலீர் என்று தரையில் விழுந்து நொறுங்கிற்று. நிர்வாணப் பெண் மாடியிலிருந்து விழுந்து தற்கொலை செய்து கொண்ட மாதிரி இருந்தது. கண்ணாடி விழுந்த சத்தத்தில் கடை முழுதும் திரும்பிப் பார்த்தது.

பதறிப் போனாள் ஷைலஜா. விஸ்வநாதனின் முகத்தில் வருத்தமும் ஏமாற்றமும் பரவுவதைப் பார்த்து திரும்பத் திரும்ப, ஸாரி சொன்னாள்.

"ஐயம் ஸாரி சார். எப்படி கை நழுவிச்சுன்னே தெரியலை. மன்னிச்சிடுங்க சார். நீங்க ரொம்ப ஆசையாக வாங்கினதை நான் உடைச்சுட்டேன்."

"நண்பன் ஒருத்தனுக்கு நாளைக்குப் பிறந்த நாள். அதுக்காகத்தான் வாங்கினேன்."

"எத்தனை முறை வேணும்ன்னாலும் மன்னிப்பு கேட்டுக்கறேன். இது என்ன விலையோ அதை நானே கொடுத்துடறேன்."

"ஓ... நோ, வேணாம். கை தவறி விழுந்ததற்கு நீங்க என்ன செய்ய முடியும்? நிர்வாணப் பெண் கிடைக்க என் நண்பன் கொடுத்து வைக்கவில்லை."

                                                       விரலோடு வீணை

அவனுடன் சேர்ந்து ஷைலஜாவும் சிரிக்க முயன்றாள். மீண்டும் ஒரு முறை மன்னிப்பு கேட்டாள்.

"பரவாயில்லைன்னு சொல்லிட்டேனில்ல, திரும்பத் திரும்ப ஏன் மன்னிப்பு கேட்கறீங்க? வாழ்க்கைல தவற்றது சகஜம்தானே?"

"உங்களுக்கு சகஜமாக இருக்கலாம். ஆனால் இதுவரை நான் எதையும் தவறவிட்டதில்லை."

"இனிமேலும் தவற விடாதிருக்க என் வாழ்த்துகள்."

"தாங்க்யூ மிஸ்டர் விஸ்வநாதன். அப்போ நாங்க வரோம்."

விடைபெற்று வெளியில் வந்து காரில் ஏறிக் கொண்டதும் நித்யா அவளைப் பார்த்தாள்.

"என்ன நித்தி?"

"பாவம் ஷைலு அந்த ஆளு. எத்தனை ஆசையாக அந்தக் கண்ணாடிச் சிலையை வாங்கினான். அநியாயமாகக் கைதவற விட்டுட்டியே?"

"யாரு கை தவற விட்டது?"

"நீதான்."

"கை தவறிடுச்சின்னு யார் சொன்னது?"

"பின்ன?"

"வேணும்னேதான் தவறவிட்டேன். நான் ஆசைப்பட்டதை அவன் எப்படி வாங்கலாம்? எனக்குக் கிடைக்காதது அந்த விஸ்வநாதனுக்கு மட்டும் எப்படி கிடைக்கலாம்?"

'இப்படியும் ஒரு பெண்ணா?'

மெல்லத் தன் பார்வையை வெளியில் திருப்பி வேகமாகக் கடக்கும் கட்டடங்களில் பதிய வைக்க முயன்றாள் நித்யா.

⎯⎯⎯⋙⋘⎯⎯⎯

2

நல்ல தேக்கு மர பீரோ அது. பழையகால பீரோ. வார்னிஷ் இன்றி அழுக்கேறிக் கிடந்ததே தவிர உறுதியான பீரோ. திறக்கும் போதும், மூடும் போதும் மட்டும் கிரீச்சிடும். மெல்ல கிசுகிசுக்கும். அந்தக்கால மனிதர்களின் திடகாத்திரமும், வலிமையும் அதற்கும் இருந்தது. ஆறடி உயரத்திற்கு அறையின் பாதி இடம் அடைத்து பிரம்மாண்டமாகக் கிடந்தது.

"இந்த பீரோ வேணாம்ப்பா. இத்தனைப் பெரிசா ரூம் மொத்தம் அடைச்சிக்கிட்டு நிக்குது. இதை வித்துட்டு அழகான காட்ரெஜ் பீரோ வாங்கிப் போடலாம்ப்பா..."

"என்ன? இந்த பீரோவை விக்கறதா? இது யார் பீரோன்னு நினைச்சுக்கிட்டிருக்க? உங்கம்மா பீரோ. இது வரை வந்த எந்த பணக் கஷ்டத்துக்கும் இதை நான் விக்கலை. இனிமேலும் விக்க மாட்டேன்."

அம்மாவின் கல்யாணத்திற்குக் கொடுக்கப்பட்ட பீரோவாக இருக்க வேண்டும் என்று நினைத்துக் கொண்டாள் ஷைலஜா. அது அம்மாவின் பீரோ என்பதே அப்பா சொல்லித்தான் தெரியும். அதன்பின் அடிக்கடி சொல்வார். சில சமயம் வாஞ்சையாகத் தடவிக் கொடுப்பார். அந்தத் தடவலில் அவருக்கு அம்மா ஞாபகம் வந்துவிட்டது புரியும்.

ஆனால் அம்மாவை இவளுக்கு ஞாபகமில்லை. லேசாகக்கூட நினைவில்லை. கனவில் கண்ட மாதிரிகூட இல்லை. அம்மா என்றதும் இந்த பீரோதான் நினைவிற்கு வருகிறதே தவிர அம்மாவின் முகமில்லை. இத்தனைக்கும் ஐந்து வயதுவரை அம்மாஇருந்திருக்கிறாள்.இவளுக்குஎல்லாம்செய்திருக்கிறாள். குளிப்பாட்டி, தலைவாரி, கவுன் போட்டு சாதம் ஊட்டி, பள்ளிக்கூடத்திற்குக் கொண்டு போய் விட்டு, சினிமாவிற்கு அழைத்துப் போய்... ஆனாலும் அம்மா நினைவில்லை.

"அம்மா எப்படி இருப்பாங்கப்பா?"

சடரென்று அவர் முகத்தில் சோகம் கவிழும். கண்கள் மங்கும். தொண்டை ஏறி இறங்குவது தெரியும். சில வினாடிகள் பேசாதிருப்பார். பின்னர் தலை உயர்த்தி அவளைப் பார்ப்பார். அந்தப் பார்வை கெஞ்சும்.

"அதை மட்டும் கேட்காதே ஷைலஜா ப்ளீஸ்."

ஆனால் அவள் விடமாட்டாள்.

"சொல்லுங்கப்பா. அம்மா எப்படி இருப்பாங்க?"

குரல் கரகரக்க ஆழமான பெருமூச்சுடன் பேசத் துவங்குவார்.

"உன்னை மாதிரிதான் இருப்பா. இதே செக்கச் செவேல்னு நிறம். நீ இப்போ வெட்டி குதிரை வாலாகத் தொங்க விட்டிருக்கியே... அவளுக்கு முடி கால் முட்டி தொடும். அவிழ்த்துவிட்டால் முதுகு முழுசும் மறைக்கும். சுருள் சுருளா முகத்துல விழுந்து புரளும்."

அம்மாவைப் பற்றிக் கேட்டால் நாளெல்லாம் வர்ணித்துக் கொண்டிருப்பார் அப்பா, திருப்பித் திருப்பிச் சொல்வார். அவர் கண்களில் தெரிகிற சோகம் கலந்த பளபளப்பு, முகத்தின் விகசிப்பு, நிறுத்தி நிதானமாக ஒவ்வொரு வார்த்தையாகச் சொல்கிற அழகு...

அம்மாவை அப்பா அதிகம் நேசித்திருக்க வேண்டும், நிறைய அன்பு செலுத்தியிருக்க வேண்டும். தனக்குத் தகுதியற்ற உயரிய ஒன்று கிடைத்துவிட்ட சந்தோஷத்தில் தலையில் தூக்கி வைத்துக் கொண்டிருக்க வேண்டும். தன்னை இப்போது வைத்துக் கொண்டிருக்கிற மாதிரி அப்போது அம்மாவை வைத்துக் கொண்டிருக்க வேண்டும். கேட்டதெல்லாம் வாங்கித் தந்திருக்க வேண்டும். முகம் கோணினால் துடித்துப் போயிருக்க வேண்டும்.

தன் முகம் மாறினாலும் அப்படித்தானே தவித்துப் போகிறார். நூறு முறை 'என்னம்மா என்னம்மா...?' என்று சுற்றிச் சுற்றி வருகிறார். எதுவானாலும் மாற்று சொல்லாமல் மறுத்துப் பேசாமல், இல்லை என்னாமல் ஓடிப்போய் வாங்கி வருகிறார்.

ஒருவேளைதான் அம்மா மாதிரி இருப்பதுதான் காரணமோ...? அதனால்தான் அம்மா மீது காட்ட வேண்டிய அத்தனை அன்பையும் சேர்த்து தன் மீது காட்டுகிறாரோ...?

வேண்டாம், அப்படிப்பட்ட அன்பு தனக்குத் தேவை இல்லை. தன்னை முன் நிறுத்தி தனக்கெனச் செய்ய வேண்டும். தான் முதலாக இருக்க வேண்டும். தனக்காக எதுவும் நடக்க வேண்டும். யாருடனும் எதையும் பங்கு போட்டுக்கொள்ள முடியாது. யாருக்காகவும் எதையும் விட்டுக் கொடுக்க முடியாது. அம்மாவானாலும் சரி, அப்பாவின் அன்பும், பாசமும் எனக்கு என்றால் எனக்குத் தான். இல்லாத அம்மா மீது இன்னும் என்ன பாசம்? இன்னும் என்ன ஏக்கம்? அதை மறக்கடிக்க வேண்டும். அப்பாவின் மனதை முழுதுமாக ஆக்கிரமிக்க வேண்டும்.

"ஏம்ப்பா... அம்மா எப்படிப்பா செத்துப் போனாள்?"

அவ்வளவுதான். அழத் துவங்கிவிடுவார். 'பாவி பாவி' என்று முகத்தில் அறைந்து கொண்டு குமுறுவாரே தவிர சொன்னதில்லை. அதைப் பற்றி மட்டும் வாய் திறந்ததில்லை.

இவளும் விடவில்லை. முன்னால் அம்மா இருந்தபோது குடியிருந்த பழைய வீடு தேடிப் போனாள். அங்கிருந்த பக்கத்து எதிர் போர்ஷன்காரர்களிடம் கேட்டாள்.

"மோகனாவோட பொண்ணா நீ! அவளைவிட அழகா இருக்கியே..."

"உங்கம்மா அழகுக்கு சினிமாவில் நடிக்கப் போயிருந்தால் பத்மினி, சாவித்ரி, சரோஜாதேவி மாதிரி வந்திருப்பா..."

"அவ மனசுக்குள்ள, தான் சினிமா நட்சத்திரம்னே எண்ணம், நடிக்கிற ஆசைகூட இருந்திச்சு. அவங்க வீட்ல கையைக் காலை முறிச்சுப் போடுவோம்னு சொல்லி உங்கப்பாவுக்குக் கல்யாணம் செய்து வச்சிட்டாங்க!"

"இங்க வந்துகூட உங்கம்மா சந்தோஷமா இல்லை. எங்கேயோ இருக்க வேண்டியவ நான், இங்க கொண்டு தள்ளிட்டாங்கன்னு அழுகையும், துக்கமுமாப் புலம்பிக்கிட்டே இருப்பா."

"ஒருநாள் அந்த மனுசனை நிம்மதியா இருக்கவிடலே. சதா சர்வகாலமும் புலம்பலும், நச்சரிப்பும்தான்."

"சரி மாமி, எங்கம்மா எப்படி செத்துப் போனாங்க?"

"உங்கப்பா சொல்லலையா?"

"ம்ஹூம், அம்மா பத்தி கேட்டால் அழுவறாரே, தவிர ஒண்ணும் சொல்ல மாட்டேன்றாரு."

"எப்படி சொல்லுவாரு? பொம்பளையா அவ? தான் அழகா இருக்கோம். தன்னை வானத்துலேருந்து ஒரு ராஜகுமாரன் வந்து தூக்கிக்கிட்டுப் போயிருப்பான். அதைத் தடுத்து கட்டிக்கிட்டு வந்தது உங்கப்பாதான்னு எவ்வளவு ஆட்டம் ஆடினா? பாவம் உங்கப்பா. ஒரு நாள்கூட வாயைத் தொறந்ததில்லை..."

"அது மட்டுமா? தினமும் சினிமா பார்க்கணும் அவளுக்கு. உங்கப்பா சம்பளத்துக்கு தினம்தினம் சினிமான்னால் கட்டுப்படியாகுமா?"

"அப்போ எங்கப்பா என்னவா இருந்தாரு?"

"இப்போ இருக்கிற இதே துணிக்கடைல இதே ஸேல்ஸ்மேன் வேலைலதான் இருந்தாரு"

"அப்புறம்?"

"நாள் தவறாமல் சினிமா போகப் பணம் கேட்பா உங்கம்மா!"

"ஏங்க, இன்னிக்கு நானும் கோடி வீட்டுப் பங்கஜமும் மாட்னி ஷோ போயிட்டு வரோங்க."

"நேத்து போனியே, மோகனா?"

"நேத்து போனது எதிர்வீட்டு அம்மாகூடங்க. சிவாஜி படங்க பழைய படம். இன்னிக்கு எம்.ஜிஆர். படம் புதுப்படம்"

"போகணுமா மோகனா?"

"வீட்ல உட்கார்ந்துக்கிட்டு என்னங்க செய்யப் போறேன்? நீங்க காலைல எட்டு மணிக்குப் போனால் திரும்பிவர ராத்திரி பத்தோ

பதினொன்னோ ஆகுது. அதுவரை நான் கொட்டக் கொட்ட தனியா உட்கார்ந்துக்கிட்டு என்ன செய்யிறது?"

"புஸ்தகம் படி, தையல் கத்துக்கோ, ரேடியோவில் பாட்டு கேளு."

"ம்ஹூம். எனக்கு அதுலெல்லாம் விருப்பமில்லை."

"சினிமா பார்க்க மட்டும்தான் விருப்பமா?"

"நடிக்கக்கூட இருந்திச்சு. அதுக்குள்ள நீங்க வந்து கல்யாணம் கட்டிக்கிட்டீங்க."

"அதுக்கு வருத்தப்படறியா மோகனா?"

"பின்ன...? சந்தோஷமா பட முடியும்?"

"என்ன மோகனா இப்படிப் பேசற?"

"நீங்க கேட்டீங்க. சொன்னேன். மனசுல இருக்கிறதைச் சொல்றது தப்பா?"

"தப்பு ஒண்ணுமில்லை. ஆனால் சொல்றதுக்கு ஒரு வழிமுறை இருக்கு மோகனா."

"எனக்கு அதெல்லாம் தெரியாது. உலகத்துல எல்லாம் வழியோடும், முறையோடும்தான் நடக்குதா?"

"வழியோடும், முறையோடும் நடக்காத அதன் முடிவும் நல்லதா இருக்காது."

"எனக்கு உபதேசமெல்லாம் செய்ய வேணாம். சினிமாவுக்குப் போகப் பணம் தர முடியுமா, முடியாதா?"

"எவ்வளவு?"

"இருபது ரூபா போறும்."

"மாசக்கடைசி. கைல இருபது ரூபாதான் இருக்கு."

"ஆமாம். மாச முதல்ல ரொம்ப வாழுது. அப்பவும் இதுதான் கைல மீதம் நிக்குது. தாங்க. நானும் பங்கஜமும் போயிட்டு வரோம்."

                              விரலோடு வீணை

"எனக்கு ஏதாவது அவசர செலவுன்னால்..."

"அப்படி என்ன செலவு திடீர்னு வரப் போவுது? ஒண்ணும் வராது. முதலாளி சைக்கிள் கொடுத்திருக்காரு. போகப் போறீங்க. கைல சாப்பாடு கட்டிக் கொடுத்துடறேன். ரெண்டு வேளை காப்பியும், டீயும் கடையில் தந்துடறாங்க. வேற என்ன செலவு?"

'அவருடைய சட்டைப் பையில் கைவிட்டு சரேல்னு இருபது ரூபாய்த் தாளை உருவிக்குவா. சித்திரை வெய்யிலோ, ஐப்பசி மழையோ அவளுக்குப் பொருட்டில்ல. ஓசி சினிமான்னால் எவளோ ஒருத்தி துணைக்கு வந்துடுவா. கூட்டிக்கிட்டு இவளும் போயிடுவா."

"அப்புறம்?"

"அப்புறம் என்ன அப்புறம்? கதை மாதிரி கேட்கற...?"

"கதை மாதிரிதான் ஆகிப்போச்சு. இப்படிக்கூட ஒரு சினிமாப் பைத்தியம் இருப்பாளான்னு தெருவே அருவருப்பா பார்த்திச்சு. அதே சினிமாப் பைத்தியம்தான் அவ உசுருக்கும் எமனாப் போயிடுச்சு."

"எப்படி?"

"அதை நான் சொல்றேன். எனக்குத்தான் முழு விவரமும் தெரியும். நீங்கள்ளாம் கொஞ்சம் தள்ளி வழிவிடுங்க."

நடுவயதில் காதில் பாம்படம் போட்டுக் கொண்டிருந்த பெண் ஒருத்தி கூட்டத்தை விலக்கிக் கொண்டு முன் வந்தாள்.

"மோகனா மவளா நீ?"

"ஆமாம்..."

"அவளை அப்படியே உரிச்சு வச்சிருக்க, என்ன பேரு?"

"ஷைலஜா."

"என்னவோ வாயில் நுழையாத பேரு. நம்மளவங்ககூட இப்பல்லாம் இந்த மாதிரிப் பேரு வைக்க ஆரம்பிச்சுட்டாங்க. என்ன செய்யிற?"

"படிக்கிறேன்,"

"என்ன படிக்கிற?"

"+2"

"என்ன தெரியணும் உனக்கு?"

"எங்கம்மா எப்படி செத்துப் போனாங்கன்றது..."

"தாங்குவியா?"

"தாங்குவேன்."

"உங்கம்மாவுக்கு அடுத்த போர்ஷன்ல நான்தான் இருந்தேன். இருந்தேன் என்ன, இப்பவும் இருந்துக்கிட்டிருக்கேன். ஒருநாள் உங்கப்பாரு கைல பணமில்ல. சினிமா பார்க்கக் காசு கொடுக்க மாட்டேன்னிட்டாரு. கூடவே, இப்படி சினிமாப் பைத்தியம் பிடிச்சு அலைஞ்சா குடும்பம் எப்படி உருப்படும்? குழந்தையையும் ஸ்கூலுக்கு அனுப்பாமல் லீவு போட வச்சுகூட இழுத்துக்கிட்டு வெய்யில்ல ஓடறியே... இது நல்லா இருக்கா? இனிமே சினிமா, டிராமா எல்லாத்தையும் மூட்டைக் கட்டி வச்சிட்டு ஒழுங்கா வீட்டையும் குழந்தையையும், குடும்பத்தையும் கவனிக்கிற வழியைப் பாருன்னு கத்தக்கூட இல்லை. சற்று அழுத்தமா சொல்லிட்டுப் போனாரு..."

"அவுரு கடைக்குப் போனதும் உங்கம்மா உன்னைக் கூட்டிக்கிட்டு என் வீட்டுக்கு வந்தா. வடிவாச்சி, இவளைக் கொஞ்சம் உங்க வீட்ல வச்சுக்கிடுங்க. நான் கடைக்குப் போய் மீன் வாங்கியாந்து குழம்பு வச்சு சோறு வடிச்சப்புறம் கூட்டிக்கறேன். என்ன?"

"தாராளமா வுட்டுட்டுப்போ... நான் என்ன தலையில் தூக்கியா சொமக்கப் போறேன்?"

"அவ போன கால் மணி நேரத்துக்கெல்லாம் ஏதோ பொசுங்கற வாடை வந்திச்சு. கருகற நாத்தம் வயிற்றைப் புரட்டிச்சு. எழுந்து ஓடிப் போய்ப் பார்த்தால் கதவை மூடி தாழ்ப்பாள் போட்டுக்கிட்டு ஒரு டின் சீமெண்ணையைத் தலையில் கவுத்துக்கிட்டு பத்த வச்சிட்டிருக்கா உங்கம்மா. நாங்க

                          விரலோடு வீணை

வெளியிலேர்ந்து அலர்றோம். உள்ள அவகிட்டேயிருந்து ஒரு சத்தம் வரப்போவுது? ஒரு முனகல் முனகப் போறா? ஒரு பொம்பளை அம்புட்டு அழுத்தமா இருந்து என் வாழ்நாளுல பார்க்கலை..."

"அதுக்கப்புறம் ஆச்சி?"

"அப்புறம் என்ன...? கதவை உடைச்சிக்கிட்டுப் போனோம். உங்கம்மா கரிக்கட்டையா கருகிக் கிடந்தா. ரூமு மொத்தம் அவ தலைமுடி நீளமா சுருள் சுருளா அலை பாய்ஞ்சுக்கிட்டிருந்திச்சு. தலையில் நெருப்பு வச்சப்போ எரியாத முடி உதிர்ந்திருக்கணும். உங்கப்பா வந்தாரு. போலீசு வந்திச்சு. கேள்வி மேல கேள்வி கேட்டாங்க. உங்கம்மா உடம்பை ஆசுபத்திரி வண்டியில் தூக்கிக்கிட்டுப் போய் திருப்பிக் கொண்டாந்து தந்தாங்க. எரிக்க என்ன இருந்திச்சு? ஆனாலும் சுடுகாட்டுக்குத் தூக்கிக்கிட்டு போனாரு உங்கப்பா. திரும்பி வந்த மறுநாளே வீட்டை காலி செய்திட்டு உன்னையும் கூட்டிக்கிட்டுப் போயிட்டாரு."

"அப்போ எனக்கு என்ன வயசிருக்கும் ஆச்சி?"

"என்ன இருக்கும். ஒரு நாலஞ்சு இருக்கும். அம்புட்டுத்தான்."

⚬

3

அந்த நாலைந்து வயதிலிருந்து எல்லாமே அப்பாதான் ஷைலஜாவிற்கு. உறவு என்று ஒருவரைப் பார்த்ததில்லை. ஒருவரும் வீடு தேடி வந்ததில்லை. கூடப் பிறந்தவர்கள் இல்லை. அப்பா, அப்பா, அப்பாதான். தாயுமாகி நின்றவர். நல்லவர். ஷைலஜா தவிர உலகம் தெரியாதவர். தெரிந்து கொள்கிற ஆசையற்றவர். வாழ்க்கையில் அவருக்கு இருந்த ஒரே பிடிப்பு ஷைலா, ஷைலு, ஷைலஜாதான். அவள் மட்டுமேதான்.

இது ஷைலாவிற்கு, இது ஷைலுவிற்கு, இது ஷைலஜாவிற்கு - என எண்ணி எண்ணி மூச்சுவிடுபவர். யாருடன் பேசினாலும், என்ன பேசினாலும் பேச்சுக்கிடையில் தன் மகளின் முகம் காட்டாமல் இருக்க மாட்டார். பெருமை சொல்லாமல் விடமாட்டார். துணிக்கடையில் இரண்டாவது மாடியில் வேலை அவருக்கு. விமல், கார்டன், பி. கே. சூரத் என நைலான், நைலக்ஸ் புடவைகளை எடுத்துப் போடுகிற வேலை. ஒவ்வொன்றாய் எடுத்துப் போட்டு வாடிக்கையாளர்களுக்குக் காட்டி மீண்டும் அடுக்கி வைக்கிறபோது புடவைகளின் வழவழப்பில் ஷைலஜா நினைவு வரும்.

அவ கட்டினா எத்தனை அழகா இருக்கும் என பட்டுப் பூச்சிகள் மோட்சம் பெறும் என்று எழுதிய வைரமுத்து மாதிரி நினைத்துக் கொள்வார். கூடவே, 'அவதான் புடவையே கட்டறதில்லையே' என்றும் சொல்லிக் கொள்வார்.

சாப்பாட்டுப் பை தூக்கி கடையின் பின்பக்கம் போய் டிபன் டப்பா திறக்கிற போது, 'அந்தப் பொண்ணு சாப்பிட்டுச்சோ இல்லையோ?' என்கிற ஆதங்கம் எழும்.

'கைல சாப்பாடு கட்டித் தரேன்னு சொன்னால் கொண்டுப் போவ மாட்டேன்னுது. சரிம்மா. உப்புமா, தோசைன்னு டிபன்

செய்து தரட்டுமொன்னு கேட்டால் வேணான்னுது. காண்டீன்ல என்ன சாப்பிடுதோ? நல்லா என்ன கிடைக்கப் போவுது?'

அதன்பின் அவருக்கு சாப்பாடு இறங்க மறுக்கும். மகளை விட்டு தான் மட்டும் சாப்பிடுகிற குற்ற உணர்வு எழும். நெஞ்சை என்னவோ செய்ய, கவளம் கவளமாக உருட்டிப் போட்டுக் கொள்வார். ருசி தெரியாது. காரம் தெரியாது. உப்பு தெரியாது. சப்பென்றிருப்பது உறைக்காது. ருசி மட்டுமில்லை. கிட்டத்தட்ட எல்லா உணர்வுகளுமே மறந்துபோய்விட்டன. மறக்கடித்துக் கொண்டு விட்டார்.

கருகிச்செத்த மனைவிக்குப் பின்னர் மீண்டும் கல்யாணம் செய்து கொள்ளவில்லை. இரண்டு மூன்று மாதங்கள் பேசாதிருந்த பின்னர் திரும்பி வந்த சுற்றத்திடம் முகம் காட்டினார்.

"ஒரு கல்யாணம் செய்து வச்சீங்களே... அது போறாதா...? இன்னொன்னு வேணுமா?"

"உனக்காக இல்லைடா சிங்காரம். உன் மகளுக்காக, பொம்பளைப் பிள்ளைக்கு அம்மா வேணாமா சொல்லு...?"

"வேணாம் வேணாம். இனிமே அவளுக்கு அம்மையப்பன் நான்தான். எல்லாம். என்னையும் என் மகளையும் நிம்மதியா இருக்கவிட்டு நீங்கள்ளாம் எழுந்திரிச்சுப் போனீங்கன்னா போதும்."

அதோடு வந்த உறவு எழுந்து போயிற்று. முகம் பாராமல் முறித்துக் கொண்டது.

கவலைப்படவில்லை அவர். தானும், தன் மகளும் போதும் என்றிருந்துவிட்டார். ஐந்து வயதுப் பெண்ணிற்குத் தகப்பன் தாயாக மாறுவது என்பது சாதாரணமான விஷயமில்லை. செய்து காட்டினார். முப்பது வயதில் மனைவியற்றிருப்பது என்பதும் சாதாரணமில்லை. இருந்து காட்டினார். மனைவியற்றுகூட இருந்து விடலாம். பெண் சுகமற்றிருப்பது என்பது இயலாத காரியம். அதையும் இயன்றதாக்கிக் கொண்டார்.

சில நாட்களில் இரவுகளில் உடம்பு தவிக்கும். சுகம் கேட்கும். உள்ளுக்குள் அனல் ஏறும். மனது பரபரக்கும். தாங்க முடியாது போகும்.

"போகலாமா...? எழுந்து எங்கேயாவது போகலாமா?"

சடாரென்று எழுந்து கொள்வார். கொல்லைக் கதவு திறந்து விளக்கு போடுவார். தாம்புக்கயிற்றில் வாளிகட்டி கடகடவென்று ஜகடை உருள கிணற்றிலிருந்து நீர் சேந்தி தலையில் ஊற்றிக் கொள்வார். மனது முருகா, முருகாவென்று அரற்றும். வாய் ஒன்று, இரண்டு, மூன்று என்று வாளி நீர் எண்ணும். மெல்ல மெல்ல உள்ளுக்குள் பூதமாக எழுந்து தணிந்து அடங்கியதும் கை தானாக நீர் சேந்துவதை நிறுத்தும். ஜகடை உருளல் நிற்கும்.

உள்ளே வந்து உடல் துடைத்து, தலை துவட்டி, வேட்டி மாற்றி நெற்றியில் திருநீறு பூசிக்கொண்டு படுக்கிற போது உடம்பும், மனதும் அதி அலாதியான அமைதியில் சமனப்பட்டிருக்கும். நிச்சலனமாய் தூக்கம் வரும். பெண்ணை போகித்தபின் வரக்கூடிய நிம்மதியையும், அமைதியையும்விட இந்த அமைதியும், நிம்மதியும் பன்மடங்கு பெரிதாகத் தெரியும். இதைவிட வேறு என்ன வேண்டுமென ஒருமுகப்பட்ட பின்னர் இரவு நேரத் தவிப்புகள் மெல்ல மெல்ல தானாக அடங்கத் தொடங்கின. உடம்பு சொன்னது கேட்டது. மனது கைவசப்பட்டது.

அதன்பின்பு ஷைலஜா, ஷைலஜா, ஷைலஜா... சுலபமாயிற்று.

வாழ்க்கையில் வேறு எந்தக் குறிக்கோளும் இல்லை என்று நினைத்துக் கொண்டார் அவர். தனக்கு மறுக்கப்பட்ட படிப்பு ஷைலஜாவிற்குக் கிடைக்க வேண்டும். தனக்குக் கிடைக்காத வசதிகள் ஷைலஜாவிற்கு செய்து கொடுக்கப்பட வேண்டும். நிறைவேறாத தனது ஆசைகளைப் போல் ஷைலஜாவிற்கு ஆகக்கூடாது. அவள் ஆசைப்படுவது எதுவா னாலும் நிறைவேற்றி வைத்து விட வேண்டும். எதுவுமே அவளுக்கு மறுக்கப்பட்டு விடக்கூடாது. மறுதளித்தல் என்பதே தெரியாமல் இருக்கவேண்டும் அவள்...

இப்படி எல்லாமே பார்த்துப் பார்த்து செய்தார். நீல நிறச் சுடிதாரா... உடனே வேண்டுமென்பாள் அவள்.

"இன்னிக்கே வேணும்ப்பா. முடிஞ்சா ராத்திரி கடையிலிருந்து வற்றபோது வாங்கிக்கிட்டு வந்திடுங்க."

                    விரலோடு வீணை

அன்றைக்கு இல்லாது போனாலும் மறுநாள் வாங்கி வந்துவிடுவார். மறுநாள் இல்லாவிட்டாலும் அதற்கு அடுத்த நாள் நிச்சயம் வரும். இடையில் ஒரு நாள் தாமதம் இரண்டு பேருக்குமே அதிகபட்ச நேரம். மகள் மறுநாள் என்றாலும் அன்றைக்கே முடித்துவிட முயலுவார் அவர்.

"என் பிரெண்டு யாமினி சிங்கப்பூர் செண்ட் ஒன்னு வாங்கிட்டிருக்கா. அவ காலேஜ் வாசல்ல வரும்போதே வாசனை கிளாஸ் ரூமுக்குள் அடிக்குதுப்பா..."

"சிங்கப்பூரா...?"

"அங்கே போக வேணாம்ப்பா. இங்கேயே காசி செட்டித் தெருவில் கிடைக் குதாம். அவ அங்கேதான் வாங்கினாள

"என்ன விலைம்மா?"

"அறுநூறோ, எழுநூறோ சொன்னாப்பா..."

"அறுநூறும், எழுநூறும் கொடுத்து ஒரு செண்ட் வாங்குகிற நிலையிலா நாம் இருக்கிறோம்?" என்று சொல்ல மாட்டார் அவர்.

"ஏம்மா... அந்தப் பணம் இருந்தால் வீட்டு வாடகை கொடுத்து பால் கார்டு வாங்கி விடலாமே?" என்கிற கணக்கெல்லாம் பார்க்க மாட்டார்.

அந்த செண்டை அவளுக்கு வாங்கித தருகிற வழி என்ன என்று யோசிப் பார். வேறு எந்த மார்க்கமும் புலப்படாமல் மறுநாள் காலை முதலாளியிடம் போய் தலைகுனிந்து நிற்பார்.

"என்ன சிங்காரம்? மறுபடியும் முன்பணமா...?" முதலாளி சிடுசிடுப்பார்.

"ஆமாங்கய்யா..."

"எதுக்குப்பா?"

இவர் தயங்குவார்.

"சொல்லுப்பா... எதுக்கு இப்போ பணம்?"

"பொண்ணு ஏதோ செண்ட் வேணும்னு ஆசைப்படுது."

"செண்ட்டுன்னா...?"

"வாசனையா மேல பூசிப்பாங்களே... அதுங்கெய்யா..."

"அது எதுக்குய்யா உன் பொண்ணுக்கு?"

"சின்னப் பொண்ணு. ஏதோ ஆசைப்படுதுங்க."

"உன் பொண்ணு ஆசைப்படறதை யெல்லாம் வாங்கித் தரணும்னால் உன்னால் எப்படிய்யா முடியும்? ஒரு சாதாரணத் துணிக்கடை ஸேல்ஸ்மேனுக்கு எது சாத்தியமோ அதைத்தான் செய்யணும்."

"அம்மா இல்லாத பொண்ணு..."

"அதுக்காக...?"

"ஏதோ என் உசிரு இருக்கிறவரை செய்யப் போறேனுங்க."

"உசிரு இருக்கிறவரை தான்யா செய்ய முடியும். போயிட்டா என்னய்யா முடியும்?"

"அதாங்க நானும் சொல்றேன்."

"ஆனால் உன் பொண்ணு உன் உசுரையே எடுப்பா போல இருக்கே...?"

"ஐயய்யோ... அப்படிப்பட்ட பொண்ணு இல்லீங்கய்யா அது."

"நீதான் சொல்லிக்கணும். அவ படற ஆசையெல்லாம் பார்த்தால் மகாராஜா வீட்ல பொறந்திருக்கிற நினைப்பா இல்ல இருக்கு."

"ஐயா! இந்த ஒரு தரம் மனசு இறங்கி உதவணும்ங்க."

"இந்த ஒரு தரம்ன்றதை எத்தனை தரம் சொல்லியிருக்க..."

"இந்தத் தரம் நிஜம்மா சொல்றேங்கய்யா."

"அப்படின்னா இத்தனை தரம் பொய் சொன்னியா...?"

"என் வாய்ல பொய் வராதுன்னு ஐயாவுக்கே தெரியுங்க."

     விரலோடு வீணை

"சரி. எவ்வளவு?"

"எழுநூறு ரூபாய்ங்க."

"எழுநூறா! ஏன்யா உனக்கென்ன பைத்தியமா பிடிச்சிருக்கு, மொத்த சம்பளமே இரண்டாயிரம்தான். முன்பணம் பிடிப்பெல்லாம் போக கைல ஆயிரம் ரூபாய் வந்தால் அதிகம். இப்போ வேற எழுநூறு ரூபாய் முன் பணம் வாங்கினால் அடுத்த மாதம் என்ன வரும்னு நினைச்சுக்கிட்டிருக்க..."

"வழக்கம்போல் மாசம் நூறு ரூபாய் பிடிச்சிக்கிடுங்கய்யா..."

"இப்படியே போனால் வாழ்நாள் முழுசும் பிடிச்சுக்கிட்டிருக்க வேண்டியதுதான்."

சிறிது நேரம் அவர் முகத்தையே பார்த்தார் கடை முதலாளி. சிங்காரம் நல்லவன். நாணயமானவன். நம்பி லட்ச ரூபாய் கொட்டி வைத்துவிட்டுப் போகலாம். பைசா குறையாது. தீபாவளி, பொங்கல் சமயங்களில் கடை மூடி கணக்கெடுத்துப் போக இரவு ஒரு மணி இரண்டு மணிகூட ஆகும். எவ்வளவு நேரமானாலும் சலித்துக்கொள்ள மாட்டான். இருந்து கடை பூட்டி சாவி வாங்கி இடுப்பில் செருகிக் கொண்டுதான் காரில் ஏறி பின்புதான் சைக்கிளை எடுப்பான்.

"நீ போ சிங்காரம்" என்றாலும் போகமாட்டான்.

"இல்லீங்கய்யா. ஐயா புறப்பட்டப்புறமே நான் போறேங்க."

"வீட்ல வயசுப் பொண்ணு தனியா இருக்காதாய்யா?"

"தனி என்னங்க? மற்ற குடித்தனக்காரங்க இருக்காங்க. பக்கத்து போர்ஷன் பாட்டி துணைக்குக் கூடப் படுத்துக்குங்க."

மீண்டும் சிங்காரத்தைப் பார்த்தார் அவர். அவருக்கு சிங்காரத்தைப் பிடிக்கும். கடையில் உள்ள அத்தனைப் பேர்களிலும் சிங்காரத்தைப் பிடிக்கும். எந்தவிதமான கெட்ட பழக்கமும் கிடையாது. கடைக்குள் நுழைந்துவிட்டால் கோவிலில் நுழைகிற மாதிரி சிங்காரத்தின் செயல்களில் பணிவு இருக்கும். ஒருவித பக்தி தெரியும். வார்த்தைகள் அமைதியாய், மென்மையாய் வரும்.

மகளின் மீதிருக்கிற கண்மூடித்தனமான பாசம் தவிர வேறு ஒரு குறை சொல்ல முடியாது. அந்தப் பாசம் ஒருவித பலவீனம். அவள் எதைக் கேட்டாலும் எப்பாடு பட்டாவது செய்து விடுகிற பலவீனம். மனைவியின் மரணத்தினால் ஏற்பட்ட பலவீனமாகக்கூட அது இருக்கலாம்.

ஒரு சினிமா போகக் காசு தராத காரணத்தினால் தன்னை மாய்த்துக் கொள்ளத் துணிந்த மடத்தனம் மகளிடமும் இருக்கலாமோ என்கிற அடி மனதின் பயமாகவும் இருக்கலாம். அதுமாதிரி சிங்காரத்திற்கு இல்லை. சொல்ல இயலாமல் கேட்கிற போதெல்லாம் காசு எடுத்துக் கொடுக்கிற தன் பலவீனம் எதனால் என்பதை யோசித்துக் கொண்டே பணம் எடுத்துக் கொடுப்பார். ஒவ்வொரு முறையும் அவ்வாறு தருவதை நினைத்துக் கொள்வார்.

"இனிமேல் முன்பணம் தர மாட்டேன் சிங்காரம். இதுவே கடைசித்தரமாக இருக்கட்டும்."

"ஆகட்டுங்கய்யா..."

அந்த ஆகட்டுங்கய்யாவும், இனிமேல் முன் பணம் தரமாட்டேன் என்பதும் அந்த நிமிடத் தற்காலிகமான முடிவு. வெறும் சொற்கள் என்பது அவர்கள் இருவருக்குமே தெரியும்.

⸻◆⸻

விரலோடு வீணை

4

எட்டு குடித்தன வீடு. பத்துக்கு பனிரெண்டறையின் ஒரு பக்கம் தடுப்புச் சுவர் கட்டியிருந்ததால் அது சமையலறை மேடை, அலமாரி வசதிகள் எதுவும் கிடையாது. முடிந்தவர்கள் மேடை கட்டிக் கொண்டார்கள். பீரோ வாங்கிப் போட்டுக் கொண்டார்கள்.

நீளமான வாசலின் எதிரெதிராக எட்டுக் குடித்தன வீடுகளும் முடிந்து பின்பக்கம் போனால் பெரிதாய் கிணறு. குனிந்து தொட்டு விடலாமெனத் தோன்றும் நீர். தாம்புக் கயிறு எல்லோரும் பணம் போட்டு வாங்க வேண்டும். சேந்துகிற பாத்திரமோ, வாளியோ அவரவருடையது.

கிணற்றைச் சுற்றிப் போடப்பட்டிருந்த காரைத் தரையில் துணி துவைக்கலாம். பாத்திரம் தேய்க்கலாம். கழிவு நீர் வாய்க்காலில் ஓடி வாழைக்கும், தென்னைக்கும் பாயும். ஏழெட்டு வாழை மரங்களும் நான்கு தென்னை மரங்களும் உண்டு. வீட்டின் சொந்தக்காரர் வந்து காய் பறித்துப் போவார். மீதக் காய்களை எண்ணி வைப்பார்.

பொத்தென்று நடு ராத்திரியில் விழும் தேங்காய்க்கு சில சமயம் நாயுடுவும் முதலியாரும் சண்டை போட்டுக் கொள்வார்கள். விழுகின்ற ஓலைக்கும், பெண்களிடையே சண்டை வரும். வரிசையாய் நான்கு குளியலறைகள், நான்கு கக்கூஸ்கள், தெரு பெருக்கி கோலம் போடுவதிலிருந்து குளியலறை கக்கூஸ் கழுவுவது வரை முறைவாசல் பகிர்ந்து கொள்ளப்படும்.

சின்னச் சின்ன விஷயங்களெல்லாம் சண்டையாகி ஆண்கள் வரை கூடப் போகும். மற்ற ஆண்கள் தடுக்க சமாதானமாகும். போட்டி, பொறாமை, கோபதாபங்கள் எல்லாம் இருந்தாலும் விசேஷம் என்றால் ஒன்று சேருவார்கள். ஒரு கஷ்டம் என்றால் ஓடி வருவார்கள்.

அதே எட்டுக் குடித்தன வீடுகளில் சற்று விலகி நின்றவர்கள் ஷைலஜாவும், சிங்காரமும்தான். சிங்காரம் இயல்பாகவே அதிகம் பழகாதவர். யாரிடமும் பழக நேரமற்றவர்.

மகள் எழுந்திருக்கும் முன் அதிகாலை ஐந்து மணிக்கெல்லாம் எழுந்துவிடுவார். ஷைலஜாவின் தூக்கம் கலைந்துவிடக் கூடாதென்ற அதிகப்படி அக்கறையில் சமையல்கட்டின் விளக்கை மட்டும் போட்டுக் கொள்வார். மெதுவாய் கொல்லைப்புறம் போய் பல் துலக்கி வாளி வாளியாய் நீர் மொண்டு கொட்டிக் கொள்வார். பாய வேட்டியும், மேல் துண்டும் நெற்றி நிறைய விபூதியுமாக அசல் சமையற்காரரைப் போல் உள்ளே நுழைவார். உதடு மட்டும் அசங்கக் கந்த சஷ்டி கவசம் சொல்லிக் கொண்டே ஸ்டவ் பற்ற வைப்பார்.

பில்டரில் காபிப் பொடி போட்டு இறக்குவார். பால் வந்ததும் காய்ச்சி காபி கலந்து குடிப்பார்.

பின்னர் அரிசி களைந்து, பருப்பு கழுவி, வேக வைத்து, புளியைப் போட்டு, கறிகாய் அரிந்து... ஏழரைக்கெல்லாம் சாதம். ஒரு சாம்பார். ஏதாவதொரு கறிகாய் எனத் தயாராகிவிடும்.

அதன் பின்பே போய் மகளை எழுப்புவார்.

"அம்மா... அம்மாடி... எழுந்திரி. மணி ஏழரையாயிடுச்சு."

"போப்பா... இன்னும் பத்து நிமிஷம் கழிச்சி எழுந்திருக்கேன்."

உள்ளே போய் தட்டு கழுவி வைத்து தானாக சாப்பாடு போட்டுக் கொண்டு சாப்பிடுவார். சாம்பார் சாதமோ, மோர் சாதமோ கலந்து டிபன் பாக்சில் எடுத்துக் கொள்வார். அதைச் சின்னப் பையில் வைத்து சைக்கிள்ஹாண்ட் பாரில் மாட்டி விட்டு மீண்டும் உள்ளே வருவார். மகளின் தோள் தட்டுவார்.

"மணி எட்டடிக்கப்போவுது. அப்புறம் காலேஜுக்கு நேரமாயிடும். எழுந்திரிம்மா..."

எழுந்து பாய் சுருட்டி ஓரம் வைத்து போர்வை மடித்து தலையணை மீது போட்டு அடுக்கி அவரைப் பார்ப்பாள்.

"கிளம்பிட்டீங்களாப்பா...?"

"வேற வேட்டி சட்டை மாத்தி சைக்கிள் மிதிக்க வேண்டியதுதான் பாக்கி."

"இதோப்பா... ஒரே நிமிஷத்துல வந்துடறேம்ப்பா... ஒரு டம்ளர் காபி மட்டும் கலந்து கொடுத்துட்டுப் போயிடுங்கப்பா."

அவள் பல் துலக்கிவிட்டு வந்ததும் ஸ்டவ் பற்ற வைத்து சூடாகக் காபி கலந்து டபராவிலும், டம்ளரிலும் விட்டுத் தருவார்.

"அம்மாடி... சாதம், சாம்பார், காயெல்லாம் மூடி வச்சிருக்கேன். சூடாகத்தான் இருக்கும். குளிச்சிட்டு வந்து சாப்பிடு. சாப்பிடாமப் போயிடாதே என்ன?",

'சரிப்பா. ரொம்ப தாங்க்ஸ்ப்பா. காபி நல்லா இருந்திச்சு."

அவர் கழுத்தைக் கட்டி சின்னக் குழந்தை மாதிரி கன்னத்தில் முத்தமிடுவாள். சிரித்துக் கொண்டே, "வேரேம்மா" என்று விலகுவார் அவர்.

நாள் தவறாமல் ஐந்து மணிக்கு எழுந்து சமைத்து முடித்து, தானாக எடுத்துப் போட்டு சாப்பிட்டு, அதன் பின் மகளை எழுப்பி காபி கலந்து கொடுத்து விட்டுப் போகிறவரைப் பார்த்து மற்ற குடித்தனங்கள் அதிசயிக்கும்.

"ஒரு பொம்பளைப் பொண்ணை இப்படியா வளர்ப்பாங்க?" என்று வெடிக்கும்.

"ஏன் நீங்க கஷ்டப்படணும்? அதான் வயசுக்கு வந்த மக இருக்கா இல்ல. அவளை எழுந்திரிச்சு சமைக்கச் சொல்லுங்க" என ஆதங்கப்படும்.

"என்ன மாமா நீங்க? இத்தினி செல்லம் கொடுத்து, வளர்க்கலாமா? நாளைக்கு போற எடத்துல இதே மாதிரி எட்டு மணி வரை தூங்கி எழுந்திருக்க முடியுமா? வேலையே செய்யாமல் வளைய வர முடியுமா?" ஆண்கள் தங்கள் வீட்டுப் பெண்களை நினைத்துக் கவலைப்பட்டுச் சொல்வார்கள்.

எல்லாவற்றிற்கும் புன்னகைப்பார் சிங்காரம். 'முதலாளி சொல்லியே கேட்கலை, நீங்க சொல்லியா கேட்கப் போறேன்?'

ஆனாலும் பவ்யமாக பதிலளிப்பார்.

"என்னவோ தாயில்லாப் பொண்ணு. கொஞ்சம் செல்லமாகத்தான் வளரட்டுமே...?"

"கொஞ்சம் செல்லமா இது? உங்களுக்கென்ன பைத்தியமா? இப்படி வளர்ந்துச்சின்னா நாளைக்கு மாமியார் வீட்டுக்கு போனால் என்ன செய்யும்?"

"மாமியார் வீடெல்லாம் இருக்கவே இருக்குங்க. இப்படி உட்கார்த்தி வைச்சு வேலைக்காரங்க போட்டு செய்யிற மாமியார் வீடாகத்தான் வரட்டுமே...?"

சிரிப்பு மாறாமல் தெருவில் சைக்கிளை இறக்கிப் போய் விடுவார் அவர்.

"கிழவனுக்குக் கொஞ்சமா இல்லை ஆசை."

"விரலுக்குத் தகுந்த வீக்கம்தான் வீங்க முடியும்னு தெரியலையே இந்த ஆளுக்கு"

"விரலையே வெட்டி எடுக்கற நிலைமை வந்தால் தானாகத் தெரிஞ்சுக்குவான்"

"நமக்கென்ன வந்திச்சு? இவருகிட்டயாவது இதாச்சும் பேச முடியும், சாதுவான மனுஷன். ஆனால் அந்தப் பொண்ணு இருக்குதே... அம்மாடி..."

"அதுக்குப் பிடிச்சிருக்கிற அகங்காரமும், திமிரும், பண்ணிக்கிற டிரஸ்ஸும்..."

"கோடீஸ்வரன் வயத்துல பொறந்திருக்கிற மாதிரியில்ல நினைச்சுக்கிட்டு திரியுது."

"நம் யாரையாவது மதிச்சு ஒரு வார்த்தை பேசுதா அது? துரும்பைப் பார்க்கிற மாதிரியில்ல, பார்க்குது..."

அப்படித்தான் பார்த்தாள் ஷைலஜா. துரும்பு, தூசியாகக்கூட அல்ல. இன்னமும் கீழாகப் பார்த்தாள். பார்க்காமலே புறக்கணித்தாள். தன் வயது ஒத்த பெண்களிடம் கூடப் பழக மாட்டாள். அதே கல்லூரியில் முதல் வருடம் பி.ஏ. சரித்திரம

படிக்கிற கடைசிப் போர்ஷன் பெண்ணுடன் சேர்ந்து கல்லூரிக்குப் போக மாட்டாள். அதுபோல் தன் கல்லூரித் தோழிகள் யாரையும் தவறிப் போய்க்கூட வீட்டிற்கு அழைத்து வர மாட்டாள். அவர்களாக வருவதாகச் சொன்னாலும் வரவிட மாட்டாள்.

"ஸாரிப்பா! இந்த சனிக்கிழமை நான் வீட்ல இருக்க மாட்டேன். வெளில போறேன்."

"அப்போ புதன்கிழமைலீவுதானே அன்னிக்கு வரேன்."

செவ்வாய் காலையிலேயே புதன் கிழமைக்குச் சாக்கு ஒன்று தயாராகும்.

"நித்தி! நாளைக்கு எங்க மாமா வீட்ல விசேஷம்ப்பா. காலைல ஏழு மணிக்கெல்லாம் அங்கே இருக்கணுமாம்."

"என்ன விசேஷம்ப்பா...?"

"புது வீட்டுக்குப் போறாங்க. பால் காய்ச்சி சாப்பிடணுமாம்."

"அதுக்கு நீ எதுக்குப்பா?"

"அதான் நானும் மாமாகிட்டே கேட்டேன். அவரும் மாமியும், நான் கட்டாயம் வரணும்னு அடம்பிடிக்கிறாங்க. போய்த்தான் ஆகணும். வேற வழியில்லை."

"போயிட்டு எப்போ வருவ?"

"தெரியலை. அநேகமா ராத்திரி அங்கேயே சாப்பிட்டு விட்டுத்தான் வருவோம்..."

"ஓ. கே., அப்போ இன்னொரு நாள் பார்த்துக்கலாம்."

"ஐயம் ரியலி ஸாரிப்பா."

"சீ! பரவாயில்லை. அதனால் என்ன? அதுக்கு ஏன் இவ்வளவு ஃபீல் பண்ற? நான்தான் இன்னொரு நாள் வரேன்னு சொல்றேனே...?"

அந்த இன்னொரு நாள் வரவே வராது. வர விடமாட்டாள் ஷைலஜா. நித்யா கதியே அதுதான் என்கிறபோது மற்றவர்கள்

வருவதாய் வாய்திறந்து சொல்லக்கூட மாட்டார்கள். அனுமதிக்கவும் மாட்டாள். யாரும் தன் வீட்டிற்கு வந்துவிடக் கூடாது என்பதில் அவ்வளவு ஜாக்கிரதையாக இருந்தாள்.

"வீடாப்பா இது? புறாக் கூண்டு மாதிரி காற்றே இல்லாத இருட்டும், இரண்டு உடைந்த இரும்பு நாற்காலிகளும் தவிர வேற என்ன இருக்கு?"

"நாம் கொடுக்கிற நானூறு ரூபாய் வாடகைக்கு இதைவிட என்னம்மா கிடைக்கும்?"

"என்னுடைய ஒரு சினேகிதியை நான் அழைச்சிக்கிட்டு வர்றதில்லை. வரேன்னால்கூட ஏதேதோ சாக்கு சொல்லி வேண்டாம்னிடறேன்."

"ஏம்மா?"

"அவங்கள்ளாம் என்னைப் பெரிய பணக்காரின்னு நினைச்சுக்கிட்டிருக்காங்கப்பா. இங்க கூட்டிக்கிட்டு வந்து நான் பரம ஏழைன்னு காட்டணும்னு சொல்றீங்களா?"

"ஏம்மா? உன் சினேகிதிங்க உனக்காக உன்கூட சினேகமா இருக்காங்களா? இல்லே உன் நிலைமை, தகுதிக்காக இருக்காங்களா?"

"உங்க காலம் மாதிரி இல்லைப்பா. இந்தக் காலத்துல எல்லாம் தேவையாகத்தான் இருக்கு. தகுதின்னு பார்த்தால் எனக்கு என்ன இல்லை. சொல்லுங்க? எங்கேயோ பிறக்க வேண்டியவப்பா நான். இங்க வந்து உங்களுக்குப் பிறந்து கஷ்டப்படறேன்."

"உனக்கென்னம்மா கஷ்டம்? எந்தக் கஷ்டமும் தெரியக் கூடாதுன்னு போர்த்திப்போர்த்தி இல்ல வளர்க்கிறேன்."

"என்னதான் போர்த்தினாலும் உங்க போர்வைக்கு நீளம் போற மாட்டேன்னுதேப்பா."

மனது வலித்தது. மகளின் எல்லா குணங்களையும் அறிந்தவர். ஆனாலும் கஷ்டமாக இருந்தது. இத்தனை அழகாய், அறிவாளியாக இருக்கிறவளுக்கு இது என்ன தாழ்வு மனப்பான்மை? எங்கிருந்து வந்தது, ஒரு வேளை அம்மாவின்

குணம் பெண்ணிற்கு வந்திருக்குமோ? அதனால் அவள் தன் வாழ்க்கையைப் பாழடித்துக் கொண்ட மாதிரி இவளும் தன் வாழ்க்கையைப் பாழாக்கிக் கொண்டுவிடுவாளோ...?

கூடாது. அதை ஒருபோதும் அனுமதிக்கக் கூடாது. அவள் மனதையும் காயப்படுத்தக் கூடாது. மெதுவாக, பக்குவமாக எடுத்துச் சொல்ல வேண்டும். மிக ஜாக்கிரதையாகக் கையாள வேண்டும்.

கண்ணாடிப் பாத்திரங்களாகக் கையாள்கிற கவனமும், நிதானமும், மென்மையும் மகளிடம் பழகத் தேவைப்படுவதை நினைத்துக் கொண்டார். ஒருவேளை தன்னால்தான் அவள் அப்படி ஆகிவிட்டாளோ? நான்தான் காரணமோ? எல்லோரும் சொல்கிற மாதிரி மிக அதிகமாகச் செல்லம் கொடுத்து விட்டேனோ? அதனால்தான் அவள் இப்படி இருக்கிறாளோ?

அது மட்டும் காரணமில்லை எனவும் தோன்றியது. அம்மா மாதிரியே அவளுக்கும் தான் அழகாக இருப்பது தெரிந்திருப்பதும் காரணம். வெறும் அழகு மட்டுமின்றி புத்திசாலியாக இருக்கிறாள். சாமர்த்தியசாலியாக இருக்கிறாள். நன்றாகப் படிக்கிறாள். எதிலும் முதலாக வருகிறாள்.

அவை எல்லாமும் காரணம்தான். எதுவானாலும் அவளை மாற்ற வேண்டும். பொறுமையாய் முள்ளில் விழுந்த சேலையை எடுக்கிற மாதிரி செய்ய வேண்டும். 'முடியுமா தன்னால்?'

யோசித்துக் கொண்டிருந்த போதே எதிரில் வந்து நின்றாள் ஷைலஜா. அவர் நிமிர்ந்து பார்த்தார்.

"என்னம்மா?"

"நாளன்னிக்கு என் கிளாஸ்மேட் சங்கீதாவின் கல்யாணம்பா."

"போயிட்டு வாயேம்மா. அதுக்கு என் அனுமதி கேட்கணுமா?"

"அனுமதி கேட்கலைப்பா. கல்யாணத்துக்குப் போட்டுக்கிட்டுப் போற மாதிரி என்கிட்ட நல்லதாக ஒரு டிரஸ்கூட இல்லை. சங்கீதா பெரிய இடத்துப் பொண்ணுப்பா."

"சரிம்மா. அதுக்கு நாம் என்ன செய்ய முடியும்?"

"நீங்க செய்ய முடியும்ப்பா."

"என்ன?"

"நல்லதா பெரிய இடத்துக் கல்யாணத்துக்கு போட்டுக்கிட்டுப் போற மாதிரி புதுசா ஒரு டிரஸ் எடுத்துத் தரணும்"

பதில் சொல்ல முடியாமல் அயர்ந்து போனார் அவர்.

—⧓—

விரலோடு வீணை

5

ஷைலஜா சொன்னதைக் கேட்டதும் பக்கென்றது சிங்காரத்திற்கு. 'இந்தப் பெண் ஏன் இப்படி சிறிதுகூட என் கஷ்டம் உணராமல் இருக்கிறது?'

"என்னப்பா அப்படிப் பார்க்கறீங்க?"

'கேட்பதையெல்லாம் முகம் சிணுங்காமல் வாங்கித் தருவதால் எதுவும் என்னால் முடியுமென்று நினைக்கிறதோ?'

"ஒண்ணுமில்லேம்மா."

"ஒண்ணுமில்லேன்னா வாங்கித்தர மாட்டீங்களாப்பா?"

'முன் பணம் கேட்கிறபோதெல்லாம் முதலாளி வாய் திறக்காமல் தந்துவிடுவதாக எண்ணமோ?'

"உனக்கு எப்போவாவது மாட்டேன்னு சொல்லியிருக்கேனா நான்?"

"அதான பார்த்தேன். என் நல்ல அப்பா, சின்ன அப்பா, குட்டி அப்பா..."

'ஒவ்வொரு முறையும் முதலாளி முன்பு குறுகிப்போய்த்தான் நிற்கிறேன்.'

"ஐயோ... போறும்ம்மா. ஏற்கெனவே ஜலதோஷம் பிடிச்சிட்டிருக்கு."

"சரி. நான் ஐஸ் வைக்கைல. பட்டுல சரிகை வச்சுத் தைச்ச சுடிதார் செட் வாங்கித் தரீங்களாப்பா?"

'இந்தப் பகட்டு, படாடோபமெல்லாம் எங்கிருந்து கற்றுக் கொண்டு வந்தது? அம்மாவிடமிருந்து?'

"வேணாம்மா, பட்டு வாங்கறதானால் புடவையாகவே வாங்கிக்கோம்மா."

"இந்தக் காலத்துல எந்தக் காலேஜ் பொண்ணுப்பா புடவை கட்டுது?"

'கஷ்டம் தெரியாமல் வளர்க்க நினைத்து நான்தான் இந்த மாதிரி தவறாக வளர்த்து விட்டிருக்கிறேன்.'

"நீ இந்த டிரஸ்ஸெல்லாம் போடறதை நம் ஜாதி ஜனங்க கண்டிக்கிறாங்க. சொந்தக்காரங்க என்னைத் தப்பாய் பேசறாங்க."

"சொந்தக்காரங்களுக்கு என்னப்பா வேலை? ஒரு பொண்ணு பளிச்சுனு புத்திசாலியாக இருந்தால் பொறாமையில் மனசு வெடிச்சு வார்த்தையாக கொட்டுவாங்க."

அந்தப் பதிலில் மனசு சட்டென்று சந்தோஷப்பட்டது. 'எப்படிப்பட்ட பெண்! இங்கு பிறக்க வேண்டிய பெண்ணா இவள்? எத்தனை புத்திசாலித்தனம்! எவ்வளவு சாமர்த்தியம்! என்ன அழகு! எப்பேர்ப்பட்ட வாய் ஜாலம்! நறுக்நறுக்கென்று நாசூக்காகப் பட்டு கத்தரிக்கிற பேச்சு!'

'இந்த மாதிரி ஒரு பெண் பிறந்தது என் அதிர்ஷ்டம், இவளுக்குச் செய்யாமல் வேறு யாருக்குச் செய்யப் போகிறேன்? இவள் இல்லை என்றால் எனக்கு என்ன பிடிப்பு இருக்கிறது? ஒரு பட்டுப் புடவை வாங்கித் தராத அப்பா என்ன அப்பா? நாளைக்கே பெண் பார்க்க வந்தால் அந்தப் பட்டுப் புடவை உதவக்கூடும் அல்லவா?'

சட்டென்று தன்கட்சி விட்டு மகளின் கட்சி மாறின நேரத்தில் தோள் பற்றி உலுக்கினாள் மகள்.

"என்னப்பா யோசனை?"

"நீ சொல்றது நிஜம்தாம்மா."

"எது?"

"உன்னைப் பார்த்து சொந்தக்காரங்க பொறாமைப்படறது வாஸ்தவம்."

                                              விரலோடு வீணை

"பின்ன, அவங்களை ஏன் ஒரு விஷயமாகிப் போறீங்க?"

"அவங்களை விடும்மா. பட்டுன்னால் குறைந்த பட்சம் ரெண்டாயிரமாவது வேணும்."

"ரெண்டாயிரத்துக்கு இந்தக் காலத்துல என்னப்பா கிடைக்கும்? புடவைக் கடைல இருக்கீங்க. இதுகூடத் தெரியாதாப்பா?"

"நான் பட்டுப் புடவை செக்‌ஷன்ல இல்லையேம்மா. ஸிந்தடிக் புடவை செஷன்லதானே இருக்கேன்."

"ஆனாலும் ரெண்டாயிரத்துக்கு ஒண்ணும் கிடைக்காதுனனு உங்களுக்குத் தெரிஞ்சிருக்கணும்ப்பா."

"தெரியலைம்மா, சொல்லு, எவ்வளவு வேணும்?"

"டபுள் ஸைட் பார்டர்னால் குறைஞ்சது ஐந்தாயிரமாவது வேணும்ப்பா."

மீண்டும் பக்கென்றது. ஐந்தாயிரத்துக்கு எங்கே போவது?

"அப்படின்னா புடவையே வாங்கிக்கம்மா. அவ்வளவு செலவழிச்சுயாராச்சும்சல்வாரும், சுடிதாரும்வாங்குவாங்களா?"

தன்னிடம் ஒரு புடவைகூட இல்லாததை நினைத்துப் பார்த்தாள் அவள். புடவை தனக்கு எப்படி இருக்கும்? அந்த ஐந்தடி நாலங்குல உயரத்திற்கு மினுமினுவென்ற நிறத்திற்கு வாளிப்பான உடம்பிற்கு நன்றாக இருக்கும் எனத் தோன்றிற்று.

"சரிப்பா, புடவையே வாங்கித் தாங்க."

'நீ சரின்னு சுலபமாகத் தலையாட்டிடற, பணத்துக்கு தான எங்கே போவேன்?'

"எப்போம்மா வேணும்?"

"இன்னிக்கு சாயந்திரம் வாங்கினால்தான் தையல்காரர் நாளைக்கு சாயந்திரத்துக்குள்ளஜாக்கெட்தைச்சுத்தருவார்ப்பா."

"சரிம்மா. அப்படின்னா கடைக்கு வா. உனக்குப் பிடிச்சதை நீயே எடுத்துக்க."

"எப்போப்பா?"

இந்துமதி

'முதலில் பணம் தயார் பண்ணுமே... அதற்கு என்ன செய்வது?'

"இதோ நான் கிளம்பிக்கிட்டே இருக்கேன். நீ எப்போ வேணும்னாலும் வாயேன்."

"காலேஜ் போய் பர்ஸ்ட் அவர் அட்டெண்ட் பண்ணிட்டு நேரா கடைக்கு வரேம்ப்பா."

"சரிம்மா."

அவள் பின்பக்கம் குளிக்கப் போனதும் யோசித்தார். ஒன்றும் புரிய வில்லை. முதலாளியை நினைத்தபோது சற்று பயமாக இருந்தது. இந்த தரம், அவரிடம் போய் நிற்க முடியாது என்று தோன்றிற்று.

"இந்த ஒரு தரம் மட்டும் கொஞ்சம் உதவி பண்ணுங்கய்யா."

"இதையே எத்தனை தரம் சொல்லிட்ட...?"

"இல்லீங்கய்யா. இதுதாங்கய்யா கடைசித்தரம். அத்தனைக் கடனையும் அடைச்சு முடிக்கிறவரை இனிமேல் முன்பணம் கேட்கமாட்டேன்."

ஆதலால் அவரிடம் போய் கையேந்த முடியாது. வேறு என்ன செய்வது?

திடீரென்று நினைவிற்கு வந்தது. மனைவியின் பீரோவிற்குள் அவர் அவளுக்கு அணிவித்த இரண்டு பவுன் சங்கிலியும், திருமாங்கல்யமும் இருக்கிறது. மற்ற அத்தனைப் புடவைகளையும், நகைகளையும் மனைவியின் அம்மாவும், அப்பாவும் வந்து அள்ளிக் கொண்டு போய்விட்டார்கள். தெரு முழுதும் கேட்கிறபடி சபித்துவிட்டுப் போனார்கள்.

"பாவி, கடன்காரா, என் பொண்ணை எரிச்சுக் கொன்னுட்டியேடா. தங்க விக்கிரகம் மாதிரி எப்படி இருந்தா... அவளைக் கரிக்கட்டையாகப் பத்த வச்சிட்டு நிக்கறியேடா கட்டைல போறவனே."

அபாண்டமான அந்தக் குற்றச்சாட்டில் சிலுவையில் அறைந்த மாதிரி ஆனார். நாக்கு இழுத்துக் கொண்டது. வார்த்தை வர மறுத்தது. அவர்களைப் பார்த்தபடி நின்று கொண்டிருந்தார்.

     விரலோடு வீணை

"பாக்கியம், இரு. நம்ம பேத்தியை விட்டுட்டுப் போறியே?"

"பேத்தி...!" கண்கள் ஜொலிக்கத் திரும்பினாள் அந்த அம்மாள்.

"என் மகளே போனதற்கு அப்புறம் யாருக்கு வேணும் அந்தத் துக்கிரிப் பொட்டைப் பொண்ணு."

தன்னை உதறிக் கொண்டார். ஷைலஜாவின் கல்யாணத்திற்கென எந்தக் கஷ்டத்திற்கும் எடுக்காமல் வைத்திருந்த சங்கிலியை எடுத்துக்கொண்டார். பீரோவை மூடிப் பூட்டிவிட்டு குளித்துவிட்டு வந்த மகளிடம் சொன்னார்.

"நான் வரேம்மா. உனக்காகக் காத்துக்கிட்டிருப்பேன். மறந்து போயிடாதே."

"ஆஹா, மறக்கற ஆளைப் பார்த்தீங்கல்ல?" சிரித்துக்கொண்டே போய் சைக்கிள் ஸ்டாண்ட் அகற்றினார் அவர்.

* * *

தலைநிமிர்ந்து கம்பீரமாகப் பந்தயக் குதிரையின் துள்ளலோடு மாம்பலத்தின் அந்தப் பெரிய துணிக்கடைக்குள் நுழைந்தாள் ஷைலஜா. ஏர் கண்டிஷன் குளிர்ச்சி உடம்பைத் தாக்கிற்று. முகம் பளிச்சிட்டது. உற்சாகமும், சந்தோஷமும் தெரிந்தது.

தை மாதக் கல்யாணக் கூட்டத்தில் வழக்கத்தை விடக் கடை அதிகம் நிறைந்திருந்தது. கூட்டத்தினிடையே அவள் உள்ளே புகுந்து போன லாவகம் நீரைக் கிழித்துக்கொண்டு போகும் அன்னத்தை நினைவுபடுத்தியது. எல்லார் பார்வைகளும் உயர்ந்து, 'யார் இந்தப் பெண்' என்ற கேள்வி எழுந்தது.

"ம்... குஷ்புவின் தங்கை."

யாரோ யாரிடமோ முணுமுணுப்பது கேட்டது.

எதேச்சையாகத் தன் அறை விட்டு வெளியில் வந்த முதலாளியின் பார்வைகூட ஒரு வினாடி அவள் மீது படிந்து மீண்டது.

'யாரோ பெரிய இடத்துப் பொண்ணு போல இருக்கு.'

அவர் உள்ளே போய் விட்டார்.

அப்பாவைத் தேடிக் கொண்டு போனாள் அவள்.

"ஸிந்தடிக் புடவை செஷன் எங்கே இருக்கு?"

தன் ஜென்மம் சாபல்யம் அடைந்துவிட்டதைப் போல் பதில் சொன்னான் கடைப் பையன்.

"ஸெகண்ட் ஃப்ளோர், நேராப்போய் இடதுகை பக்கம், திரும்பினீங்கன்னா லிஃப்ட் இருக்கு."

"தாங்க்யூ."

லிப்ட்டில் ஏறி இரண்டாம் மாடியில் வெளிவந்து நைலக்ஸ் புடவைகளின் மத்தியில் முகம் மட்டும் தெரிய நின்றவரிடம் போனாள்.

"அப்பா..."

அவள் குரல் தழைந்து மிக மெதுவாக ரகசியம் பேசுகிற மாதிரி அவர் காதை மட்டும் எட்டிற்று. அவளைப் பார்த்ததும் பளீரென்று முகம் மலர்ந்தார். கீழே குனிந்து அலமாரி ஓரமாக சர்வ ஜாக்கிரதையாக வைத்திருந்த டிபன் பையை எடுத்துக் கொண்டார். மார்வாடிக் கடையில் சங்கிலி மாறி வந்த பணம் பையில் இருந்தது. மார்போடு அணைத்துக் கொண்டார்.

"தாஸ், இங்க வா. இவங்களுக்கு விளம்பரத்தில் கௌதமி கட்டிட்டிருந்த ஸ்டார் லைட் புடவை வேணுமாம். எடுத்துப் போடு. இதோ வந்துர்றேன்."

மற்ற விற்பனையாளர்களை விலக்கிக் கொண்டு பலகை தூக்கி வெளியில் வந்தார்.

"வாம்மா..." மிகவும் சந்தோஷமாகச் சொன்னார்.

"நீ கேட்ட பணம் இதுல இருக்கும்மா." பெருமிதமாக வார்த்தைகள் வந்தன.

"ஐயாயிரமாப்பா?"

"இல்லைம்மா. நாலாயிரம்."

"அவ்வளவுதானாப்பா?"

     விரலோடு வீணை

"அதான் தந்தான் மார்..." சட்டென்று நிறுத்தினார்.

"என்னப்பா?"

"முதலாளியோட உதவியாள்மா. சின்னப் பையன் பைஸாவில் ரொம்ப கெட்டி. அவனை நாங்க மாடி வாடின்னு தான் சொல்லுவோம்."

"ஓ..."

'சீ! வாய் தவறி வரப் பார்த்ததே...'

"காப்பி சாப்பிடறியாம்மா..."

"ம்ஹூம். வேணாம்ப்பா..."

"இங்க காப்பி நல்லா இருக்கும், கொஞ்சம் சாப்பிடேன்?"

"வேணாம்ப்பா. காலேஜ் காண்டீன்ல டீ குடிச்சிட்டுத்தான் வரேன்."

"எப்படிம்மா வந்தே?"

"ஆட்டோவில"

"தனியாகவா வந்த?"

"ஆமாம்ப்பா."

'ஏம்மா,   கூட   யாராவது   பிரெண்ட்ஸைக்   கூட்டிட்டு வரக்கூடாது?"

"வரலாம்னுதாம்ப்பா நினைச்சேன். அப்புறம் வேணாம்னு விட்டுட்டேன்."

"ஏம்மா?"

"வேணாம்ப்பா."

"அதாம்மா ஏன்னு கேட்கறேன்?"

சுள்ளென்று அவளுக்குக் கோபம் வந்தது.

"ஆமாம். நீங்க பெரிய கலெக்டர் வேலை பார்க்கறீங்க. என் பிரெண்ட்ஸை எல்லாம் கூட்டிட்டு வந்து பெருமையாக காட்டணும்?"

நெஞ்சில் நெருப்பு மாதிரி விழுந்தது அவருக்கு. ஆழமான வலி ஏற்பட்டது. அவள் தன்னை மிகக் குரூரமாகத் தாக்கிவிட்டதாக நினைத்தார்.

'எந்தக் கலெக்டர்மா கேட்டதும் தன் மகளுக்குப் பணம் கொண்டு வந்து கொட்றார்?'

பதிலுக்குத் தாக்க வேண்டும் போலிருந்தது. தன்னைக் கட்டுப்படுத்திக் கொண்டார்.

'சீ! பாவம் குழந்தை விவரம் தெரியாமல் பேசுகிறாள்' சமாதானப்படுத்திக் கொண்டார்.

'குழந்தையா அல்லது அம்மா மாதிரி இவளும் ஒரு சாடிஸ்ட்டா?'

புரியாமல் அவள் முகத்தைப் பார்த்தபோது கண்கள் மக்கிக் கிடந்தன.

"ஒரு நிமிஷம். இப்படி வாம்மா."

கூட்டம் விலக்கி ஓர் ஓரமாகக் கூட்டிப் போனார். கைப்பையை அப்படியே அவளிடம் நீட்டினார்.

"என்னப்பா?"

"இதுல நாலாயிரம் ரூபாய் இருக்கும்மா. உனக்குப் பிடிச்ச நல்ல புடவையா வாங்கிக்க..."

"நீங்க வரலையாப்பா?"

"இல்லம்மா. ஒரே கல்யாணக் கூட்டம்மா. ஏற்கெனவே ரெண்டாள் லீவு. நானும் போயிட்டா சமாளிக்க முடியாதும்மா. முதலாளி திட்டுவார்."

"சரிப்பா. நாலாயிரத்துக்கும் வாங்கிக்கலாமா?" வெறுமையாய் சிரித்தார்.

   விரலோடு வீணை

"நாலாயிரம் என்ன, நாற்பதாயிரம்னாலும் உனக்குத்தாம்மா."

"ரொம்ப தாங்க்ஸ்ப்பா."

கடைப் பையனிடம் சொன்ன மாதிரி அவருக்கும் நன்றி சொன்னாள். பணத்தைத் தோள் பையில் போட்டுக் கொண்டு நகர்ந்தவளைப் பார்த்தவாறு நின்றிருந்தார் அவர்...

—◦◦—

6

மணி நான்காகி விட்டது. சீக்கிரம் கிளம்பணும். அப்பாவைப் பார்த்தாள் ஷைலஜா. சமையலறையில் வேலையாக இருந்தார். ஞாயிற்றுக் கிழமையானதால் அவசரமின்றி நிதானமாகச் செய்தார்.

"அப்பா, லேட்டாயிடுச்சுப்பா..."

"தோ, இரம்மா ஒரு நிமிஷம்."

வியர்வையுடன் வெளியில் வந்தார். அசந்து போனார். அவள் பட்டுப் புடவை மினுங்க தேவதை போல் இருந்தாள். குட்டி தேவை! அழகுக்கு அப்படியே அம்மாவை உரித்து வைத்திருக்கிறது.

"என் கண்ணே பட்டுடும் போல இருக்கு! ஒரு நிமிஷம். இரும்மா. சுத்திப் போடறேன்."

"ஐயோ அதெல்லாம் வேணாம்ப்பா டைம் ஆச்சு காபி கொடுங்க."

அவள் சொல்லச் சொல்ல கேட்காமல் சமையலறைக்குப் போய் ஒரு கைப்பிடி கல் உப்பு அள்ளிக் கொண்டு வந்தார்.

"ஒண்ணும் பேசாத கல்யாண வீட்டுக்குப் போற எத்தனை பேர் கண்ணு படுமோ? பேசாம உட்காரு"

அவளை இழுத்து இரும்பு நாற்காலியில் உட்கார்த்தி வைத்தார், வலதும், இடதுமாக மூன்று சுற்று முகத்திற்கு எதிராகச் சுற்றினார். விரல் மடக்கித் தரையில் அழுத்தினார். சொடக்கு உடையும் சத்தத்தோடு "அப்பா! எவ்வளவு திருஷ்டி"

ஷைலஜாவிற்குப் பெருமையாக இருந்தது, 'அவ்வளவா நல்லா இருக்கு?' என்று வியந்தாள்.

தான் அழகாக இருக்கிறோம் என்பது அவளுக்குத் தெரியும். இன்னும் சொல்லப் போனால் உலகத்திலேயே தான்தான் அழகு என்ற ஊதிப்போன எண்ணமும் உண்டு.

"அப்பா! சீக்கிரம் காபி கொடுங்கப்பா. நித்யா வீட்டுக்குப் போகணும். அங்கிருந்து நாங்க நாலு பேராகச் சேர்ந்து ரிசப்ஷனுக்குப் போறதாக ஏற்பாடு"

பரிசுப் பொருள் வாங்கின அன்றே நித்யா சொன்னாள்.

"ஏய் ஷைலு, நான் ஒண்ணு சொல்லட்டுமா? நீ உன் வீட்டுலேர்ந்து ஆட்டோவெல்லாம் பிடிச்சிட்டு வர வேண்டாம், நான் நந்தினியையும், பார்வதியையும் பிக்அப் பண்ணிக்கிட்டு உங்க வீட்டுக்கு வரேன். அங்கிருந்து நாலு பேரும் சேர்ந்து போயிடலாம் என்ன?"

நித்யா கேட்டதும் திக்கென்றது ஷைலஜாவிற்கு யாரையுமே வீட்டுக்கு வரவழைத்ததில்லை இதுவரை.

அதுவும் நித்யாவை வரவழைப்பதா? நித்யா வசதியான குடும்பத்தைச் சேர்ந்தவள். அவள் அப்பா பெரிதாக இரண்டு தொழிற்சாலைகள் வைத்திருக்கிறார். வீட்டில் வரிசையாக நாலைந்து கார்கள் வைக்கப்பட்டிருக்கும். நித்யா தனியாக அவளுக்கென்று சின்னதாக மாருதி வைத்திருக்கிறாள். அவளிடம் தன் வீட்டின் பக்கிரித்தனத்தைக் காட்ட வேண்டுமா? இப்போது என்ன செய்து இவளைத் தவிர்க்கலாம்?

"நீ சொல்றது நல்ல யோசனைதான் நித்தி. ஆனால் அன்னிக்குக் காலைல நான் வேறொரு இடத்துக்குப் போக வேண்டியிருக்கு அங்க மத்தியானம் ரெண்டுலேர்ந்து நாலு மணி வரை ஃபங்ஷன் அதை முடிச்சுண்டு ஐந்து மணிக்கு உங்க வீட்டுக்கு வந்துடறேன்." குரலில் தனது எண்ணம் வெளிப்பட்டு விடக் கூடாரென்ற ஜாக்கிரதையோடு சொன்னாள்.

"அப்படி எங்கப்பா போற?"

"முன்னால் எங்க பக்கத்து வீட்ல இருந்த பொண்ணுக்கு நிச்சயதார்த்தம். நான் கண்டிப்பா வரணும்னு வந்து கூப்பிட்டுப்

போயிருக்காங்கப்பா, சுத்த போர்ப்பா. ஆனால் போய்த் தான் ஆகணும்" போலியான அலுப்புடன் சொன்னாள்.

"சரிப்பா, போயிட்டு, சரியா அஞ்சு மணிக்கு எங்க வீட்டுக்கு வந்துடு" நித்யா அதற்கு மேல் ஒன்றும் கேட்காமல் கல்லூரி விட்டு கிளம்பினதும் ஷைலஜாவிற்கு அப்பாடா என்றிருந்தது. நித்யாவை புத்திசாலித்தனமாக சமாளித்ததை நினைத்து இப்போதும் சிரித்துக் கொண்டாள்.

"அப்பா..." அவள் கூப்பிடும் முன் கையில் டபரா டம்ளரில் காப்பியோடு வந்தார் சிங்காரம். இரண்டு முறை ஆற்றினார்.

"பால் லேட்டா இப்போத்தாம்மா வந்தது காய்ச்சி டிகாக்ஷன் கலந்து கொண்ட்டு வரேன்" மனனிப்பு கேட்கும் தொனியில் சொன்னார்.

காபியை வாங்கி உறிஞ்சினாள். 'குட் காபி' அப்பாதான் எவ்வளவு நன்றாகக் காபி போடுகிறார் சமையலிலும் அவரைத் தட்டிக்கொள்ள முடியாது.

சின்னக் கண்ணாடியில் முகம் பார்த்து பூத்திருந்த நெற்றி வியர்வையை ஒற்றி எடுத்தாள். லேசான சத்தத்துடன் ஓடிக்கொண்டிருந்த மின் விசிறியை நிமிர்ந்து வெறுப்புடன் பார்த்தாள். (நித்யா ரூமில் ஏஸி இருக்கு)

கைப்பையைப் பிரித்தாள். புடவை வாங்கியது போக மீதம் 150 ரூபாயும் சில்லறையும் இருந்தது. அதை அப்பா வாங்கிக் கொள்ளவில்லை. "நீயே வச்சுக்கோம்மா" என்று விட்டார். அது போதும் இங்கிருந்து நித்யா வீட்டிற்கு ஆட்டோ சார்ஜ் பதினைந்து ரூபாய்தான் ஆகும். வருவதற்கு ராத்திரி நேரம் எனக் கூடக் கேட்டாலும் இருபதுக்கு மேல் ஆகாது. வேற செலவு ஒன்றுமில்லை பணம் போதுமானது தான்.

"அப்பா. நூத்தைம்பது ரூபாய் இருக்கு. போதுமில்ல?" உறுதிப்படுத்திக் கொள்வதற்காகக் கேட்டாள்.

தான் பல நாட்கள் கடைக்கு இரண்டு ரூபாய் எடுத்துக் கொண்டு போனது சிங்காரத்திற்கு ஞாபகம் வந்தது.

                              விரலோடு வீணை

கல்யாணம் எதற்காகவது போக வேண்டியிருந்தால் 25 ரூபாய் ஒரு கவரில் போட்டு சட்டையில் பத்து ரூபாய் வைத்துக் கொண்டு கிளம்புவார். பத்து ரூபாயிலும் பஸ் சார்ஜ் போக மிச்சம் அப்படியே கொண்டு வருவார். கடையில் கூட அவர்கள் தரும் டீ காபி தவிர வேறொன்றும் அதிகமாக வாங்கிக் குடிக்க மாட்டார். ஓட்டல், சினிமா மருந்துக்குக் கூடக் கிடையாது.

"போறும்னு நினைக்கிறேம்மா..." இழுத்தார். இன்னும் வேண்டுமென்று சொன்னால் திண்டாட்டம்தான் கையில் ஐம்பது ரூபாய்தான் இருக்கிறது. மாதக் கடைசி வரை ஓட்ட வேண்டும்.

"சரிப்பா. நான் கிளம்பறேன், நீங்க என்னப்பா செய்யப்போறீங்க?"

"முடிஞ்சா நடேசன் வீட்டுக்குப் போய் டி.வி. பார்ப்பேன்மா. இல்லை யென்றால் வீட்டுல நிம்மதியா படுத்துடுவேன்" புன்சிரிப்புடன் சொன்னார்.

அவள் செருப்பினுள் நுழைந்ததும், "பத்திரமா போயிட்டு வாம்மா...' பதில் சொல்லாமல் இன்னொரு செருப்பு வாங்கணும்ப்பா" என்றாள்.

"எதுக்கும்மா? உன் கிட்டதான் மூணு ஜோடி இருக்கே...?"

"ஹீல்ஸ் செருப்பு வேணும்ப்பா."

"நீயே 5.4 அடி இருக்கே ஹீல்ஸ் வேண்டாம்னு நீதானேம்மா போன தடவை சொன்ன...?"

ஆனால் அவருக்குத் தெரியும் நேற்று ஒன்று பிடிக்கும், இன்று அதுவே பிடிக்காமல் போகும் ஷைலஜாவிற்கு.

"எத்தனை மணிக்கும்மா வருவ?"

"சொல்ல முடியாதுப்பா."

"பஸ் ஸ்டாண்டிற்கு வரணு மாம்மா?"

"வேணாம்ப்பா. நான் ஆட்டோவில் வந்திடுவேன்.'

அவள் வர நேரமானால் பயம் வருகிறது அவருக்கு தன் வயிற்றில் நெருப்பைக் கட்டிக் கொண்டது போல் இருக்கிறது. அப்படிப்பட்ட நேரங் களில் துடித்துப்போய் வாசலுக்கும் உள்ளுக்குமாக நடந்து கொண்டே இருப்பார். எட்டி எட்டித் தெருமுனை பார்ப்பார். ஒன்பதுமணிக்கு வருவதாகச் சொன்ன வள் ஒன்பது முப்பதாகியும் வரவில்லையென்றால் துடித்துப் போவார். ஒரு ரூபாய் உண்டியில் போடுவதாக பிள்ளை யாருக்கு வேண்டிக் கொள்வார். அவள் விளையாட்டாக, "அப்பா! நான் லேட்டா வர்றதால் பிள்ளையாருக்கு நல்ல வருமானம்" என்பாள்.

"ஒன்பரைபத்தானாலும் பயப்படாதீங்கப்பா. உங்க பொண்ணை யாரும் அச்சுவெல்லம் வச்சு முழுங்கிட மாட்டாங்க." சிரித்தபடி சொல்லி புடவை யின் சரசரப்போடு வெளியேறினாள்.

தெருமுனையில் பையன்கள் காம்பவுண்ட் சுவர் மீது உட்கார்ந்து அரட்டை யடித்துக் கொண்டிருந்தார்கள். இவள் நடக்கும்போது டக்கென்று பேச்சு நின்று பிறகு தொடர்ந்தது, இவள் ராணி மாதிரி தலை நிமிர்த்தி நடந்தாள். புடவை லேசாகத் தடுக்கியது. சரியாகக் கட்டவில்லையோ...?

ஆசைப்பட்டுப் பட்டுப்புடவை வாங்கினாளே தவிர இப்போது அது பிடிக்கவில்லை. கசகசவென்றிருந்தது. எரிச்சல் ஏற்பட்டது. கட்டிக்கொண்ட அரை மணி நேரத்திற்குள் எப்பொழுது கழுட்டி எறியலாம் என்றிருந்தது.

பதினைந்து நிமிடம் நடக்க வேண்டும் பஸ் ஸ்டாண்டிற்கு அங்குதான் ஆட்டோஸ்டேண்டும் இருந்தது. சரியான டொக்கில் இருக்கிறது தன் வீடு என்று சலித்துக் கொண்டாள். மாலை நேரம் ரம்மியமாக இருந்தாலும் பட்டுப் புடவை காரணமாகப் புழுக்கமாக இருந்தது. நல்ல வேளையாக ஆட்டோ கிடைக்க, அதில் ஏறிக் கொண்டாள்.

நித்யா வீட்டில் காத்துக் கொண்டிருந்தார்கள். எப்பொழுதுமே ஷைலஜா அப்படித்தான். ஐந்து மணிக்கு வருகிறேன் என்றால் ஐந்தரை மணிக்குத் தான் போவாள். அடுத்தவர்கள் தனக்காகக் காத்திருப்பதில் ஒரு திருப்தி. கூட்டம் முழுவதும் கூடியிருக்க,

தான் நுழைகையில் எல்லார் பார்வையும் திரும்ப வேண்டும். வியப்பில் புருவங்கள் உயர வேண்டும்.

"என்ன ஷைலஜா இவ்வளவு லேட்டா வர்ற?" "ஐயோ! நிச்சயதார்த்த வீட்டுல விடவே மாட்டேனிட் டாங்கப்பா. ஒரே அறுவை. பிச்சுக்கிட்டு வர்றதுக்குள்ள நேரமாயிடுச்சுப்பா." யோசிக்கத் தேவையின்றி வாயில் மிகச் சுலபமாகப் பொய் வந்தது.

"சரி. சரி சீக்கிரம் கிளம்புங்கப்பா"

நால்வரும் ஓடிப்போய்க் காரில் ஏறினார்கள். நித்யா டிரைவிங் ஸீட்டில் உட்கார, இடப்பக்கம் ஷைலஜா உட்கார்ந்தாள். பின்னால் நந்தினியும், பார்வதியும் தள்ளப்பட்டார்கள்.

'அதோ அந்தப் பறவை போல வாழ வேண்டும்' கோரஸாகப் பாடியபடி கிளம்பினார்கள். பாடலுக்கு அபத்தமாகத் தாளம் போட்டார்கள். போன அத்தனை கார்களிலிருந்தும் இவர்களைத் திரும்பிப் பார்த்துக் கொண்டு போனார்கள். இரு மோட்டார் சைக்கிள் வாலிபர்கள் துரத்தினார்கள்.

ராஜேஸ்வரி கல்யாண மண்டபத்தின் வாசலில் நிறையக் கார்கள் வரிசை யாக நின்றிருந்தன. கிடைத்த இடைவெளியில் சட்டென்று நுழைந்து நிறுத்திவிட்டு நால்வரும் உள்ளே போனார்கள். சங்கீதா புதுப்பெண்ணிற்கு உரிய வெட்கத்தோடு தலைகுனிந்து நின்றிருந்தாள்.

"ஹாய் சங்கீத்" ஷைலஜாவின் உற்சாகக் குரல் கேட்டு சங்கீதாவும் பிரகாஷும் நிமிர்ந்தார்கள். ஹாலில் இருந்தவர்களில் பாதிப்பேர் திரும்பி னார்கள்.

"ஹலோ ஷைலு... ஏண்டி இவ்வளவு லேட்?" சங்கீதா விற்கு இவள் வந்து அலங்காரம் பண்ணாதது வருத்தமாக இருந்தது.

"நீ வந்து எனக்கு டிரஸ் பண்ணி விட்டிருக்கலாமில்ல?"

"என்ன டிரஸ் பண்ணினாலும் இருக்கிற அழகுதாண்டி இருக்கும்" சட்டெ ன்று எடுத்தெறிந்து பதில் சொன்னாள் ஷைலஜா. உண்மையில் தன்னை விட புத்திசாலியாக இருப்பது

பொறுக்காது. தன்னைச் சுற்றியுள்ள அத்தனை பேருக்கும் தான் தலைவியாக இருக்கவேண்டும். தான் கேப்ட னாக இருந்து வழிநடத்திச் செல்லவேண்டும்.

சங்கீதாவின் முகம் சிறுத்தது. சட்டெனச் சமாளித்துக் கொண்டாள்.

"வாங்க! என் ஹஸ்பண்டிற்கு அறிமுகப்படுத்தறேன்." இழுத்துக்கொண்டு போய் பிரகாஷுக்கு அறிமுகம் செய்து வைத்தாள்.

"ஹலோ"

"கான்கிராஜுலேஷன்ஸ்"

"சங்கீதா கிடைக்க நீங்க ரொம்பக் கொடுத்து வச்சிருக்கணும்"

"ம்ஹூம். உங்க சங்கீதாதான் கொடுத்து வச்சிருக்கா"

புகைப்படத்திற்கும், வீடியோவிற்கும் நின்று விட்டு அகன்றபோது சங்கீதா வலியுறுத்திச் சொன்னாள்.

"ஏய் போயிடாதீங்க. இருந்து சாப்பிட்டுவிட்டுத்தான் போகணும்"

"சாப்பிடாமல் போறதாக இல்லைப்பா." சொல்லி விட்டு மற்ற சினேகி திகளைத் தேடி ஆளுக்கொரு பக்கம் அகன்றனர்.

மாலதி வந்து ஷைலஜாவிற்கு 'ஹலோ' சொன்னாள். ஏற இறங்கப் பார்த்தாள்.

"என்ன ஷைலஜா, மாமி மாதிரி பட்டுப் புடவை கட்டிக்கிட்டு வந்திருக்க?"

ஷைலஜா உடைந்து போனாள். முதல்முறையாக அவளது ஊதிப்போன கர்வத்தின் மீது ஓங்கி அடி விழுந்தது. குரல் நையக் கேட்டாள்.

"ஏம்ப்பா, நல்லாயில்லையா?"

"நல்லாத்தான் இருக்கு ஆனா புடவையெல்லாம் மாமிங்கதானே கட்டு வாங்க இல்ல குறைஞ்ச பட்சம், இருபத் தொன்னு,

                          விரலோடு வீணை

இருபத்திரண்டு வயசா வது ஆகி இருக்கணும் நீயே பாரு நம்ம காலேஜ் கேர்ள்ஸ் யாராவது பட்டுப் புடவையில் வந்திருக்காங்களாஎன்னு..."

ஷைலஜா திரும்பிப் பார்த்தாள். மாலதி சொன்னதன் உண்மை உறைத்தது. சட்டென்று மற்றவர்களுக்கும் தனக்கும் ஒரு பெரிய இடைவெளி ஏற்பட்டு விட்டு மாதிரி உணர்ந்தாள். என்ன செய்வது இப்போது...?

அப்பா மீது கோபம் வந்தது நான் சுடிதார்தானே வாங்கிக் கொள்கிறேன் என்றேன். அவர்தானே புடவையாக வாங்கிக் கொள் என்று சொன்னது. கல்யாணத்திற்கு உதவும், கருமாதிக்கு உதவும் என்ற சப்பைக் கட்டு வேறு.

எல்லோரும் அழகான மார்டன் டிரஸ்ஸில் இருக்க, நான் மட்டும் பாட்டி மாதிரி பட்டுப் புடவையில் இருக்கிறேன். இதற்குக் கொடுத்த மூவாயிரத்து எண்ணூற்று ஐம்பது ரூபாய்க்கு நல்லதாக இரண்டு செட் பட்டு சுடிதார்கள் கிடைத்திருக்கும். எதற்காக அப்பா சொன்னது கேட்டேன்...? எப்போதும் கேட்க மாட்டேனே. இப்போது மட்டும் ஏன் கேட்டேன்? எல்லாம் என் தலையெயெழுத்து.

அதற்காக மாலதியிடம் விட்டுக் கொடுக்க நினைக்க வில்லை. எதையாவது சொல்லி சமாளிக்க நினைத்தாள்.

"எனக்குத் தெரியாதா மாலதி. எனக்கே டிரஸ்ஸென்ஸ் பற்றிச் சொல்லித் தரயா? கொஞ்சம் வித்தியாசமா, ஹோம்லியா இருக்கட்டு மேன்னுதான் ஃபார் எச்சேஞ்ஜ் புடவையில் வந்தேன், பாரு, எல்லாரும் நல்லா இருக் குன்னு தான் சொல்றாங்க."

ஆனால் இதுவரை தன் அப்பா தவிர வேறு யாரும் நன்றாக இருப்பதாய் சொல்லவில்லையென்பது ஞாபகத்திற்கு வந்தது. ஒருவேளை புடவையின் நிறம் சரியாக இல்லையோ? தன் தங்க நிறத்திற்கு எந்த ஆழ்ந்த நிறமும் பொருந்துமே.

ஆனாலும் எல்லாம் தண்டம். பணத்தைக் கொட்டிப் புடவை வாங்கி, முந்தாநாள் இரவு ப்ளவுஸ் தைக்கக் கொடுத்து, அரக்கப்

பரக்கத் தைத்து வாங்கி, கூலி அதிகம் கொடுத்து... எல்லாம் தண்டம்.

உடனே புடவையைக் கழற்ற வேண்டுமென்று தோன்றியது. அந்த இடத்தைவிட்டுப் போய்விட வேண்டுமென்று தோன்றியது. அதுவும் உடனே அந்த விநாடியே தன்னால் இது போன்றெல்லாம் யாராலும் கவனிக்கப்படாது இருக்க முடியாது.

"ஏய் சாப்பிட்டு விட்டுத்தான் கிளம்பணும்! சங்கீதா கட்டளையிட்டிருந்தாள்."

"சாப்பிடாமல் போறதாக இல்லை." இவளும் பதில் சொல்லியிருந்தாள்.

இப்போது என்ன செய்வது? கிளம்பவேண்டுமென்றால் காரணம் சொல்ல வேண்டும். என்ன காரணம் சொல்வது?

யோசித்துக் கொண்டிருந்தபோது பின்னாலிருந்து கரகரத்த குரலில், 'ஹலோ' கேட்டது.

திரும்பிப் பார்த்தாள். மிக அழகான இளைஞன் ஒருவன் நின்று கொண்டிருந்தான்.

———◦◦◦———

விரலோடு வீணை

7

மிகவும் அலட்சியமாக ஏறிட்டாள் ஷைலஜா. அந்த அழகான இளைஞன் சிரித்துக் கொண்டு நின்றிருந்தான்.

'மனசுக்குள் அரவிந்த்சாமின்னு நினைப்போ? அரவிந்த் சாமியே வந்தால் கூட திரும்பிப் பார்க்க மாட்டேன் உன்னையா பார்க்கப் போறேன்?'

முகத்தைச் சற்றுத் தீவிரமாக வைத்துக் கொண்டு "எஸ்...?" என்றாள்.

"ஒண்ணு மில்ல. உங்களை எங்கோ பார்த்த மாதிரி இருக்கு..." அசடு வழிந்தான்.

ஷைலஜாவிற்குச் சிரிப்பு வந்தது. 'எங்கேயோ பார்த்திருக்கிறானாம்...! இவனை மாதிரி எத்தனை பேர்களைப் பார்த்திருப்பேன்...' ஆனாலும் சற்று விளையாடிப் பார்க்க நினைத்தாள்.

"எங்கே, கோயம்புத்தூர்லயா...?"

அந்தத் தத்தி கிண்டல் புரியாமல் மையமாகச் சிரித்தது.

"நீங்க கோயம்புத்தூர்லயா இருக்கீங்க?"

"ஆமாம். போன வாரம் எனக்குக்கூட உங்களை அங்கே பார்த்த ஞாபகம் வருது என்ன விஷயம் சொல்லுங்க?"

அந்த இளைஞன் சட்டென்று எதையோ புரிந்து கொண்ட மாதிரி இழுத்தான்.

"ஒண்ணு மில்ல... உங்க முகம் ரொம்பத் தெரிஞ்ச ஒருத்த ரோட முகம் மாதிரி இருக்கவே கேட்டேன். ஐயாம் சாரி..." சொல்லிவிட்டு நழுவினான்.

ஷைலஜா திரும்பிப் பக்கத்தில் இருந்த மாலதியை அர்த்தபுஷ்டியுடன் பார்த்தாள். 'ஸாரியாம் ஸாரி. அலையறான்கள்ப்பா...' என்றாள்.

"நீ புடவையில் வந்திருக்கிற போதே இப்படி வழியறான்கள். இன்னும் எங்களை மாதிரி மாடர்ன் டிரஸ்ஸில் வந்திருந்தால் எப்படி இருந்திருக் கும்னு நினைச்சுப் பாரு."

மீண்டும் புடவையைப் பற்றின பிரக்ஞையை ஏற்படுத்தி விட்டு மாலதி நகர, ஷைலஜா யோசித்தாள்.

'மாலதி ஏன் திரும்பத் திரும்ப புடவை பற்றியே குறிப்பிடுகிறாள்? ஒருவேளை புடவை தனக்கு நன்றாகத்தான் இருக்கிறதோ...? அதை மாலதியால் பொறுத்துக் கொள்ள முடியவில்லையோ...?'

'சரி; மாலதி சொல்கிற மாதிரி புடவை மாமி மாதிரி இருப்பதாகவே வைத்துக் கொள்ளலாம். அதில் தானே அந்த இளைஞன் கவரப்பட்டான்? அருகில் வந்து ஏதோ உளறி அசடு வழிந்தான்! அவன் கவனத்தைக் கவர முடிந்திருக்கிறது என்றால் மற்ற எல்லார் கவனத்தையும் கவர முடியாதா...? முடியாது என்றால் என்னிடம் என்ன தனித்தன்மை இருக்கிறது...? மற்றவர்களைப் போல் அல்லவா ஆகிவிடு வேன்... எல்லார் மாதிரியும் இருக்கவா நான்...அதற்கு நான் எதற்கு? இந்த மாலதி, மைதிலி, நந்தினி, பார்வதி போதுமே...'

முடிவு செய்து கொண்டாள். சவாலாக எடுத்துக் கொண்டாள் 'என்னால் முடியும். செய்து காட்டுகிறேன் என்று சொல்லிக் கொண்டாள். அதன்பின் செயலில் இறங்கினாள். மெல்ல நகர்ந்து யாருடனோ பேசிக்கொண்டிருந்த நித்யாவின் தோள் தொட்டாள்.

"உங்களோடு சேர்ந்து கொள்ளலாமா நித்தி...?"

'ஐய்யோ...நீ எங்களோடு சேர்றது எங்க பாக்கியம் ஷைலு பாதிக் கிண்டலாகச் சொல்லி உட்கார நாற்காலி ஒதுக்கினாள் நித்யா. ஷைலஜா உட்கார்ந்து கொண்டாள்.

எல்லோரும் கலகலப்பாகப் பேச ஆரம்பித்தனர்.

   விரலோடு வீணை

"என்னப்பா சொல்றீங்க? அந்த வழுக்கை மண்டை யையா நல்லா இருக்கான்றீங்க? ஆர்ட் மூவி லாஸ்ட் ஷோ நடக்கிறப்போ தியேட்டர்ல அங்கேயும், இங்கேயுமா நாலைஞ்சு பேர் இருப்பாங்களே, அந்த மாதிரி இருக்கு அவன் தலை. நான் போய் ஹலோ தாத்தா சொல்லிட்டு வரட்டுமா?"

ஷைலஜா சிரித்துக் கொண்டே சொன்னாள். பார்வதி நிமிர்ந்து ஓரக்கண்ணால் பார்த்தாள். அந்த மனிதன் அப்பாவி யாகப் பக்கத்திலிருந்

தவரிடம் பேசிக் கொண்டிருந்தான். பார்வதிக்குப் பாவமாக இருந்தது.

"பாவம் ஷைலு. அவன் பாட்டுக்கு பேசிக்கிட்டிருக்கான் அவனை ஏண்டி வம்புக்கு இழுக்கற...?"

ஆமாம் யாரோ இப்ப கையைப் பிடிச்சா இழுத்தாங்க நீ உடனே பரிஞ்சுக்

கிட்டு வா...'

"இல்லப்பா... சில வழுக்கை அழகாயிருக்கும். இந்த ஆள் முன் வழுக்கை அந்த மாதிரித்தான் இருக்கு. பிடிச்சுத் தடவி விடலாம்னு இருக்கு...

வேணும்னா நீ போய் தடவிக் கொடும்மா. நான் தடுக்கல. ஷைலஜா கேலியாகச் சொன்னதும் எல்லோரும் சிரித்தார்கள். ஷைலஜா தொடர்ந்து, ஆனால் அதுலயும் ஒரு பிரச்சினை இருக்கு அதுக்கு அந்த ஆள் ஒதுக்கணு மே...?" என்றதும் எல்லோரும் வெடித்தனர்.

சிரிப்பு நின்றதும் தூரத்தில் வந்த ஒருவனைப் பார்த்து நித்யா ஷைலஜா விடம் சொன்னாள்.

"ஏய் ஷைலு... அதோ பாருப்பா... அன்னிக்குக் கடைல பார்த்தோமே... அந்த ஆள் வரான்."

"யாருப்பா...?"

"அதாம்ப்பா நீ பொம்மை உடைச்சிட்டு கை தவறிடுச்சுன்னு பொய் சொன் னியே... அந்த ஆளு..."

"ஓ...! நம்ம வி.டி.ஐ. ஹீரோவா...?"

"யாருப்பா... சொல்லுப்பா ப்ளீஸ்..." மற்றவர்கள் ஆர்வமாய்க் கேட்க, ஷைலஜா நாற்காலி விட்டு எழுந்து கொண்டாள்.

"நான் போய் முதல்ல அந்த ஆளுக்கு ஹாய் சொல்லிட்டு வரேன். அதுவரை பொறுமையில்லேன்னால் நித்யாகிட்ட கேட்டு அவன் யாருன்னு தெரிஞ்சுக்கோங்க."

"பேர் மட்டுமாவது சொல்லிட்டுப் போப்பா...?"

"விஸ்வநாதன்னு சொன்னதாக ஞாபகம்"

"யார் நாதன்?"

"உன் நாதனில்லை. போறுமா?" என்றுவிட்டு அகன்றாள் அவன்.

விஸ்வநாதன் உள்ளே நுழைந்து கொண்டிருந்தான். ஐந்தடி எட்டங்குல உயரத்தில் அழகாக இருந்தான். வெளிர் சாம்பல் நிற ஸஃபாரியில் கூட்டத்தில் பளிச்சென்று தெரிந்தான். வாசலில் கற்கண்டும், சந்தனமும் எடுத்துக் கொண்டி ருந்தவனின் எதிரில் போய் நின்று ஹலோ சொன் னாள். அவன் முகம் பளீரென்று மலர்ந்தது.

"நீங்க மிஸ்டர் விஸ்வநாதன் இல்லை?"

"ஞாபகம் வச்சுட்டிருக்கிறதுக்கு ரொம்ப நன்றி."

"எப்படி மறக்க முடியும்? நீங்க வாங்கின அழகான பொம்மையைக் கை தவறவிட்டவளில்லையா?"

"அப்படின்னா கை தவற விட்டதற்கு நான் நன்றி சொல்லணும்"

"எதுக்கு?"

"அதனால்தானே என்னை ஞாபகம் வச்சுக்கிட்டிருக்கீங்க...?"

"ஓ!" என்று மிக அழகாகச் சிரித்தாள் அவள். அவனும் சிரித்துக் கொண்டே கேட்டான்.

"ஆமாம். நீங்க எங்கே இங்கே...?"

                                        விரலோடு வீணை

"ஹா! என்ன அற்புதமான கேள்வி! கல்யாணத்துக்கு எதுக்கு வருவாங்க? மே... பி... பாட்டுப்பாட..." என்றாள்.

பெரிய ஹாஸ்யம் கேட்ட மாதிரி சிரித்தான் அவன். பின்பு சாதாரணமாகக் கேட்டான்.

"சாப்பிட்டாகி விட்டதா?"

"இது என் க்ளோஸ் பிரண்டோட கல்யாணம். நாங்க பாதி கிளாசுக்கு மேல் பிரெண்ட்ஸ் ஒண்ணா சேர்ந்து வந்திருக்கோம். ஒண்ணாகத்தான் சாப்பிடு வோம். நீங்க என்கூடச் சேர்ந்து சாப்பிடலாம்னு நினைச்சால் மறந்துடுங்க. அது முடியாது."

விஸ்வநாதன் முதலில் லேசாக அதிர்ந்தான். ஆனால் அவனுக்கு அவளது வெளிப்படையான பேச்சு பிடித்திருந்தது.

'உண்மையில் தான் அவளோடு சேர்ந்து சாப்பிடுகிற எண்ணத்தில்தானே அந்தப் பேச்செடுத்தோம்...? இவளை விடுவதில்லை பார்ப்போம். இவள் கோலத்தில் நுழைந்தால் நாம் தடுக்கில் நுழைவோம்...'

"நான் உங்களோடு சாப்பிடறதுக்காகக் கேட்கலை சங்கீதா உங்க பிரெண் டுன்னால் பிரகாஷ் என் கினேகிதன் அதான் விசாரிக்கலாமேன்னு கேட்டேன்" விஸ்வநாதன் ஒரு மாதிரிச் சமாளித்தான்.

"சரி. சரி. சமாளிக்காதீங்க. பிரெண்டுன்னு சொல்றீங்க. ரிஸப்ஷன் முடியற நேரத்துல உள்ள நுழையறீங்க. அதுதான் பிரெண்டோட லட்சணமா...?"

"கடையை விட்டுட்டு வரமுடியலை. இப்படி அப்படின்னு நேரமாயிடுச்சு. வியாபாரம்னால் அப்படித்தான். அதுதான் முக்கியம்."

சொல்லிக் கொண்டிருக்கும்போது இருந்த இடத்திலிருந்து பிரகாஷ் சைகை காட்டி அழைத்தான். ஷைலஜாவிடம் விடை பெற்றுச் சென்ற போது 'சுவாரஸ்மான பெண்' என்று மனதிற்குள் நினைத்துக் கொண்டான்.

மீண்டும் யதாஸ்தானம் திரும்பிய ஷைலஜாவை சிநேகிதிப் படாளம் சூழ்ந்து கொண்டது.

"யார்ப்பா அந்த ஹீரோ...? ஜம்முன்னு உனக்கு மேட்ச்சா இருக்கான்."

"எனக்கு மேட்ச்சுனு சொன்னப்புறம் 'ன்' போட்டுப் பேசற... நல்லா இல்லப்பா இதெல்லாம்..." விளையாட்டாக முறைத்தாள் ஷைலஜா.

"அப்போ... அவன்தான் உன் ஆளுன்னு தீர்மானம் பண்ணிட்டியா...?"

"அவ்வளவு சுலபமா தீர்மானிக்கிறவளா இந்த ஷைலஜா...?"

"நீங்க எல்லாம் சாப்பிடப் போகலாம். இரண்டாவது பந்தி இலை போட்டுட் டாங்க."

யாரோ கூப்பிட, தேர்போல் நகர்ந்து சாப்பாட்டு அறைக்குள் நுழைந்தாள்.

நீள நீளமாக மேஜைகள் போடப்பட்டிருந்தன. அதன் மீது விறுவிறுவென வெள்ளைக் காகிதச் சுருளை விரித்துக் கொண்டே போனார்கள். ஒருவன் பின்னாலேயே வந்து இடது கையிலிருந்த இலைகளை லாவகத்தோடு எடுத்து வலக்கையால் விரித்துக் கொண்டிருந்தான். நான்கு மேஜைகள் தள்ளி அப்போதுதான் சாப்பிட்டுவிட்டு எழுந்து கொண்டிருந்தார்கள். மேஜை விரிப்பாகப் பயன்படுத்தப்பட்ட வெள்ளைக் காகிதத் தைப் பக்கவாட்டில் மடித்து, பின் நீளவாக்கில் கடகட வென்று சுருட்டினான் ஒருவன். அந்த வரிசை மேஜைகள் முழுதும் சுத்தம் செய்ய அதிகபட்சம் இரண்டு நிமிடங்கள் ஆயின!

'இது நல்ல வசதியான முறை. எவ்வளவு சீக்கிரம் நடக்குது பாரேன்."

"இப்போ நிறையக் கல்யாணங்களில் இது மாதிரி வெள்ளைக் காகிதத் தைத்தான் டேபிள் கிளாத் ஆகப் பயன்படுத்தறாங்க."

"அதுவும் அந்த இலை போடற பையனுடைய வேகத்தைப் பாரேன். என்ன கச்சிதம்! அனாவஸ்யமான மூவ்மென்ட்

                    விரலோடு வீணை

துளிக்கூட இல்லாமல் எவ்வளவு அழகாக இலை வைக்கிறான்!" ஷைலு வியந்தாள்.

அதற்குள் அந்தப் பையன் இரண்டு வரிசைகளுக்கு இலை வைத்து மூன்றாவது வரிசைக்குப் போயிருந்தான்!. அழகான விசிறலில் இலை களை விரித்து நடுக்காம்பு தட்டி அழுத்திகான். இன்னொரு சிறுவன் டக்டக் கென்று இலையின் இடப்பக்க ஓரத்தில் தண்ணீர் டம்ளரை வைத்துக் கொண்டு வந்தான்.

நல்ல கூட்டம்! சாப்பாட்டு அறை நிரம்பி வழிந்தது. ஷைலஜா தன் சினேகி திகளுடன் ஒரு வரிசை முழுதும் ஆக்கிரமித்துக் கொண்டாள். கேட்டரிங் சர்வீஸ் செய்யும் நிறுவனத்தின் சூபர்வைஷர்கள் டை கழுத்தோடு நட மாடிக் கொண்டிருந்தார்கள். உணவு பரிமாறுபவர்கள் ஒழுங்காகப் பரிமாறு கிறார்களா, தவறு ஏதும் செய்கிறார்களா என்று கவனித்துக் கொண்டி ருந்தார்கள்.

நுனி விரல்களால் சாதம் கலந்து உதடு குவித்து மிக நளினமாகச் சாப்பிட்டுக் கொண்டிருந்த ஷைலஜாவின் எதிரில் திடீரென்று வந்து நின்றான் விஸ்வநாதன்.

"ஏதாவது வேண்டுமா...?" என்றவன் பரிமாறியவர்களில் ஒருவரைக் கூப்பிட்டு,

"இவங்களை நல்லாக் கவனியுங்க" என்றான். மீண்டும் ஷைலஜாவைப் பார்த்து,

"ஏதாவது வேணும்ன்னால் சொல்லுங்க...?" என்றும் கேட்டான்.

நீங்க எங்கே வேலை செய்யறீங்க மிஸ்டர் விஸ்வநாதன்?" ஷைலஜா விஷமத்தனம் கண்களில் பளிச்சிடக் கேட்டாள்.

"என்ன...தெரியாத மாதிரி கேட்கறீங்க? கொஞ்சம் முன்னால் கூடச் சொன் னேனே...?"

"என்ன சொன்னீங்க?"

"ஏன்? டெக்ஸ்டைல் பிஸினஸ். மாம்பலத்தில் பெரிய புடவைக் கடை."

"இல்லை, நீங்க இந்தக் கல்யாணத்துக்குக் கேட்டரிங் சர்வீஸ் செய்யும் கம்பெனியில் இருக்கீங்களோன்னு சந்தேகம் வந்திடுச்சு" அவனை இடை மறித்துச் சொன்னாள். அப்போதும் புரியாமல் தடுமாறினான் விஸ்வநாதன்.

"ஏன், ஏன் அப்படி நினைச்சீங்க?"

"இல்லை... ஏதாவது வேணுமா, ஏதாவது வேணுமான்னு எங்களை விசாரிச்ச விதத்துலேர்ந்து நினைச்சேன்."

அதன் பின்னரே விஸ்வநாதனுக்குப் புரிந்தது அவள் விளையாட்டிற்குச் சொன்னது தெரிந்தாலும் என்னவோ போலிருந்தது கைக்குட்டையை எடுத்து முகத்தைத் துடைத்துக் கொண்டான்.

"நீங்க சாப்பிடுங்க. இதோ வரேன்" சட்டென்று அந்த இடத்தை விட்டு அகன்றான்.

அவன் போனதும் நித்யா சொன்னாள்.

"என்னப்பா நீ... தராதரம் இல்லாமல் பேசற...? அவர் எவ்வளவு பெரிய ஆள் தெரியுமா? இந்த மெட்ராசில் பெரிய துணிக்கடை அவங்களுடையதுதான். அவரைப் போய் கேட்டரிங் கம்பெனியில் வேலை செய்யறீங்களான்னு கேட்டுட்ட.'

அப்புறம் ஷைலஜாவினால் சாப்பிட முடியவில்லை. சாப்பாடு தொண்டைக்குள் இறங்க மறுத்தது.

'ஒருவேளை தான் அதிகம் பேசி விட்டோமோ...? அவ்வளவு பேசியிருக்கக் கூடாதோ...?'

"என்னப்பா திடீர்னு அப்ஸெட் ஆயிட்ட? வி.டி.ஐ. ஹீரோ பற்றின நினைப்பா...?"

* "சீச்சீ! அதெல்லாம் ஒண்ணு மில்ல, அவரு அப்படியே மன்மதன் பாரு! அதனால் அவரை நினைச்சு உருகிக்கிட்டிருக்கேன் நான்? சீக்கிரம் சாப்பிட்டு முடிச்சு எழுந்து வாங்கப்பா. வீட்டுக்குப் போக வேணாம்? நேரமாகலை...?"

மடமடவென்று சாப்பிட்டு முடித்து, கைகழுவிக் கொண்டு வந்து பார்த்தாள். பார்வையால் குறைந்திருந்த கூட்டத்தைத் துழாவினாள். எங்கு தேடியும் விஸ்வநாதன் இல்லை சட்டென்று அவள் மனதில் ஒரு பள்ளம் விழத் தொடங்கிற்று.

⟡

<h1 style="text-align:center">8</h1>

விசாலமான வகுப்பறை வரிசையாக மேஜைகள், நாற்பதுக்கும் மேற்பட்ட மாணவிகள் உட்காரலாம். அவர்களுக்கு எதிரில் பேராசிரியையின் மேஜை. அவர் தலைக்கு பின்புறம் பெரிய கரும்பலகை. அதன் ஓரத்தில் அப்போதைய வகுப்பு என்ன என்பது எழுதப்பட்டிருந்தது.

அது முதல் மாடி வகுப்பறை வெளியில் நீண்ட நடை, உள்ளே பச்சையும் மஞ்சளுமாக உதிர்ந்துகிடந்த வேப்பிலைகள் வகுப்பறை ஜன்னல் தொட்டு உள்ளே வர அனுமதி கேட்கும் அரச மரம். சிலுசிலுவென்று வீசும் காற்று, இலைகளின் அசைவு கவிதையாய்த் தெரியும். வகுப்பறைகளும், நீண்ட நடையும் துல்லியமான அமைதியில் வெகு நிசப்தமாக இருந்தது...

முதல் வரிசை முதல் மேஜை ஓரத்தில் ஷைலஜா. அடுத்து நித்யா. தன் இடது பக்கம் அமர்ந்து பரிட்சை எழுதிக் கொண்டிருந்த ஷைலஜாவை ஏக்கமாகப் பார்த்தாள் நித்யா. மூன்றாவது மேஜையில் அமர்ந்திருந்த பார்வதியைத் திரும்பிப் பார்த்து 'எதுவுமே தெரியலை' என்கிறாற் போல் உதட்டைப் பிதுக்கினாள். 'அதேதான் எனக்கும்' என்கிற பாவனையில் பார்வதி தோள்களைக் குலுக்கினாள்.

இருபுற வரிசைகளுக்கு இடையிலிருந்த இடைவெளியில் நடந்து கொண்டி ருந்தார் எக்னாமிக்ஸ் புரொஃப்ஸர். மொரமொரப்பான பருத்திப் புடவை. மூக்கில் வழிந்த கண்ணாடியை அடிக்கடி நடு விரலால் தூக்கிவிட்டுக் கொண்டார். மாணவிகளை முன்னும், பின்னும் நடந்து மேற்பாவை யிட்டார்.

எழுதி முடித்து பேனாவை மூடி விரல்களைக் கன்னத்தில் அழுத்திச் சொடக்கிட்டாள் ஷைலஜா விடை எழுதிய தாள்களை நூலால் கோர்த்தாள். எழுந்து ஆசிரியையிடம் நீட்டினாள்.

"முடிச்சுட்டியா ஷைலஜா...?" வியப்பு எதுவுமின்றி கேட்டார் ஆசிரியை.

"எஸ் மேடம். ரொம்ப சுலபமான கேள்விகள்தானே எல்லாம்."

'சுலபமா...? அடிப்பாவி...!' பக்கென்றது நித்யாவிற்கு இரண்டு பக்கங்களுக்கு மேல் எழுத வரவில்லை இவள் முடித்து விட்டு உட்கார்ந்திருக்கிறாளே...

மெல்ல மணிக்கட்டு திரும்பி மணி பார்த்தாள் ஷைலஜா. இன்னும் கால்மணி இருந்தது. யாரும் எழுதி முடிக்கவில்லை அதற்குள் வெளியில் போய் என்ன செய்வது?

ஜன்னலுக்கு அப்பால் பார்த்தாள் தூரத்துச் சாலையில் எப்போதாவது பல்லவன் தெரிந்தான். அரசிலைகளின் வழியாக வானத்து வெளிர் நீலம் எட்டிப் பார்த்தது.

நேற்றைய திருமணத்தில் விஸ்வநாதன் அணிந்திருந்த ஸஃபாரி வெளிர் நீலமா அல்லது வெளிர் சாம்பலா என்பதை நினைவுபடுத்திப் பார்த்தாள். வெளிர் சாம்பல்தான் என ஞாபகத்திற்கு வந்தது. அது அவனுக்கு மிக அழகாகப் பொருந்திப் போனதும் கவனத்திற்கு வந்தது.

விஸ்வநாதன் நல்ல உயரம். நிச்சயம் தன்னை விட 4 அங்குல உயரமாவது கூடுதலாக இருப்பான். தான் பசும்பொன் நிறமென்றால் அவன் வெளிர் ரோஜா நிறம். நல்ல சிவப்பு, கம்பீரம், டென்னிஸ் விளையாடுவானோ...? அகன்ற தோள்கள், மூக்கும், கண்களும், மெல்லிய உதடுகளும், முகவாயும்... விஸ்வாநதன் அழகன்தான், நல்ல அழகு தகுந்த மாதிரி உடுத்துக் கொள்கிறான். தனைப் போலவே உடை விஷயத்தில் தேர்ந்தெடுத்த ரசனை...

என்ன காரணத்தினாலோ அவளுக்கு ஜீன்ஸ் பாண்டும், பெரிய பெரிய கட்டம் போட்ட ஆழ்ந்த வர்ணச் சட்டைகளும் பிடிப்பதில்லை. நாகரிக மென்ற பெயரில் தொளதொள பாண்டும், தோள் வரை வளர்த்த முடியும், ஒரு காது வளையமும் மாட்டிக் கொண்டு திரிகின்ற இளைஞர்களைக் கண்டாலே ஆவதில்லை.

அந்தக் கல்யாணத்தில் நேற்று ஒருவன் வந்திருந்தானே மூக்கின் மீது வழிந்த கண்ணாடியும், லூசான சட்டையும், காது கடுக்கனும், ஜீன்ஸ் பாண்ட்டும்... பார்த்தாலே டிரக் அடிக்ட் மாதிரி இருந்தான். அவனைப் போய் நித்யா சைட் அடித்துக் கொண்டிருந்தாள்! உதட்டைக் குவித்து அவன் ஆங்கிலம் பேசியது எரிச்சல் தந்தது. இந்த லட்சணத்தில் நான்கு நாள் மீசை, தாடி வேற, நித்யா அவனைப் பீட்டர் பிரபாகரன் என்று அறிமுகம் செய்து வைத்தபோது வெறும் ஹலோ சொல்லி ஓடியே வந்து விட்டாள்.

பரிட்சை நேரம் முடிந்து விடைத்தாள்களைத் தந்த பின் எல்லோரும் வெளியில் வந்தார்கள். ஷைலஜாவும் வந்தாள் "டெஸ்ட் எப்படி எழுதின ஷைலு?"

"அவளுக்கென்னப்பா...? எப்பவும் போல் நைண்ட்டி பர்ஸண்ட் வாங்கிடுவா..."

"எகனாமிக்ஸ்ல எல்லாம் அவ்வளவு வாங்க முடியுமாப்பா...? என்ன ஒரு என்பது மார்க் வரலாம்."

"சும்மா டூப் அடிக்காதப்பா, உன்னைப் பற்றி எனக்குத் தெரியாதா?"

எகனாமிக்ஸ் டெஸ்ட் முடிந்ததும் காமர்ஸ் லெக்சரர் வந்தார். வெள்ளையாய், உயரமாய் மிக அழகாக இருந்தார். எப்போதுமே வெளிர் நிறங்களில் புடவை உடுத்துவார். அந்த உயரத்திற்கும், நிறத்திற்கும், வெளிர் பச்சை, வெளிர் நீலம், வெளிர் மஞ்சள், வெளிர் பிங்க், வெளிர் ஊதா என உடுத்துக் கொண்டு வந்தால் அள்ளிக்கொண்டு போகும், பாடம் நடத்தும் விதமும் அதே மாதிரித்தான். 'குட்ஆப்டர் நூன் கேர்ள்ஸ்' என்று சொல்கிறபோதே குரல் கொஞ்சும்.

"நேற்று நான் சொன்ன மாதிரி இப்போது உங்களில் ஒருவர் வந்து பாடம் நடத்தப் போகிறீர்கள். நான் அந்த மாணவியின் இடத்தில் உட்கார்ந்து கவனிக்கப் போகிறேன். யார் வருகிறீர்கள் பார்க்கலாம்" ஆங்கிலத்தில் சொல்லிவிட்டு அறை முழுதும் பார்த்தார். யாரும் முன்வரவில்லை.

　　　　　　　　　விரலோடு வீணை

"ஓ.கே ஷைலஜா. நீ வா" என்றார். அவர் ஷைலஜாவைத்தான் அழைப்பார் என்பது எல்லோருக்கும் தெரியும். ஷைலஜா எல்லா லெக்சரர்களுக்கும் செல்லம்.

சிறிதும் கூச்சப்படாமல் எழுந்தாள் ஷைலஜா. சின்ன மேடை போன்று மரத்தாலாகியதில் ஏறியதும் ஆசிரியை ஷைலஜாவின் இடத்தில் போய் உட்கார்ந்து கொண்டாள். ஷைலஜா மிகத் தெளிவான நல்ல ஆங்கிலத்தில் கன்ஸ்ட்ரக்சுவல் அப்ளிகேஷன்ஸ் பற்றியும், ஆஃபர் அட் லார்ஜ் பற்றியும் விளக்கினாள். முடித்ததும் ஆசிரியை கை தட்டினார் மாணவிகள் தொடர்ந்தனர்.

"வெரிகுட் ஷைலஜா. உனக்கு எப்படிப் பாடம் நடத்தணும்னு தெரிஞ்சிருக்கு. நீ பின்னால் மிக நல்ல ஆசிரியையாக வருவாய். அதற்கான எல்லாத் தகுதிகளும் உன்னிடம் இருக்கு."

"தேங்க்யூ மேடம்" ஷைலஜா குனிந்து ஜப்பானியப் பாணியில் வணங்கியதும் வகுப்பு முழுவதும் மேஜைமீது கை தட்டி பார்லிமெண்ட் எம்.பி-க்களைப் போல் வரவேற்றனர்.

வகுப்பு முடிந்தது. எல்லோரும் வெளியேற ஷைலஜாவும் வெளியில் வந்தாள்.

"ஷைலு. இப்பவே வீட்டுக்குப் போய் என்ன செய்யப் போற...? எங்கவீட்டுக்குவாயேன். கொஞ்சநேரம்பேசிக்கிட்டிருக்கலாம்." நித்யா கூப்பிட்டாள்.

அந்த பீட்டர் பிரபாகரன் பற்றிப் பேசிக் கழுத்தறுப்பதானால் நான் வரவில்லை! என்று சொல்ல நினைத்தவள் சட்டென்று மாற்றிக் கொண் டாள்.

"இல்ல நித்தி. நான் வீட்டுக்குப் போறேன். நிறையப் படிக்கணும்."

"சீ... வாப்பா... எங்கேயாவது ஒரு ரெஸ்டாரெண்ட்டுக்குப் போய் ஒரு கப் காபியாவது குடிக்கலாம்."

ஷைலஜாவால் மறுக்க முடியவில்லை. அவளுடன் போனாள். அரை இருட்டில் மூழ்கடிக்கப்பட்டிருந்தது அந்த நவநாகரிக

ரெஸ்டாரெண்ட். ஓரிரு மேஜைகளைத் தவிர மற்றவை காலியாகக் கிடந்தன. இரவு எட்டு மணிக்குமேல் வந்து பார்த்தால் இடம் கிடைக்காது. அதுபோன்று அதி பணக்காரர்கள் வரக்கூடிய உணவிடங்களில் இரவு நேரங்களில் மட்டுமே கூட்டம் வரும். மாலை ஐந்து மணிக்கு வெறிச்சோடித்தான் கிடக்கும்.

ஓரமான மேஜையில் ஷைலஜாவும், நித்யாவும் அமர்ந்து கொண்டார்கள்.

"ஸ்வீட் ஏதாவது சாப்பிடலாமா ஷைலு?"

"என்ன விசேஷம் இன்னிக்கு?"

"ஒண்ணுமில்லை. சும்மாதான்."

"சரி. ஆர்டர் பண்ணு."

ரசமலாய் வந்தது ஸ்பூனால் எடுத்து அதை மிக நாசூக்காகச் சாப்பிட்டுக் கொண்டிருந்தபோது கதவு திறந்து கொண்டு ஒருவன் உள்ளே நுழைந்தான்.

'விஸ்வநாதனா...?' ஷைலஜாவுக்குப் படபடத்தது. குபீரென்று உடல் முழுதும் ரத்தம் சூடாயிற்று. 'ஏன் இப்படி...?' நெற்றியில் பொடிப் பொடியாக வியர்க்க ஆரம்பித்தது. 'எழுந்து போய் ஹலோ' சொல்லலாமா?

அவன் எப்படியும் தன்னைக் கடந்துதானே போக வேண்டும்? ஆனாலும் அன்று கல்யாண வீட்டில் சொல்லாமற் போனது போல் இன்று தன்னைப் பார்க்காது போய் விட்டால்...? அப்படி விட்டுவிட மனம் வராமல் எழுந்து கொண்டாள்.

"இரு நித்தி, இதோ வந்துடுறேன்."

நேராக விஸ்வநாதனிடம் போனாள்.

"ஹலோ விஸ்வம்" வேண்டுமென்றே செல்லமாய் விஸ்வம் என்று கூப்பிட்டாள்.

திடுக்கிட்டுத் திரும்பியவனின் கண்கள் விரிந்தன. "ஹலோ..." என்றவன், சட்டென்று ஞாபகம் வந்தவனைப் போல் சொன்னான்.

"இங்க நான் உங்களை எதுவும் விசாரிக்க மாட்டேம்ப்பா அப்புறம் சர்வரான்னு கேட்டாலும் கேட்டுடுவீங்க."

ஷைலஜாவின் முகம் தழைந்தது.

"ஸாரி, விஸ்வம். நேற்று ஏதோ வாய் தவறி அப்படிச் சொல்லிட்டேன். விளையாட்டாகப் பேசிட்டேன். மன்னிச்சுக்குங்க. ப்ளீஸ்" ஷைலஜாவிற்குத் தானா இப்படியெல்லாம் மன்னிப்பு கேட்கிறோம் என்று ஆச்சரியமாக இருந்தது. ஆனால் அவனெதிரில் மன்னிப்புக் கேட்டுக் கொண்டு நிற்பது நிஜம் என்பதும் உறைத்தது.

அவளது கெஞ்சல் என்னவோ போலிருக்கச் சட்டென்று சிரிக்க முயன்றவனாகப் பேசினான்.

"ஓ... என்ன இது...? இதையெல்லாம் போய் எதுக்காக இவ்வளவு சீரியஸாக எடுத்துக்கறீங்க? நானும் உங்களை மாதிரி விளையாட்டாகத்தானே பேசி னேன்."

"நிஜமாவாச் சொல்றீங்க?"

"நிஜம்மா..." என்று அழுத்தினான்.

"நிஜம்னா என்கூட வந்து ஒரு கப் காபி சாப்பிடுங்க. அப்போதான் நம்புவேன்."

சிறிதும் தயக்கமின்றி தோள் குலுக்கி 'ஓ.கே' சொன்னான். தங்கள் மேஜைக்கு அழைத்துச்சென்றாள்.

"இவ நித்யா. ஏற்கெனவே அன்னிக்கு வி.டி.ஜல பார்த்திருப்பீங்க..." இருவரும் ஹலோ சொல்லிக் கொள்ள, விஸ்வநாதன் மூன்றாவது நாற்காலியில் உட்கார்ந்து கொண்டான். மற்றொரு ரஸமலாய் ஆர்டர் பண்ணினாள் நித்யா. வெகு சகஜமாகப் பேசத் துவங்கினாள் ஷைலஜா.

"பேசுங்க விஸ்வம். இன்னிக்குக் கடை லீவா?"

"ஞாயிற்றுக்கிழமை தவிர வேறு என்றும் லீவ் கிடையாது. தீபாவளி, பொங்கல்னால் அதுகூடக் கிடையாது."

கடையை விட்டுச் சட்டென்று பேச்சைத் திருப்பினாள்.

"உங்க வீடு எங்கே இருக்கு?"

"மாம்பலத்தில்தான். கடைக்கு அடுத்த தெரு..."

"யார் யாரெல்லாம் இருக்கீங்க?"

"நான், அப்பா, அம்மா அவ்வளவுதான்."

"கூடப் பிறந்தவங்க?"

"அதிர்ஷ்டவசமோ, இல்லை துரதிர்ஷ்டவசமோ... யாரும் இல்லை."

"ஒரே பையனா?"

"ஆமாம். நீங்க...?"

"நானும் ஒரே பெண்தான். உங்களுக்காவது அம்மா உண்டு. எனக்கு அதுவுமில்லை."

"ஓ ஐயம் ஸாரி."

"தட் ஈஸ் ஆல் ரைட். நான் ஐந்து வயதாக இருக்கும் போதே செத்துப் போயிட்டாங்க..."

"அப்படியானால் அப்பா...?",

"இருக்கார். நானும், அப்பாவும் மட்டும்தான் வீட்ல..." என்றவள், அப்பா பற்றின வேறு எந்தக் கேள்விக்கும் இடம் தராமல் மெதுவாகப் பேச்சை மாற்றினாள்.

"வேற என்ன சாப்பிடறீங்க விஸ்வம்? தோசை ஆர்டர் பண்ணலாமா?" -

"ஐ டோண்ட் மைண்ட்"

"என்ன ஷைலு. ஒண்ணுமே வேணாம்ன்னு சொன்ன? இப்போது இவரைப் பார்த்ததும் தோசை சாப்பிடலாமான்னு கேட்கிற? இவரைப் பார்த்ததும் பசி எடுக்குதா?" கிண்டல் பண்ணினாள் நித்யா.

"ஆமாம் போப்பா..." என்று வெட்கப்பட்டவளாகச் சிரித்தாள் ஷைலஜா. அந்த நிமிடத்தில் அவள் அதி அழகாகத் தெரிவதை

     விரலோடு வீணை

உணர்ந்தான் விஸ்வநாதன். 'சீ! பாவம். ரொம்ப நல்ல பெண். நான் பயந்தது போல் இல்லை. நேற்று ஏதோ வாய் தவறி சொல்லிவிட்டிருக்கிறாள்.'

அதன்பின் பேச்சு பொதுவாகத் திரும்பிற்று. விஸ்வநாதன் மிகவும் நாகரிகமாகப் பேசினான். அதிகமாகக் குரலை உயர்த்தாமலும், அதே சமயம் ஒன்றுமே காதில் விழாததுபோல் இல்லாமலும் பேசினான். அப்படிப் பேசினால் தனக்கு மிகவும் பிடிக்கும் என்பதை நினைத்துக் கொண்டாள் ஷைலஜா. காபி குடித்த பின் விஸ்வநாதனே பணம் கொடுத்தான். மரியாதை கருதி நித்யாவும் பேசாதிருந்தாள். பில் பணம் போக பாக்கியிருந்த பத்து ரூபாய் மீதியை அப்படியே டிப்ஸ் வைத்தான்.

"போகலாமா...?" என்று நாற்காலியைப் பின்னுக்கும் தள்ளி எழுந்தான். அவர்களும் எழுந்தனர்.

வெளியில் வந்ததும், "எப்படிப் போகப் போறீங்க?" கேட்டான்.

"கார் இருக்கு. போய் விடுவோம்."

"அப்போ திரும்ப எப்போ பார்க்கலாம்?" என எதிர்பார்ப்புடன் ஷைலஜாவை ஏறிட்டான்.

அவள் பதில் சொல்லும் முன் ஜீன்ஸ் பாண்ட்டும், பனியனும், குதிரைவால் கொண்டையுமாக, ஹீல்ஸ் செருப்பு சப்தமிட வந்த ஒருத்தி மிக உரிமையாக விஸ்வநாதனின் தோள் தட்டி "ஹாய் விஸ்வம்" என்றாள்.

முகம் சுருங்க லேசான கோபத்துடன் அவளைப் பார்த்த ஷைலஜா,

"ஸீயு விஸ்வம் வரேன்" சொல்லி சட்டெனப் பிரிந்தாள். அவளின் வேகத்தோடு ஈடு கொடுக்க முடியாமல் ஓடிப்போய் சேர்ந்து கொண்டாள் நித்யா.

———◦———

9

அந்தப் பெண் விஸ்வநாதனின் தோள் தொட்டதும் ஹாய் சொன்னதும் ஷைலஜாவிற்குள் எல்லையற்ற வெறுப்பை ஏற்படுத்தியது. மறக்க முடியா ததாகத் தொன்றியது. அதனால்தான் உடனே அந்த இடம் விட்டு விலகி னாள். இல்லாவிட்டால் அவளை அறிமுகம் செய்து வைத்திருப்பான். தேவையா தனக்கு? அவள் கோபம் முழுதும் விஸ்வநாதனின் மீது திரும்பியது.

"ஓஹோ... நீ அப்படிப்பட்டவன் தானா...? உன்னைப் போய்... உன்னிடம் போய்... மேலே வார்த்தைகள் கிடைக்காமல் திண்டாடினாள். கார்வரை மௌனமாகவே நடந்து வந்தாள். நித்யா உட்கார்ந்து கதவைத் திறந்து விட்டதும் உள்ளே அமர்ந்து அறைந்து சாத்தினாள். கார் கிளம்பி தெரு திரும்பியதும்தான் நித்யாவின் பக்கம் திரும்பினாள்.

அதற்காகவே காத்திருந்தவள் போல் கேட்டாள் நித்யா. "என்ன ஷைலு திடீர்னு, ஏன் இத்தனைக் கோவம்?"

"ப்ச்சூ... ஒண்ணு மில்லே...!" சலிப்போடு சொன்னாள் ஷைலஜா. அதற்கு மேல் நித்யாவும் எதுவும் கேட்கவில்லை. சாலையில் கவனத்தைச் செலுத்தினாள். இது நித்யாவிற்குப் பழக்கமானதுதான். ஷைலஜா தன்னைப் பற்றி வாயே திறக்க மாட்டாள். தான்தான் பைத்தியக் காரத்தனமான சமீபத்தில் வாங்கிய செருப்பு முதற்கொண்டு எல்லா வற்றையும் சொல்லிக் கொண்டி ருப்போம்!

"கொஞ்சம் அப்படி ஓரமாக நிறுத்து நித்தி. நான் இங்கேயே இறங்கிக் கறேன்."

இதுவும் நித்யாவிற்குப் பழக்கமானதால் ஓரமாக நிறுத்தினாள்.

"வரேன் நித்தி"

நித்யாவின் கார் நகர்ந்ததும் ஷைலஜா பஸ் ஸ்டாப் வரை நடந்து நின்று கொண்டாள். திரும்பத் திரும்ப விஸ்வநாதனை நினைத்துக் கொண்டாள். 'அவனிடம் போய் நெகிழ்ச்சியாய் நடந்து கொண்டேனே. என் புத்தியைச் சொல்ல வேண்டும்...' பஸ் வந்தது. ஏறிக் கொண்டாள்.

'விஸ்வநாதன், விஸ்வநாதன், விஸ்வநாதன்...'

வீட்டிற்கு வந்த போது அப்பா வந்திருக்கவில்லை. தலைவலி மண்டை பிளந்தது. நாக்கு ஒரு வாய் காப்பிக்கு ஏங்கிற்று. தினமும் காலையில் கடைக்குக் கிளம்புகிறபோது சொல்லிவிட்டுப் போவார் சிங்காரம்.

"அம்மாடி... சாயந்திரம் வந்ததும் வெறும் வயத்தோட இருக்காதே. டிகாக்ஷன் வச்சிருக்கேன். பையன் பால் கவர் போட்டுட்டுப் போயிருப்பான். எடுத்துக் காய்ச்சி காபி கலந்து குடி. நான் வர்ரதுக்கு நேரமானாலும் ஆகும்."

ஒரு நாளும் இவள் செய்ததில்லை. சோம்பல். யார் போய் அடுப்பு மூட்டி... பால்காய்ச்சி... பம்ப் ஸ்டவ் பற்ற வைப்பதற்குள் உயிர் போய் விடும். திரி ஸ்டவ்வைப் பற்ற வைத்தால் பத்து நிமிடம் ஆகும். பால் பொங்க இன்னும் நேமாகும். அதுவும் இப்போதைய மனநிலையில் காத்திருக்க இயலாது. எப்போதும் இயன்றதில்லை. அதனால் கல்லூரியிலிருந்து வரும்போதே நித்யாவுடன் காபி குடித்து விட்டு வருவாள். பிறகு அப்பா வந்து கலந்து கொடுத்தால் உண்டு.

இன்றைக்கு காபி மிகவும் தேவைப்பட்டது. மணி பார்த்தாள். ஐந்தரையாகி இருந்தது, அப்பா வரக் குறைந்த பட்சம் ஒன்பது மணியாகும். வெளியில் போகவும் பிடிக்க வில்லை. அப்படியே சுருண்டு படுத்துக் கொள்ளலாம் போலிருந்தது. 'சீ! என்ன பைத்தியக்காரத்தனம்!'

அந்த விஸ்வநாதன் ஏன் தன் மனதை இந்த அளவிற்கு ஆக்கிர மிக்கிறான்...?

அதை ஏன்தான் அனுமதிக்க வேண்டும்?

அவன் தோள்தட்டி ஹலோ சொன்ன பெண் யாரானால் எனக்கென்ன?

முகம் கழுவி நைட் கவுனுக்கு மாறினாள். தலைவாரின பின் சற்று தேவலாம் போலிருந்தது. காபி கலந்து குடிக்கிற. வேகம் வந்தது. சமைய லறைக்குள் நுழைந்தாள். மேடையின் மீது இரண்டு ஸ்டவ்களும் சில பாத்திரங்களும் இருந்தன...

ஜன்னலில் வைத்திருந்த பால் கவரைக் கொண்டு வந்தாள். பால் குளிர்ச்சி இழந்திருந்தது. பால் கவர் கிழிக்க கத்தரிக்கோல் தேடினாள். கிடைக் கவில்லை.

'அப்பா எப்படிப் பால் கவரின் நுனியைக் கத்தரிக்கிறார்?'

தெரியவில்லை. அரிவாள்மனை எடுத்து முனையைக் கத்தறித்தாள். கவரைச் சாய்த்துச் செய்ய வேண்டியிருந்ததால் சிறிது பால் தரையில் சிதறியது. அதை வேறு துடைக்க வேண்டும். எரிச்சல் ஏற்பட்டது.

இனி விஸ்வநாதனின் முகத்தில் விழிக்கவே கூடாது. திமிசுக் கட்டை மாதிரி ஒருத்தி வந்து தோள் தட்டி ஹாய் சொல்கிறாள். கொஞ்சம்கூட வெட்கமில்லாமல் மார்பு ஏறி இறங்க மூச்சு வாங்குகிறாள். இவனும் பதிலுக்குச் சிரிக்கிறான்! அப்போது அவன் முகம் மலர்ந்த விதம்! உதட்டில் ஓடிய சிரிப்பு!

தீக்குச்சி கிழித்துப் போட்டாள். ஒரு திரி பற்றிக் கொண்டது. நெருப்பு மெதுவாக ஒவ்வொரு திரியாகப் பற்றிக் கொள்ளும் வரை காத்திருக்க வேண்டியதுதான்.

என்னவென்று தெரியாமல் ஒரு ஊமைக் கோபம் வந்தது. யாரையாச்சும் பிடித்து அறைய வேண்டும் போலிருந்தது ச்சை! ஒரு காஸ் ஸ்டவ்வோ, ஹாட் பிளேட்டோ கூட இல்லாத வீடு.

பால் பாத்திரத்தை எடுத்து ஸ்டவ் மீது வைத்தாள். அந்த ஜீன்ஸ் பாண்ட்க் காரிதான் பெரிய இது என்றால் வைத்துக் கொள்வதுதானே! நான் வேண்டாமென்றா சொல்கிறேன். இந்தப் பணக்காரப் பையன்களே இப்படித் தான். இவன் களுக்குக் கம்பெனி கொடுக்கத்தான் பெண்கள் வேண்டும்.

                    விரலோடு வீணை

அதற்கு ஷைலஜா ஆளில்லை. வேறு யாரையாவது பார்த்துக் கொள்ளட்டும்.

விஸ்வநாதன் பற்றிய யோசனையில் பாலைப் பொங்க விட்டாள். பொங்கி வழிந்ததில் ஸ்டவ் அணைந்து போயிற்று. இவளுக்கு ஏன் எல்லாமே இப்படி நடக்கிறது என ஒருக்கணம் ஆயாசமாக இருந்தது. மறுகணம் அதுவே கோபமாக மாறியது. எதையாவது போட்டு உடைக்க வேண்டும் போலிருந்தது.

யாரையாவது வார்த்தைகளாலேயே குத்திச் சாகடிக்க வேண்டும் போலிருந்தது.

காபியில் சர்க்கரை போட மறந்தாள். கசப்பாக நெஞ்சில் இறங்கிற்று. சமை யலலறைக் கதவை அறைந்து மூடிக் கொண்டு வெளியில் வந்தாள்.

அம்மாவின் அந்தப் பெரிய மரபீரோ திறந்து உள்ளிருந்த துணிகளை யெல்லாம் எடுத்து வீசினாள். கையில் கிடைத்த பேப்பர் வெயிட்டை எடுத்து சுவரில் எறிந்தாள். அது விஸ்வநாதனின் முகத்தைத் தாக்கி வலி ஏற்படுத்தியதாக நினைத்துக் கொண்டாள். உடனே ஆத்திரம் கொஞ்சம் குறைந்தது.

கீழே இறந்து கிடந்த துணிகளையெல்லாம் எடுத்து மடித்து திரும்பவும் பீரோவில் அடுக்கினாள். பேப்பர் வெயிட்டை எடுத்து வைத்தாள். 'சரியான பைத்தியம் போல் நடந்து கொள்கிறேன்' என நினைத்துக் கொண்டாள். உருப்படியாக ஏதாவது செய்ய வேண்டு மென்று தோன்ற காமர்ஸ் புத்தகத் தைப் பிரித்தாள்.

இன்று, வகுப்பு நடத்தியதற்கு காமர்ஸ் புரொஃபஸர் எப்படிப் பாராட்டினார்! அதைப் பற்றி சந்தோஷமாக அசை போடுவதை விட்டு விட்டு எதற்காக வேண்டாத விஷயங் களையெல்லாம் நினைத்துக் கொண்டிருக் கின்றோம்...? விஸ்வநாதன் எப்படிப் போனால் நமக்கென்ன? ஒழுங்காகப் பாடத்தைப் படிக்கலாம்.

ஆனால் ஷைலஜாவால் முடியவில்லை. தான் யாராலோ வஞ்சிக்கப்பட்ட மாதிரி உணர்ந்தாள். இதுவரை யாரும் அவளை

ஏமாற்றியதில்லை . அது முடியவும் முடியாது என்று நினைத்து இறுமாந்திருந்தவள், இப்போது விஸ்வநாதன் தன்னை ஏமாற்றி விட்டதான எண்ணம் ஏற்பட்டது. உள்ளுக்குள் பொருமினாள். ஏதோ ஒரு பெண் தன்னை அவமானப்படுத்தி விட்டதாக நினைத்தாள். தன் ஈகோவில் பயங்கரமான அடி விழுந்தி ருந்தது. மரண அடி!

தாங்க முடியாமல் அவள் தவித்துக் கொண்டிருந்தபோது சிங்காரம் உள்ளே நுழைந்தார். எந்த வித்தியாசத்தையும் உணராத அவர் நேராகப் பின்பக்கம் போய் கைகால் கழுவிக்கொண்டு வந்தார். சமையலறைக்குள் நுழைந்தவர் ஸ்டவ்வைப் பார்த்ததும் சற்று பதறினார்.

"என்னம்மா...? ஸ்டவ்ல பால் பொங்கி வழிஞ் சுடுச்சா...?"

"ப்ச்சூ... ஆமாம்ப்பா..."

"என்னிக்குமே நீ பால் காய்ச்சினதில்லையே இன்னிக்கு என்னம்மா ஆச்சு...?"

"இன்னிக்குக் காபி கலந்து குடிக்கணும்னு தோணித்து. ஸ்டவ் பற்ற வச்சேன். அது தப்பா...?" எரிச்சலுடன் பதில் சொன்னாள் ஷைலஜா.

அவர் மெதுவாகத் திரும்பினார். 'என்ன இந்தப் பெண்... தான் பாலைப் பொங்கவிட்டு என் மேல் எரிந்து விழுகிறது?'

ஆனாலும் ஒன்றும் பேசாமல் உள்ளே போனார். எது கேட்டாலும் கத்துவாள். கடைசியில் அவர்தான் விட்டுக் கொடுக்க வேண்டும். அதற்கு அனாவஸ்யப் பேச்சையாவது தவிர்க்கலாம். மீண்டும் சமையலறைக்குப் போய் பம்ப் ஸ்டவ் பற்ற வைத்தார். புஸ் புஸ்ஸென்று ஸ்டவ் எரியும் சத்தம் ஷைலஜாவிற்குக் கேட்டது. அப்பாவைப் பார்க்கப் பாவமாக இருந்தது. புஸ்தகத்தில் மனம் செல்லவில்லை. மறுபடி மறுபடி விஸ்வநாதனே வந்து தொந்தரவு செய்து கொண்டிருந்தான். இப்போது என்ன செய்து கொண்டிருப்பான்?

அந்த ஜீன்ஸ் பாண்ட்காரியின் தோளின்மீது கை போட்டபடி பேசிக் கொண்டிருப்பான். அலலது சினிமாவின்

  விரலோடு வீணை

அரையிருட்டில்... சீ! என்ன வெல்லாம் நினைக்கிறேன். அவன் யாருடன் என்ன செய்தால் எனக்கெ ன்ன? நான் ஏன் அதனால் பாதிக்கப்படுகிறேன்? கூடாது. மறுபடியும் அவனைப் பார்க்க நேர்ந்தால் பேசவே கூடாது. முகத்தைத் திருப்பிக் கொண்டு போய்விட வேண்டும்.

பார்க்க நேருமா...? நேர வேண்டுமே...

புத்தகத்தை மூடி வைத்துவிட்டு எழுந்தாள். சமையலறைக் குப்போய் அப்பாவின் கழுத்தைக் கட்டிக் கொண்டாள்.

"ஸாரிப்பா..." என்றாள்.

"எதுக்கும்மா...?" அவர் தலைவருடி ஆதுரமாகக் கேட்டார்.

"நான் பாலைப் பொங்க விட்டுட்டு உங்ககிட்ட எரிஞ்சு விழுந்தது தப்புத் தானேப்பா...?"

"ஐயோ... அதை இன்னுமா ஞாபகம் வச்சுக்கிட்டிருக்க? நான் எப்பவோ மறந்தாச்சும்மா..."

"என் நல்ல அப்பா செல்ல அப்பா..." அவள் கன்னத்தில் முத்தமிட்டபோது அவருக்கு உள்ளம் குளிர்ந்தது.

"நீ போய் படிம்மா புது டிகாக்ஷன் இறக்கி நல்லதா காப்பி கலந்துக்கிட்டு வரேன்."

அவள் போனதும் அவருக்குக் கண்களில் நீர் கட்டிக் கொண்டது. நெஞ்சு நெகிழ்ந்து போயிற்று.

'எப்படிப்பட்ட பெண்! இந்த அழகிற்கும், புத்திசாலித் தனத்திற்கும் எங்கோ பிறந்திருக்க வேண்டிய பெண். இந்த வயதுப் பெண்கள் பாலாகவும், தயிராகவும், நெய்யாகவும் எப்படிச் சாப்பிடுகின்றன. இந்தப் பெண்ணுக்கு என்னால் என்ன செய்ய முடிகிறது? நீர் மோரும், பழைய சாதமும் தவிர...?'

காப்பி கலந்து எடுத்துக்கொண்டு ஹாலுக்கு வந்தார். அவளிடம் ஒருடம்ளர் தந்து தானும் எடுத்துக் கொண்டார்.

"ம்... சொல்லும்மா. இன்னிக்கு ஏதோ டெஸ்ட்டுன்னு சொன்னாயேம்மா... எப்படிச் செய்த...?"

"என்ன கேள்விப்பா...? உங்கப் பொண்ணு எப்படிப் பண்ணி இருப்பாள்னு உங்களுக்குத் தெரியாதா?" நாடக பாணியில் கேட்டாள். அவர் புன்ன கைத்தார்.

"வழக்கம் போல் நீதான் ஃபர்ஸ்ட்டுன்னு சொல்லு. ஏம்மா, அடுத்தவங்க மட்டும் பாவமில்லையா? ஒரு தரம் விட்டுக் கொடுக்கக்கூடாதா?"

"ஆசை தோசை, அப்பளம், வடை" எனக் கையாட்டி குழந்தைபோல் முகத்தை வைத்துக் கொண்டு சொன்னாள்.

சிங்காரம் அவளையே பார்த்தார். 'என்ன அற்புதமான குழந்தை!" என்ன நினைத்தார்.

'அப்புறம்ப்பா... இன்னிக்குக் காமர்ஸ் புரொபஸர் என்னைக் கிளாஸ் எடுக்கச் சொன்னாங்க. ரொம்ப நல்லா எடுத்தேன்னு எல்லாரும் புகழ்ந் தாங்கப்பா. ரொம்பப் பாராட்டினாங்க."

"என் பொண்ணு செய்தா எது நல்லா இல்லாமல் இருந்திருக்கு?"

மனது லேசானது போல் இருந்தது ஷைலஜாவிற்கு. அவர் டம்ளர்களை எடுத்துக் கொண்டு சமையலறைக்குச் சென்றார். பக்கத்துப் போர்ஷன் ரேடியோவிலிருந்து 'கண் போன போக்கிலே...! தவழ்ந்து வந்தது. ஷைலஜா வும் அதனுடன் சேர்ந்து ஹம் செய்தாள். மனம் முற்றிலும் லேசாகி விட பாடத்தில் கவனம் செலுத்தத் தொடங்கினாள்.

சாப்பிட்டு முடித்து படுத்துக் கொண்ட போதும் மனம் சலனம் எதுவுமின்றி அமைதியாய் இருக்க மெல்லக் கண் மூடினாள்.

"ஷைலும்மா... சமையல் மேடையில் சாதம், சாம்பார், கோஸ் பொரியல் எல்லாம் இருக்கு மறந்துடாமல் சாப்பிட்டு விட்டுக் காலேஜ் கிளம்பும்மா. நான் வரேன்" சிங்காரம் வழக்கப்படி சொல்லிவிட்டு சைக்கிள் ஸ்டாண்ட் அகற்றினார்.

"நீங்க சாப்பிட்டாச்சாப்பா?"

"இல்லம்மா... இன்னிக்குக் கிருத்திகையில்ல? ஒரு பொழுதும்மா... ராத்திரி வந்து சாப்பிட்டுக்கரேன். நீ சாப்பிடம்மா. சாப்பிடாமல் போயிடாத. நான் வரேன்."

                                          விரலோடு வீணை

சைக்கிள் தெரு இறங்கி வேகம் பிடித்ததும் உள்ளே வந்தாள் ஷைலஜா. குளித்து உடை மாற்றி எடுத்துப் போட்டு சாப்பிட்டு விட்டுக் கிளம்போது நேரமாகி விட்டது. பஸ் ஸ்டாப்பிற்கு விரைந்தபோது 8.45 பஸ் போயிருக் கக்கூடா தென்று மனதுள் வேண்டினாள். கல்லூரிக்கு நேரத்தில் போய்விட வேண்டுமென்று தோன்றியது.

முதல் வகுப்பு அக்கவுண்ட்ஸ். ஆசிரியை கம்பெனி அக்கவுண்ட்ஸ் எடுக்கப் போவதாகச் சொல்லியிருந்தார். முக்கியமான பாடம். தவறவிடக் கூடாது. அதற்காக நேற்றே அந்தப் பாடத்தை ஒரு முறை படித்து வைத்திருந்தாள் ஷைலஜா. எப்போதுமே அடுத்த நாள் நடத்த இருக்கும் பாடத்தை முதல் நாள் இரவே ஒரு மறை படித்துக் கொண்டு விடுவாள். அப்போது வகுப்பில் பாடம் நடத்தப்படும் போது பிரச்சினை இருக்காது. எளிதில் புரியும். தனக்குப்புரிந்தது என்பதை ஆசிரியைக்கும் தெரியப்படுத்த இயலும். பாராட்டு வாங்க இயலும். அந்தப் பாராட்டு அவளுக்குத் தேவை.

ஆனால் அவள் பஸ்ஸ்டாப்பிங்கை அடைந்தபோது அந்த 8.45 பஸ் போய்விட்டிருந்தது. அடுத்த பஸ் ஒன்பது மணிக்குத்தான். அதுவரை காத்துக் கொண்டிருப்பதைத் தவிர வேறு வழி இல்லை . கூட்டம். தவிர்த்து ஒரு ஓரமாக ஒதுங்கி நின்றபோது மாருதி 1000 ஒன்று அவளைக் கடந்து போய் சட்டென்று பிரேக் போட்டு நின்றது.

'விஸ்வநாதனா அவன்...?'

அவள் மனது அடித்துக் கொண்டபோது கார் கதவைத் திறந்து கீழே இறங்கி அவளை நோக்கி நடந்து வந்தான் அவன். 'என்ன செய்வது இப்போது?'

சடாரென்று முகத் திருப்பி அவனை அலட்சியப்படுத்தி எதிர்திசையில் நடக்கத் துவங்கினாள் அவள்.

———◦———

10

பளாரென்று அறை வாங்கியது போலிருந்தது விஸ்வநாதனுக்கு. டக்கென்று நின்றான். ஷைலஜாவைத் துரத்திப் போய் பேசப் பிடிக்க வில்லை. பஸ் ஸ்டாப்பில் கிட்டத் தட்ட இருபது இருபத்தைந்து பேர் நின்றிருந்தனர். நான் துரத்திப் போய் பேச முயல, அவள் முகத்தில் அடித்தார் போல் ஏதாவது சொல்லிவிட்டாளானால் அத்தனை பேர் பார்வையிலும்படும். அசிங்கமாகிவிடும். வேண்டாம். இப்போது பேச வேண்டாம். கல்லூரி வாசலில் பார்த்துக் கொள்ளலாம்.

அவன் போய் காரில் ஏறிக் கிளம்பியதைப் பார்த்தாள் ஷைலஜா. அவளுக்கு மறுபடியும் ஆத்திரம் வந்தது ஒரு ஸாரி கூடச்சொல்லாமல் போய்க் கொண்டிருக்கிறானே... போகட்டும். யாருக்கு வேண்டும் இந்த விஸ்வநாதன்? அந்த ஜீன்ஸ் பாண்ட்டுக்காரியுடனே போகட்டும் வேகமாக நடந்ததில் நெற்றியில் வியர்வை பொடித்தது. முகம் சிவந்து கிடந்தது. வகுப்பினுள் நுழைந்த போதே "குட்மார்னிங் ஷைலு" என்றாள் நித்யா சொன்னவளின் முகம் சரியாக இல்லாததை கவனித்தாள்.

"ஏம்ப்பா... ஒரு மாதிரி இருக்க...?"

"ஒண்ணுமில்லப்பா... சொன்ன போதே மனதை இனம் தெரியாத சோகம் அழுத்தியது. எல்லாவற்றிற்கும் இந்தப் பாழாய்ப்போன விஸ்வ நாதன் தான் காரணம். சீ! அவனை மறக்க வேண்டும்.

அக்கவுண்ட்ஸ் ஆசிரியை ஷேர் அலாட்மெண்ட், ஷேர் அப்ளிகேஷன், ஃபர்ஸ்ட் கால், செகண்ட் கால் எல்லாம் விளக்கிக் கொண்டிருந்தார். கரும்பலகையில் அவர் எழுதியதை மாணவிகள் தங்கள் நோட்டுப் புத்தகத்தில் எழுதிக் கொண்டிருந்தனர். ஷைலஜாவின் கவனம் போகவில்லை. நோட்ஸ் எழுதிக் கொள்ளவில்லை.

தான் முகத்தைத் திருப்பியதும் அவன் என்ன நினைத்திருப்பான்? குறைந்தபட்சம் தான் கோபமாக இருப்பதாவது தெரியுமா? எதற்குக் கோபம் என்பதைப் புரிந்து கொள்வானா? இன்று ஒருவேளை கல்லூரி வாசலுக்கு வந்தாலும் வருவான். வந்து மன்னிப்பு கேட்கிறானா என்று பார்க்கலாம். மன்னிப்பு கேட்டால் மட்டும் ஆகிவிட்டதா? அந்த ஜீன்ஸ் பாண்ட்டுக் காரியுடன் பழகலாமா? எத்தனை சுவாதீனமாகத் தோள் தட்டுகிறாள் அவள்!

அவள் யாராக இருப்பாள்? காதலியா...? கம்பெனி கொடுப்பவளா? அல்லது வெறும் சினேகிதியா? சாதாரண சினேகிதம் தோள்தட்டச் சொல்லுமா? என்னமாய்ச் சிரித்தான் அவளைப் பார்த்து, அதுவும் நான் பக்கத்தில் இருக்கும் போது. அவளும், அவளது பனியனும், முகரக் கட்டையும்!

நான் பஸ் ஸ்டாப்பில் முகம் திருப்பியதையும் காணாதது மாதிரி நடந்து போனதையும் எப்படி எடுத்துக்கொண்டிருப்பான்? ஒருவேளை அநாகரிகமாக நடந்து கொண்டு விட்டோமா? பலர் மத்தியில் அப்படி நடந்து கொண்டி ருக்கக் கூடாதோ? யாராவது கவனித்திருந்தால் என்ன நினைத்துக் கொண் டிருப்பார்கள் அவனைப் பற்றி? எவ்வளவு பெரிய அவமானம் அவனுக்கு? தெரிந்தால் நித்யா நிச்சயம் தன்னைக் கோபித்துக் கொள்வாள்.

ஆனால் அவன் அப்படிச் செய்யலாமா? யாரோ ஒருத்தி வந்து தோள்தட்டி ஹாய் சொன்னால் நான் பக்கத்தில் இருப்பதைக்கூட மறந்து விடுவதா? அவள் என்ன பெரிய இவளா அவனுக்கு?

அப்படி இருக்கக் கூடாதென்று மனதிற்குள் வேண்டிக் கொண்டாள். சரி, தான் அவனைப் பற்றி இவ்வளவு நினைத்துக் கொண்டிருக்கிறோமே, அவன் தன்னைப் பற்றியாவது நினைப்பானா? அல்லது தன்னுடைய வேலைகளில் என்னை மறந்து போயிருப்பானா? அவனுக்கு மட்டும்தான் வேலையா? நான் மட்டும் சும்மாவா உட்கார்ந்திருக்கிறேன். இப்போது வகுப்பில் பாடம் நடத்திக் கொண்டிருக்கும் போது கூட அவனைத்தானே நினைத்துக் கொண்டிருக்கிறேன்...

சாயந்திரம் அவனைப் பார்த்தால் 'என்னை நினைத்துக் கொண்டீர்களா...?' கேட்க வேண்டும். முதலில் வருகிறானா பார்க்கலாம். பிறகு மற்றதை யோசித்துக் கொள்ளலாம்.

அக்கவுண்ட்ஸ் ஆசிரியை பாடம் முடித்து கிளம்பியதோ மற்றவர்களுடன் தானும் எழுந்து நின்றதோ எதுவும் அவள் மனதில் பதியயவில்லை.

'ஷைலஜா... இன்னிக்குநடத்தினது ஒண்ணுகூடப்புரியலைப்பா. கொஞ்சம் சொல்லித்தரயா எனக்கு?" பார்வதி கேட்டாள். இவள் பதில் சொல்லும் முன்பு நித்யா குறுக்கிட்டாள்.

"என்னிக்குப் புரிஞ்சிருக்கு உனக்கு இன்னிக்குப் புரியறதுக்கு?" என்றாள்.

"ஆமாம்ப்பா... நான் முட்டாள் ஒத்துக்கறேன்."

"அண்டர் ஸ்டேட்மெண்ட்." நித்யா தொடர்ந்து சொன்னது பார்வதியை உசுப்பி விட்டது.

"உன்கிட்டே இல்லேன்னு என் மூளையை நீ எடுத்துக் கிட்டதால்தான் நான் முட்டாளாயிட்டேன்."

"மூளை இல்லாட்டியும் பேச்சுக்குக் குறைச்சல் இல்லே..."

அவர்கள் பேச்சிலும் கலந்து கொள்ளாது தனித்திருந்தாள் ஷைலஜா. நேற்று அந்த ஜீன்ஸ் பாண்ட்டுக்காரி விஸ்வநாதனின் தோள் தட்டியபோது நித்யா உடனிருந்தது நினைவிற்கு வந்தது. அவள் வேறு ஏடாகூடமாக ஏதாவது கேட்டு வைக்கப்போகிறாளே என்று லேசாகச் சிரித்து வைத்தாள்.

'ஒருவேளை இவள் ரொம்பத்தான் அலட்டிக் கொள்கிறாள்' என்று தன்னைக் கண்டு கொள்ளாமலே விட்டு விடுவானோ? அப்படி விட்டு விட்டால் என்ன செய்வது?

எவ்வாறு அவனைத் தொடர்பு கொள்வது? அதற்கெல்லாம் தேவையின்றி அவனாகத் தன்னை வந்து பார்த்துவிட்டால் தேவலாம் என்று ஏங்க ஆரம்பித்தாள்.

அடுத்த இரு வகுப்புக்களுக்குப் பின் சாப்பாட்டு மணி யடித்ததும் எல்லோரும் எழுந்து கொண்டனர். பார்வதியும்,

                                              விரலோடு வீணை

மைதிலியும் டிபன் பாக்ஸ்களை எடுத்துக் கொண்டனர். அவர்க ளோடு நித்யாவும், ஷைலஜாவும் சேர்ந்து காண்டீன் நோக்கி நடக்கலானார்கள். வழக்கமாக ராணி மாதிரி அதிகாரமும், அதட்டலுமாகப் பேசும் ஷைலஜா அன்று அமைதியாக வந்தது கண்ட நித்யா மெல்ல அவளைத் திரும்பிப் பார்த்து கேட்டாள்.

"ஏன் ஷைலு... காலையிலிருந்து ஒரு மாதிரி இருக்க?"

"ஆமாம்ப்பா. நானும் கேட்கணும்னு நினைச்சேன். கலகலன்னு பேசறவ. இன்னிக்கு ஏன் இப்படி இருக்க?"

"உடம்பு சரியில்லையா, பீரியட்ஸ்ஸா?"

"ப்ச்சூ! அதெல்லாம் ஒண்ணு மில்லை."

"பின்ன என்னப்பா... மனசு சரியில்லையா...?"

"மனசுக்கென்ன ஓட்டை" சலிப்புடன் சொன்ன ஷைலஜா வேண்டா வெறுப் புடன் காண்டீனுக்குள் நுழைந்தாள். சாப்பிடப் பிடிக்காமல் தோசையை விண்டு வாயில் போட்டுக் கொண்டபோது அவள் வகுப்பில் படிக்கும் சுதா வேகமாகக் காண்டீனுக்குள் வந்தாள்.

"ஷைலஜா..." அவள் கூப்பிட்ட சத்தத்தில் திடுக்கிட்டாள் ஷைலஜா.

"உன்னைப் பார்க்கணும்னு யாரோ மாருதி 1000ல வந்திருக்காங்க. பேரு விஸ்வநாதன்னு சொன்னாரு... 'விஸ்வநாதனா!'

ஷைலஜாவின் உடல் முழுதும் புது ரத்தம் பாய்ந்தது. ஜிவ்வென்று ஆயிற்று.

'விஸ்வநாதனா...? நிஜமாகவா...?'

"நான் வீட்டுக்குப் போகலாம்னு காலேஜை விட்டு வெளில போனபோது என்கிட்ட விசாரிச்சார். நீ தினமும் காண்டீன்ல சாப்பிடற விஷயம் தெரியும். இருங்க இருக்காளா பார்த்திட்டு வரேன்னு சொல்லிட்டு வந்திருக்கேன். போய் என்ன சொல்ல?"

"நீ ஒண்ணும் சொல்ல வேணாம். நானே போய்க்கறேன்." ஷைலஜா விரைத்த பரபரப்பு கண்டு மற்ற அத்தனை பேரும் ஆச்சரியப்பட்டு நின்றனர்.

தடதடவென்று எதிர்ப்பட்டவர்களை விலக்கி ஓடினாள் ஷைலஜா. கல்லூரியின் பின் பக்கத்திலிருந்து முன்பக்கம் வந்தாள். வெளிப்புறக் கதவு வந்ததும் இடப்பக்கம் பார்த்தாள். மாருதி 1000ஐ பிளாட்பார ஓரம் நிறுத்தி அதன்மீது சாய்ந்தவாறு நின்றிருந்தான் விஸ்வநாதன். அவனருகில் சென்றாள்.

"ஹலோ..." என்றான். இவளும் "ஹலோ" சொன்னாள்.

"உங்ககிட்டே கொஞ்சம் தனியாகப் பேசணுமே...?" அவனே கேட்டான்.

"என்ன பேசப் போறீங்க?" இவளும் வேண்டுமென்றே குரலை இறுக்கினாள்.

"இங்கேயேதான் பேசணுமா? இல்லை, என்னுடன் ஒரு அரை மணி நேரம் வெளியில் வர முடியுமா?"

"இன்னும் கொஞ்ச நேரத்தில் லஞ்ச் அவர் முடிஞ்சு மத்தியான கிளாஸ் ஆரம்பமாயிடுமே...?"

"சரி நான் கம்பல் பண்ண விரும்பலை எப்போ முடியும்னு சொல் லுங்க?",

"சாயந்திரம் காலேஜ் முடிஞ்ச உடனே..."

"சரி நீங்க போங்க. நான் சாயந்திரம் வரை இங்கேயே வெயிட் பண்றேன்." அவன் குரலில் வித்தியாசமில்லாமல் சொன்னான்.

"என்னது!" ஷைலஜா அதிர்ந்தாள்.

"ஆமாம். காலைல பஸ் ஸ்டாப்பில் நீங்க முகத்தைக் திருப்பிக்கிட்டுப் போனதிலிருந்து நான் இங்கேதான் வெயிட் பண்ணிகிட்டிருக்கேன்."

ஷைலஜாவிற்கு ஒரு மாதிரி ஆகிவிட்டது.

                                          விரலோடு வீணை

"ஏன்...?" என்றாள் ஒற்றை வார்த்தையில்.

"இல்ல... காலேஜ் உள்ள வந்து விசாரிக்கத் தயக்கமாக இருந்தது. மறுபடியும் நீங்க எல்லார் முன்னாலும் முகத்தைத் திருப்பிக்கிட்டுப் போயி டுவீங்களோன்னு பயமாக இருந்தது."

அவன் குரலில் தெரிந்த நிஜத்தன்மை அவளைத் தாக்கியது. 'ஐயோ' என்று அடித்துக் கொண்டது. இவனையா தப்பாக நினைத்தேன்...

"வெயிட் பண்ண வச்சதுக்கு ரொம்ப ஸாரி."

"பரவாயில்லை. இதில் உங்க தப்பு எதுவுமில்லை."

"சீ! பாவம். இவன் தன்னைப் பற்றியா நினைத்துக் கொண்டிருப்பான் என்று வகுப்பில் பொறுமினேனே... இவன் வெளியில் வேகாத வெய்யிலில் தனக் காகக் காத்துக் கொண்டி ருக்கிறான்! 'யானை மாலை போட்டு அரசியாக் கியது போல்' ஷைலஜாவின் மனம் சந்தோஷப் பட்டது. நெகிழ்ந்தது. அந்த நெகிழ்வு குரலிலும் தொனித்தது."

"ரெண்டே நிமிஷம் இருங்க. நான் போய் என் பிரெண்ட்ஸ் கிட்டல்லாம் சொல்லிட்டு புஸ்தகங்களை எடுத்துக்கிட்டு வந்துடறேன்." இவனை சமாதானப் படுத்தியே ஆகவேண்டும்!

"இல்லையில்லை. வேண்டாம். எனக்காகக் கிளாஸெல்லாம் கட் பண்ண வேண்டாம்." இழுத்தான்.

"பரவாயில்லை ஒன்றும் குடி முழுகிப்போய் விடாது." சொல்லிவிட்டு சரே லென்று மீண்டும் கல்லூரிக்குள் ஓடினாள். நேராகக் காண்டீனை நோக்கிப் போனபோது அவர்களே எதிரில் வந்தார்கள்.

"நித்தி நான் கொஞ்சம் அர்ஜண்ட்டா வெளில போறேம்ப்பா வரட்டுமா?"

"என்னப்பா திடீர்னு?"

"நாளைக்குக் காலைல சொல்றேன், வரேன்."

வகுப்பிற்குப் போய் புத்தகங்களை எடுத்துக் கொண்டு சொன்னது போல் இரண்டாவது நிமிடம் கீழே இருந்தாள். விஸ்வநாதன் உள்ளே அமர்ந்து கார்க் கதவு திறந்து விட்டான். இவள் உட்கார்ந்ததும் புத்தகப்பை வாங்கிப் பின் சீட்டில் போட்டுக் காரை கிளப்பினாள்.

"என்ன செய்துக் கிட்டிருந்தீங்க ஷைலஜா?"

"சாப்பிடலாம்னு ஆரம்பிச்சேன் அதுக்குள்ள காண்டீனுக்கு வந்து சுதா கூப்பிட்டாள்…"

"ஐயய்யோ! சாப்பாட்டைக் கெடுத்துட்டேனா…?"

"இல்லை. பரவாயில்லை." என்றாள். அப்பொழுதுதான் அவன் சாப்பிட் டானா என்று கேட்க வேண்டுமென்று உறைத்தது. காலையிலிருந்து நின்று கொண்டிருக்கிறான், எங்கே சாப்பிட்டிருக்கப்போகிறான்…?

"நீங்கள் சாப்பிட்டாயிற்றா விஸ்வநாதன்?" முழுப்பெயர் சொல்லி அழைத் ததை அவன் கவனித்தான்.

"இல்லை. சாதாரணமாக நான் காலையில் ஒன்றும் சாப்பிட மாட்டேன். ஒரு டம்ளர் ஜூஸ் குடித்தால் நேராக ஒரு மணிக்குப் பகல் சாப்பாடுதான். அதுவும் இன்று இல்லை…"

சடாரென்று திரும்பி கண்கள் அகல அவனைப் பார்த்தாள். 'ஏன் இப்படிச் செய்தீர்கள் விஸ்வம்? நான் உங்களுக்கு அவ்வளவு முக்கியமானவளா? என் கோபம் உங்கள் சாப்பாட்டைப் புறக்கணிக்கச்செய்து விட்டதா? இந்த வெய்யிலில் கல்லூரி வாசலில் காத்திருக்கிற அளவிற்கு நாம் என்ன அவ்வளவா பழகிவிட்டோம்…? இல்லையே… கடையில், கல்யாணத்தில், ரெஸ்டாரெண்ட்டில் என மூன்றே முறை சந்தித்தோம். அரை மணி நேரம் அந்த ரெஸ்டாரெண்ட்டில் பேசிய தோடு சரி. அதற்குள் அவ்வளவு தூரம் நெருங்கி விட்டோமா…!

"ஏதாவது ஒரு ஓட்டலுக்குப் போங்களேன் விஸ்வம்"

அவன் அவளைத் திரும்பிப் பார்த்து புன்சிரித்தான். 'அப்பா' எவ்வளவு சென்சிடிவ்வான பெண்! என்று மனதிற்குள் வியந்தான்.

                    விரலோடு வீணை

ஷைலஜா விஸ்வநாதனையே பார்த்தபடி அமர்ந்திருந்தாள். அவன் ராதாகிருஷ்ணன் சாலைக்கு வந்து அந்த நட்சத்திர ஓட்டலுக்குள் காரைச் செலுத்தினான்.

ஓட்டல் ரெஸ்டாரெண்ட் மங்கலான வெளிச்சத்தில் இருந்தது. கூட்டம் குறைவாக இருந்தது. நுனிநாக்கு ஆங்கிலத்தில் மிக மெதுவாகக் கிசு கிசுக்கும் சத்தம் கேட்டது. அவர்கள் இருவருக்கும் நாற்காலிகளை இழுத்துப் போட்டு உட்கார வசதி செய்து தந்தார் வெள்ளை உடையணிந்த பேரர். டை கட்டிய இளைஞன் ஒருவன் மிக மரியாதையுடன் முன்பக்கம் குனிந்து இரண்டு நீளமான தொட்டால் வழுவழுக்கும் பக்கங்கள் கொண்ட மெனுகார்டை மேஜை மீது வைத்தான்.

"உங்களுக்கு எது வேணு மோ அதையே எனக்கும் ஆர்டர் பண்ணுங்க." மெனுகார்டைப் பார்க்காமலேயே திருப்பிக் கொடுத்தாள் ஷைலஜா.

"ஃபிரைட் ரைஸ்?"

"சரி.

விஸ்வநாதன் மெல்லிய குரலில் ஃபிரைட் ரைஸும், சிக்கனும் ஆர்டர் செய்தான். அவள் விஸ்வநாதனின் தோள் தொட்டு மிக மெதுவாக "நான் வெஜிடேரியன்" என்றாள்.

விஸ்வநாதன் புன்சிரிப்புடன், "நான் வெஜிடேரியனா, அல்லது நான் வெஜிடேரியனா?" என்றான். அவள் அதை ரசித்துச் சிரித்தாள். பிறகு அவனே 'சிக்கனை' வேண்டா மென்றான்.

"உங்களுக்கு வேண்டுமானால் சாப்பிடுங்களேன்."

"உஹூம்... உங்களுக்கு எது வேணுமோ அதுதான் எனக்கும் வேண்டும்."

'எனக்கு அந்த ஜீன்ஸ் பாண்டுக்காரி வேண்டாமே...' மனதில் நினைத்துக் கொண்டாள் ஷைலஜா.

"முதலில் ஃபிரைட் ரைஸ் கொடுங்கள். மற்றதை அப்புறம் சொல்கிறேன்." என்று டைகட்டிய இளைஞனை அனுப்பி

வைத்த விஸ்வநாதன் குரலில் ஒரு தீவிரத்தை வர வழைத்துக் கொண்டு அவளை நிமிர்ந்து பார்த்து நேரடியாகக் கேட்டான்.

"என்ன கோபம் என்மேல் உங்களுக்கு?"

11

பதில் சொல்லாமல் இருந்தாள் ஷைலஜா. விஸ்நாதனே மறுபடியும் கேட்டான்.

"கேட்கிறேனே...... சொல்லுங்களேன். என்ன கோபமென்று."

"எனக்கென்ன கோபம்?"

"கோபம்னுதான் செய்கையிலேயே தெரியுதே... காரணம் சொல்லுங் களேன்."

"நான் யார் உங்கள் மீது கோபப்பட... எனக்கு அதற்கு என்ன உரிமை இருக்கிறது?" வேண்டுமென்றே சொன்னாள். அவன் காயப்பட்டவனாக அவளைப் பார்த்தான். லேசாகப் பெருமூச்சு விட்டான்.

"உங்களுக்குக் கோபப்பட உரிமை இருக்குன்னு நினைச் சுட்டேன். அதுசரி. நானாக எதையாவது நினைச்சுக்கிட்டால் அதுக்கு நீங்களா பொறுப்பு?"

"உரிமை இருக்குன்னு நினைச்சீங்களா? சந்தோஷம்."

"இப்படி ஒரு வார்த்தையிலேயே பதில் சொன்னால் என்ன அர்த்தம்? நான் ஏதாவது தப்பு செய்திருந்தால் மன்னிச்சிடுங்க, மன்னிச்சிடுங்க, மன்னிச்சிடுங்க."

பேரர் ஃப்ரைட் ரைசுடன் அருகில் வந்தார். மேறை மீதிருந்த தன் கைகளை எடுத்துக் கொண்ட விஸ்வநாதன் உணவை வைத்துவிட்டுப் போகக் காத்திருந்தான்.

விஸ்வநாதனுக்கு ஒரு மாதிரி ஷைலஜாவின் கோபம் புரிந்துதான் இருந்தது. நேற்று நன்றாகப் பேசிக்கொண்டே வந்தவள் மாலா வந்து தன் தோளில் தட்டியவுடன் தான் சட்டென்று கிளம்பிவிட்டாள். அதுதான் காரணமாக இருக்க வேண்டும்.

அதுதான் காரணமென்கிற பட்சத்தில் அவனுக்குள் ஒருவித சந்தோஷம் ஏற்பட்டது. ஆனாலும் ஊர்ஜிதம் செய்து கொள்ளும் பொருட்டே கேட்டான்.

"சொல்லுங்க. ஏன் திடீர்னு நேத்திக்குக் கத்தரிச்சுக்கிட்டுப் போனீங்க?"

"விடுங்க விஸ்வம். சாப்பிடுவதற்காகவே வந்தவள் போன்று சாப்பிட ஆரம்பித்தாள். விஸ்வநாதன் சாப்பிடுவதை நிறுத்தி ஷைலஜாவையே பார்த்தபடி இருந்தான்.

"சீக்கிரம் சாப்பிட்டு விட்டுக் கிளம்பலாம் விஸ்வம்."

"ஏன்..." என்றான் அதிர்ச்சியுடன்.

"இல்லை. யாராவது ஜீன்ஸ் பாண்ட்டுக்காரி திடீர்னு வந்து உங்க தோளைத் தட்டப் போறாளேன்னு சொன்னேன்."

ஒஹோன்னு சிரித்தான் விஸ்வம், சிரிப்பினுரூடே சொன்னான். "அதான் கோபமா? நான் நினைச்சேன்."

"என்ன சிரிப்பு அதுக்கு? என்னைப் பார்த்தால் பைத்தியக்காரி மாதிரியா இருக்கு? கோபத்தோடு முறைத்தாள் ஷைலஜா.

"ஐயய்யோ, இல்லைம்மா..." என்றவன் தொடர்ந்து பார்த்தியா, நான் அப்படிப்பட்டவனா? கொஞ்சலுடன் கேட்டான். ஷைலஜாவிற்கு மனது லேசானது.

"பின்ன, எப்படிப்பட்டவராம்?" என்றாள் அவளும் கொஞ்சலாக.

"ம்ம்...ம்... ஸ்ரீராமன்னு சொல்லலாமா?"

"ஐய...! ஆளைப்பாரு. எவளாவது ஒருத்தி வந்து நின்னா அப்படியே புல்ல ரிச்சுப் போய் பக்கத்துல நான் நிக்கறதுகூடத் தெரியாமல் உருக வேண் டியது. இப்போது என்கிட்ட வந்து சாட்சாத் நான் ஸ்ரீராமச்சந்திர மூர்த்தி யோட மறு அவதாரம்னு கதைவிட வேண்டியது..."

"ஏய்... என்னைப் பார்த்தால் கதை விடறவன் மாதிரியா தெரியுது?"

"உஹூம். கதையளக்கிறவர்..." ‘

   விரலோடு வீணை

"அந்த மாலா என் தோள் தட்டினதுதானே உன் கோபத்துக்குக் காரணம்?"

"அது யார் மாலா?"

"உன் பாஷையில் சொல்லணும்னால் ஜீன்ஸ் பாண்ட்டுக் காரி."

"எந்த பாஷையில் சொன்னாலும் அவ பார்க்க சகிக்கலை."

"ஒத்துக்கறேன்."

"அப்போ என்ன இளிப்பு வேண்டிக் கிடக்கு?"

"யார் இளிச்சது?"

"நீங்கதான். வேற யார் இளிச்சா எனக்கென்ன? நான் ஏன் கவலைப்படப் போறேன்?"

"அப்போ நீ எனக்காகக் கவலைப்படற, என்னைக் காதலிக்கிறவன்னு ஒத்துக் கறியா?"

"முதல்ல அந்த ஜீன்ஸ் பாண்ட்டுக்காரி யாருன்னு சொல்லுங்க? மற்ற தெல்லாம் அப்புறம்."

"ஐயோ சந்தேகப்பிசாசே!"

"ஏன் சந்தேகப்படறாங்க?"

"பொறாமை"

"பொறாமை ஏன் வருது"

"உங்க இனத்துக்கே உள்ள சொத்து அது?"

"ஏன் உங்க இனம் மட்டும் அந்தச் சொத்து இல்லாமலா இருக்கீங்க?"

"சத்தியமா எங்களுக்குக் கிடையாது"

"சரி, அப்போ என் தோளை ஓர் அழகான இளைஞன் வந்து தட்டட்டும் உங்களுக்கு எப்படி இருக்குன்னு பாருங்க."

"பல்லை உடைப்பேன்"

"யார் பல்லை?"

"அவன் பல்லைத்தான்."

"ஏன், எதுக்கு பல்லை உடைக்கணும்?"

"உன் தோள் மேல கையை வச்சிடுவானா? எந்தப் பயலுக்கு அந்தத் தைரியம் வருதுன்னு பார்க்கறேன்."

"அவன் என் தோள் மீதுதான் கையை வைக்கிறான்."

"அதான் கூடாதுன்றேன்."

"அதான் ஏன்றேன்?"

"ஏன்னா நீ என்னுடையவள். நான் காதலிக்கிறவள். எனக்குச் சொந்த மானவள்."

"உங்களுக்குச் சொந்தமானதை வேறு யாரும் தொடக் கூடாது?"

"தொடறது என்ன... பார்க்கவே கூடாது"

"தோணுதில்ல... அதுக்குப் பேர் என்ன?"

"என்ன?"

"பொறமை"

"பைத்தியம். பொறாமை யார் மேலவரும்? அன்பு வச்சிருக்கிறவங்க, பிரிய மானவங்க மேல்தான் வரும். அந்தப் பொறாமை வரலேன்னா அது அன்பு இல்லை, காதல் இல்லை. வெறும் சாதாரண நட்பு ம்ஹூம். நட்புல கூடப் பொறாமை வரும்."

"நம்முடையது நட்பா, காதலா?"

"இன்னும் கூடப் புரியலைன்னால் நான் உன்னை புத்திசாலின்னு எப்படி நினைக்கிறது?"

"புரியாமல்தான் கூட வருவாங்களாக்கும்?"

"புரிஞ்சது இல்ல...? இன்னும் என்ன துருவித் துருவீக் கேள்வி?"

   விரலோடு வீணை

"முடியலையே, இன்னும் முக்கியமான கேள்வி ஒன்னு பாக்கி இருக்கே..."

"என்ன?"

"யார் அந்த ஜீன்ஸ் பாண்ட்டுக்காரி?"

"ஐயோ... அவ என்சித்தப்பா பொண்ணு. பம்பாயில் அவளுடைய அப்பா பட்டுப் புடவைக்கடை வச்சிருக்கார். காஞ்சிபுரத்தில் அவளுடைய அப்பாவும், என் அப்பாவும் ஒன்றாகத்தான் தறி நெய்யறாங்க. மாலா எனக்குத் தங்கை. போறுமா?"

"நிஜம்மா...?"

"எங்கே, உன் கை நீட்டு."

உள்ளங்கையில் அடித்துக் கிள்ளினான்.

"சத்தியமா அவ எனக்குத் தங்கைதான் போறுமா?"

"போறும்." என்றவனது கையைத் தன் கைக்குள் இருத்திக் கொண்டான். மெதுவாக உதட்டருகில் கொண்டு போய் முத்தமிட்டான். அதில் அவளுக்கு உடம்பு முழுவதும் சிலிர்த்து உதறியது.

"என்ன ஷைலஜா?"

"ஒண்ணு மில்லே..." அவள் தலை குனிந்து கொண்டாள். இன்னும் அவள் கை அவன் கையில்தான் இருந்தது.

"நான் கொடுத்தேன் இல்ல...? எனக்கு கிடையாதா?"

"ஐயோ... இது ரெஸ்டாரெண்ட்." அவள் வெட்கப் பட்டாள்.

"யாரும் நம்மைப் பார்க்க மாட்டாங்க. நான் என்ன உதட்டுலயா கேட்கறேன். கைலதானே...?"

"உஹூம்..." அவள் இன்னமும் தலை கவிழ, அவனது கையோடு சேர்ந்த தன் கரத்தை நீட்டி அவளது உதட்டில் அழுத்தினான்.

"ம்... சீக்கிரம்.'

மெதுவாய் ஒருமுறை முத்தமிட்டாள்.

இந்துமதி

"அது போறாது. இன்னும் அழுத்தி…"

"சீ! நீங்க ரொம்ப மோசம். நான் மாட்டேன்."

"இல்லேன்னா நான் கையை எடுக்க மாட்டேன்." அடம் பிடித்தான்.

………………

அவள் அழுத்தி இன்னொரு முறை முத்தமிட்டதும் மிக அழகாகத் தலை சாய்த்து "தாங்க்யூ டியர்" என்றான். சிவந்த தன் முகத்தைத் திருப்பி சில வினாடிகள் அவனைப் பார்ப்பதைத் தவிர்த்தாள் ஷைலஜா.

"என்ன ஷைலு… இப்போ சரியாப் போச்சா…?"

"அவனைப் பாராமலே தலையாட்டினாள்."

"ம்ஹூம் என்னைப் பார்த்து, என் முகத்தைப் பார்த்துச் சொல்லணும்."

"என்ன சொல்லணும்?" அவன் முகத்தை ஏறிட்டாள்.

"ஐ லவ் யூ"

"சொல்லித்தான் தெரியணு மா?"

"சொல்லச் சொல்ல, கேட்கக் கேட்க அந்த வார்த்தைக்குச் சொல்ல முடியாத ஒரு மகத்துவம் இருக்கு ஷைலஜா."

அந்த மகத்துவத்தைப் பரிபூரணமாக உணர்ந்த குரலில் மிக மெதுவாகச் சன்னமாகச் சொன்னாள்.

"ஐ லவ் யூ விஸ்வம். லவ் யு ஸோமேச்."

"ஐ டூ லவ்யு ஷைலஜா. லவ் யு ஸோமேச்."

ஓரிரு வினாடிகளை உணர்ச்சிபூர்வமாக அனுபவித்த பின் சற்று நிதானத் திற்கு வந்தான். நிகழ்காலத்திற்குத் திரும்பினான்.

"வேற ஏதாவது சாப்பிடலாமா 'ஷைலு?"

"வேணாம், எனக்கு ஒண்ணும் வேணாம். வெறும் காபி போறும்."

                                    விரலோடு வீணை

"ஐஸ்க்ரீம் சாப்பிடலாமே... இதைச் சின்னதாகக் கொண்டாடலாமே...?"

"சரி" புன்சிரித்தாள்.

இரு பெரிய கண்ணாடி கோப்பைகளில் ஐஸ்கிரீம் வந்தது. தன் கோப்பை

யிலிருந்து ஒரு ஸ்பூன் ஐஸ்க்ரீம் எடுத்து அவளது உதட்டருகில் கொண்டு போனான்.

"ஐயோ... என்ன விஸ்வம். யாராவது பார்க்கப் போறாங்க?"

"பார்த்தால் பார்க்கட்டும் போ..."

"வேணாம் விஸ்வம். பயமா இருக்கு."

"ஒரே ஒரு ஸ்பூன் எனக்காக... ப்ளீஸ்."

அவன் நீட்டிய ஸ்பூன் ஐஸ்க்ரீமை உதடுகளைக் குவித்து வாங்கிக் கொண் டாள்.

"தாங்க்யூ, டார்லிங்" என்றவன், அந்த ஸ்பூனைத் தான் வாயில் வைத்துக் கொண்டு சொன்னான்.

"வெறும் ஸ்பூன் எவ்வளவு தித்திப்பாக இருக்கு தெரியுமா?"

"சீ! போங்க. பப்ளிக் பிளேஸ்ல இப்படியா நடந்துப் பாங்க!" சிணுங்கினாள்.

"பப்ளிக் பிளேஸ்ல இவ்வளவுதான் நடந்துக்க முடியும்." என்று சிரித்து விட்டுச் சொன்னான்.

"மனுஷங்களே இல்லாத இடத்துல நீயும் நானும் மட்டும் இருந்தால் எப்படி இருக்கும் ஷைலஜா"

"அப்படி ஒரு இடம் இருக்கா?"

"தேடிக் கண்டு பிடிச்சு உன்னை நான் கூட்டிக்கிட்டுப் போகப் போறேன்."

"எப்போ?"

"நம் ஹனிமூனுக்கு."

"சீ! சந்திச்ச முதல் நாள்லயே ஹனிமூன் வரை போயாச்சா?"

"ஏய். நிஜமா சொல்லு இதுவா நம் முதல் சந்திப்பு?"

"முதல் சந்திப்பு வி.டி.ஐல"

"அதுதானா நம் முதல் சந்திப்பு! எனக்கென்னவோ நான் உன்னை ஜென்மம் ஜென்மமா, காலம் காலமா சந்திச்சுக் கிட்டிருக்கிற மாதிரி இருக்கு."

"ஐய்யோ... கொன்னுட்டீங்க போங்க." என்று கண்ணகல அவனைப் பார்த்தாள். "பேசாமல் புடவைக் கடை பிஸினஸை விட்டுட்டு நீங்க தமிழ் சினிமாவுக்கு வசனம் எழுதப் போகலாம்."

"கூப்பிட்டாங்களே..."

"யாரு?"

"ராமநாராயணன்."

"இந்தக் கிண்டலுக்கு ஒண்ணும் குறைச்சலில்லை." என்றவள், ஐஸ்க்ரீமை காலி பண்ணி உதட்டை நாசூக்காக வெள்ளை நாப்கின்னில் ஒற்றி எடுத்துக் கொண்டே சொன்னாள்.

"காபி ஆர்டர் பண்ணுங்க"

"ஏய் நீ சாப்பிட வந்தாயா என்கிட்டப் பேச வந்தாயா?"

"எதைச் செய்தாலும் பூரணமாக அனுபவிச்சு செய்யணும்?"

"ஓஹோ அப்படியா?"

"ஆமாங்க" அவளும் அதே நாடக பாணியில் பதிலளித்தாள்.

"ஆனால் நாம் அனுபவித்து செய்யாதது ஒண்ணு இருக்கே?"

"என்னது?"

"கிஸ்ஸிங்"

"சீ? கொஞ்சம்கூட விவஸ்தை இல்லை." மறுபடியும் முகம் சிவந்தாள்.

"தரேன்னு சொன்னால்தான் இந்த இடத்தைவிட்டு நகருவேன்.'

"இல்லேன்னால் நான் எழுந்திரிச்சுப் போயிடுவேன்."

"ப்ளீஸ், ப்ளீஸ் தரேன்னு சொல்லும்மா..." அவன் கெஞ்ச ஆரம்பித்தான்.

"தெரியுமே... உங்க வர்க்கமே இப்படித்தான் கெஞ்சினால் மிஞ்சுவீங்க. மிஞ்சினால் கெஞ்சுவீங்க..."

"அதையேதான் உங்க வர்க்கமும் செய்யுது."

"சரி. சரி. காபி ஆறிப்போகுது. குடிச்சிட்டுக் கிளம்பலாம்."

காபி குடிக்க பில் பணம் கொடுத்து வெளியில் வந்து காரில் ஏறிக் கொண்டபின் சொன்னான் அவன்.

இப்போ நேராகக் கார் எங்கே போகப் போறது உங்க வீட்டுக்கு சட்டென்று அதிர்ந்து போனாள் அவள்.

⟐

12

விஸ்வம் சொன்னதைக் கேட்டு அதிர்ச்சியடைந்தாள்

"எனது..."

"என்ன எனது. இப்போ நேரா உங்க வீட்டுக்குப் போறோம்."

'விளையாடாதீங்க விஸ்வம்.'

"விளையாடலை மேடம்" கிண்டலாகச் சொன்னான்.

இல்லை. விளையாடுகிறான். என்னை பயமுறுத்துவதற்காகச் சொல்கிறான். உடனே தான் 'இல்லை, வேண்டாம் விஸ்வம். அப்பா இருப்பார் என்று சொல்வோம் என்று எதிர்பார்க்கிறான். அப்பா திட்டுவார் என்று சொல்வேன் என நினைக்கிறான். நான் இதற்கெல்லாம் பயப்படுபவளில்லை?

சட்டென்று சொன்னாள்.

அப்படியா, சரி போகலாம்.

போய்க் கொண்டுதான் இருக்கிறோம்.

சொல்லிவிட்டாளே தவிர பயமாகத்தான் இருந்தது ஷைலஜாவிற்கு. இலலை, இவன் சும்மா சொல்கிறான். எட்டிற்கெல்லாம் வரமாட்டான்' என்று திடப்படுத்திக் கொள்ள முயன்றாள். திரும்பி விஸ்வநாதனைப் பார்த்தாள். தீவிரமாகச் சாலையையப் பார்த்தபடி காரை ஓட்டிக் கொண்டி ருந்தான். எப்படிப் பேச்சை மாற்றி அவனைத் திசை திருப்புவது என்பது தெரியயவில்லை.

அவன் வீட்டிற்கு வருவதோ அல்லது அப்பாவைப் பார்ப்பதோ பயமில்லை அவளுக்கு. ஆனால் தன் வீட்டைப் பற்றி என்ன நினைத்துக் கொள்வான்? டொயாட்டோவிலும், பென்ஸிலும், மாருதி 1000லிலும் வருபவன் எப்படித் தன் வீட்டிற்குக்

கூட்டிப்போக இயலும்? தன் நிலைமையைத் தெரிந்து கொண்டால் தன்னைக் காதலிப்பானா...? கல்யாணம் செய்து கொள்வானா...? இவ்வளவு தூரம் வந்த பின் இது என்ன திடீர்ப் பிரச்சினை...?

ஆனால் தெரியாமல் இருந்துவிடக் கூடிய விஷயமில்லை இது. எப்படியும் தெரியப் போகிற விஷயம்தான். கல்யாணம் என்கிறபோது பெண் வீட்டையே பார்க்காமல் செய்து கொள்ள மாட்டார்கள். வந்து, அப்பாவைப் பார்த்து பேசித் தான் தாம்பூலம் மாற்றுவார்கள். இன்றைக்கு இல்லா விட்டாலும் நாளைக்கு வீட்டிற்குக் கூப்பிட்டுத்தான் ஆகவேண்டும். தன் வாழ்க்கைத்தரம் பற்றித் தெரியப்படுத்ததான் வேண்டுமா என்பதுதான் கேள்வி.

இதை எப்படி சமாளிப்பது? மிகச் சாமர்த்தியமாகச் சமாளிக்க வேண்டும். நித்யாவிடம் சொல்கிற மாதிரி பொய் சொல்லக் கூடாது. பொய் சொல்லக் கூடிய மனிதனில்லை இவன். என்ன செய்யலாம்...?

குரலை இயல்பாக்கிக்கொண்டு மனதிலுள்ள சந்தேகம் வெளிப்படாத வகையில் பேச்சைத் துவக்கினாள்.

"நான்கூட உங்களை வீட்டுக்குக் கூப்பிடனும்னு நினைச்சுக்கிட்டிருந்தேன் விஸ்வம்..."

"ஹா... இந்தப் பொய்தானே வேணாம்கிறது. நான் வரேன்னு சொன்னதற் கப்புறம் கூட தயங்கற... ஏதோ கேட்கக் கூடாததைக் கேட்ட மாதிரி அதிர்ச்சியா 'என்ன...?'ன்னு பார்க்கிற... என்னைக் கூப்பிடணும்னு நீயாவது நினைக்கிற தாவது..."

"இல்ல விஸ்வம்... உங்களைக் கூப்பிடணும்னு ஆசை தான். ஆனால் தயக்கமாகவும் இருந்துச்சு..."

"எதுக்குத் தயக்கம்...?"

"என் மனசுல இருக்கிறதை மறைக்காமல் அப்படியே சொல்லிடட்டுமா விஸ்வம்..."

"சொல்லணும்னுதானே கேட்கிறேன். நமக்குள்ள ஒளிவு மறைவு எதுவும் இருக்கக்கூடாது ஷைலு..."

அந்த பதில் ஷைலஜாவை உருக்கிற்று. 'சீ! எப்படிப் பட்டவன், இவனிடம் எதற்காக மறைக்க வேண்டும்...?' குரல் தழைய ஆரம்பித்தாள்.

"என்னுடைய பயத்துக்குக் காரணம் நான் உங்களை மாதிரி பணக்காரி இல்ல விஸ்வம், ஒரு சாதாரணத் துணிக் கடை சேல்ஸ்மேனுடைய..." அவன் அவளை முடிக்க விடாமற் இடையில் குறுக்கிட்டான்.

"ஓ... புல்ஷிட்...! ஸ்டாப் இட் ஷைலு. பணம், பதவி, அந்தஸ்துன்னுமுட்டாள்தனமாகநீயும்பேசஆரம்பிச்சுட்டியா...? பணமன்றதைக் கேட்டாலே எனக்கு வெறுப்பாக இருக்கு. என்கிட்ட இருக்கிற பணத்தை யெல்லாம் எரிச்சு குளிர்காயலாம் போல் ஆத்திரம் வருது..."

அவனது கோபம் அவளை என்னவோ செய்ய, மிக மெது வாக அவன் கையைத் தன் கையில் எடுத்துக் கொண்டாள். தன் கன்னத்தில் அவனது உள்ளங்கையைப் பதித்து பின்னர் உதட்டில் அழுத்தி முத்தமிட்டாள்.

குளிர்ந்து போனான் அவன். "ஏய்... என்ன இன்னிக்குத் திடீர் போனஸ்...?"

"ஸாரி விஸ்வம். முட்டாள்தனமாக ஏதோ உளறிட்டேன், மன்னிச்சுடுங்க."

"எப்பவும் பேசற மாதிரி பேசினேன்னு சொல்லு. தனியா ஏதோ இன்னிக்கு மட்டும் முட்டாள்தனமாகப் பேசின மாதிரி சொல்லிக்கறே..."

கல்லென்று மனது லேசாகச் சிரித்த ஷைலஜா வினாடி நேரத்திற்குப் பின் கொஞ்சலாகக் கேட்டாள்.

"ஆமாம். இத்தனை பேசறீங்களே... என்னை மட்டும் நீங்க உங்க வீட்டுக் குக் கூப்பிட்டீங்களா என்ன...?"

விஸ்வநாதன் யோசித்தான். அவள் சொல்வதும் சரிதான், முதலில் நான்தானே அவளை என் வீட்டிற்குக் கூப்பிட்டிருக்க வேண்டும்...!'

                    விரலோடு வீணை

"ஸாரிம்மா... தோணவே இல்லை."

"நீங்க கூப்பிடாட்டி தோணலை. நான் கூப்பிட்டாட்டி போய்யா...?"

ஷைலஜா விடவில்லை இவனை மூலையில் மடக்கிக் கை தூக்க வைத்து விட்டுத்தான் மறு வேலை.

"ஐயோ... ஸாரி, ஸாரி. இப்போ நேரா எங்க வீட்டுக்குப் போறோம். சரியா...?"

"ஒன்னும் வேணாம். முதல்ல என்ன சொன்னீங்க? எங்க வீட்டுக்குத் தான்னுதானே...? அதை செய்யுங்க..."

"இல்லே, எங்க வீட்டுக்குத்தான் கெஞ்சினான்."

"முடியாது. எங்க வீட்டுக்குத்தான்."

"முடியாது."

"முடியாது."

இருவரும் சிரித்தார்கள்.

"சரியான லூசுப்பா..." என்றபடி அவள் காதைப் பிடித்துத் திருகினான் அவன்.

'ஆமாம். ஒரு லூசுக்கு இன்னொரு லூஸ்தான் கிடைக்கும்."

"சரி. சண்டை போறும். இப்போ எங்கே போகலாம் சொல்லு...?"

"எங்க வீடுன்னு சொன்னேனில்ல...?"

"ரெண்டு பேர்வீடும் வேணாம். வேற எங்கேயாவது போகலாம்."

"எங்கே?"

"பீச்சுக்குப்போகலாமா...?"

"சரி," என்றவள், கூடவே சொன்னாள்.

"அதுக்கு நேரா ராதாகிருஷ்ணன் ரோடிலிருந்து போயிருக்கலாம்ல. எதுக்கு மௌண்ட் ரோட் வந்தீங்க?" இப்ப சுத்திக்கிட்டுப் போகணும். கஷ்டம்.

"சுத்திக்கிட்டுப் போறது கஷ்டம்தான் ஆனால் உன்னைச் சுத்திட்டுப் போறது ரொம்ப இஷ்டம்.,"

"ஐயோ... டி. ராஜேந்தர் பாணியா... அவருகிட்ட சொல்லி டயலாக் எழுத சான்ஸ் வாங்கித் தரட்டுமா...?"

"அவரே பெரிய டயலாக் ரைட்டர். எனக்கா சந்தர்ப்பம் தருவாரு... நமக்கு ராமநாராயணன் இருக்காரு, போறும்.

பேசிக் கொண்டே வந்து கண்ணகி சிலைக்குப் பக்கத்தில் திரும்பி உள்ளே போய் காரை நிறுத்தினான். சற்று தள்ளி சிறுவர்கள் கிரிக்கெட் விளை யாடிக் கொண்டிருந்தார்கள். மணலில் நிறைய தலைகள் தெரிந்தன. கார் நிற்பதற் கென்றே காத்திருந்த மாதிரி சுண்டல் டப்பாவைத் தூக்கிக் கொண்டு ஒரு பையன் ஓடி வந்தான். "சார் சுண்டல் சார், வியாபாரமே இல்லை சார், வாங்கிக்கோங்க சார்..." என்று கெஞ்சினான்.

"சுண்டல் வேணாம், இந்தா வச்சிக்க. ஆளை விடு," ஐந்து ரூபாய் நோட்டை உருவி அவன் கையில் திணித்தான் விஸ்வநாதன்.

அந்தப் பையன் அகன்றதும் "சார் பஜ்ஜி சார். சூடாக இருக்கு சார்." என்று ஒருவன், பிச்சைக்காரச் சிறுவர்கள், கார்க் கதவைத் தொட்டுக் கொண்டே நின்ற கிழவி... சலித்துப் போய் விட்டது. விஸ்வநாதனுக்கு.

"வர வர மெட்ராஸ்ல தனியா உட்கார்ந்து பேசக்கூட இடமில்லாமல் போச்சு." கோபப்பட்டான்.

ஷைலஜா சிரித்தாள்.

"சிரி. என் அவஸ்தை உனக்குச் சிரிப்பாக இருக்கு இல்ல...?" என்று கதவில் சாய்ந்து அவள் பக்கம் திரும்பி உட்கார்ந்தான்.

"சொல்லு..."

"என்ன சொல்லணும்?"

"நம்ம கல்யாணம் எப்போன்னு சொல்லு."

"ஆசையைப் பாரு. இன்னும் படிப்பே முடியலை. அதுக்குள்ள கல்யாண மாம்."

                                    விரலோடு வீணை

"என்னால் தாங்க முடியாதுப்பா இனிமேல்."

"தாங்க முடியாதுன்னா...?"

"தாங்க முடியாதுதான். நீயே புரிஞ்சுக்கணும்..."

"கல்யாணம்னால் என்ன விளையாட்டா விஸ்வம். உங்கப்பா, எங்கப்பா எல்லாம் சம்மதிக்க வேணாமா...? அஃப் கோர்ஸ் எங்கப்பா சம்மதிச்சிடுவாரு. எதுவும் சொல்ல மாட்டாரு. ஆனால் உங்கப்பா...?"

அதன் பின்னரே அப்பாவின் ஞாபகம் வந்தது விஸ்வத் திற்கு. பகீரென்றது. தெரிந்தால் என்ன சொல்வாரோ...?

இதுதான் சொல்வார் என நிச்சயிக்க முடியவில்லை அவனால். அப்பாவிற்குத் தன் அம்மா தவிர நிறைய பெண்களின் பழக்கம் உண்டு. தொடர்பு உண்டு. எல்லாம் பணம் காசு கொடுத்து வைத்துக் கொள்கிற தொடர்புதான்.

வெளியில் யாருக்கும் தெரியாது என அவர் நினைத்துக் கொண்டிருக்கிற தொடர்பு. அதனால் தன் காதலுக்கு ஒன்றும் சொல்லமாட்டார் என்கிற நம்பிக்கை இருந்தாலும் ஏதோ இடறிற்று. அடிமனதில் ஒரு சந்தேகம் தலைதூக்கிற்று.

'ஒருவேளை அப்பா முடியாது என்று சொல்லி விட்டால்...?'

"என்ன விஸ்வம் அப்பான்னு சொன்ன உடனே மௌனமாயிட்டீங்க? அத்தனை பயமா...?"

"சீச்சி! பயம்லாம் ஒன்னுமில்ல..." சமாளிக்க முயன்றான்.

"பின்ன...?"

"சும்மா யோசிச்சேன்."

"என்ன யோசிச்சீங்க?"

"அப்பாவுக்குத் தெரிஞ்சால் என்ன ஆகும்னு"

"என்ன ஆகும்?"

"தெரியலை."

"என்ன விஸ்வம் இப்படி சொல்றீங்க?"

"நிஜமாகவே தெரியலை ஷைலஜா..."

கால் விநாடி மௌனமாக இருந்து பின் கேட்டாள்.

"ஏன் விஸ்வம், தெரிஞ்சால்தானா...? நீங்க சொல்ல மாட்டீங்களா...?"

"சொல்லலாமான்னுதான் நினைச்சுக்கிட்டிருந்தேன்."

"பயமா...?"

"ம்ஹூம். பயம்னு சொல்ல முடியாது. ஒரு மாதிரி தயக்கம்."

"ஏன்...?"

"இதுவரை நான் என் அப்பா எதிர்ல நின்னு கூட பேசினதில்லை."

"அவ்வளவு பயமா?"

அவனுக்குச் சட்டென்று கோபம் வந்தது.

"திரும்பத் திரும்ப பயம்னு சொல்றியே... நான்தான் அதுக்குப் பேரு பயமில்லைன்னு சொன்னேனில்ல...?"

"பின்ன...?"

"மரியாதை, மதிப்பு."

தன் அப்பாவைத் தான் தூக்கி எறிந்து எப்படியெல்லாம் பேசுகிறோம் என நினைத்துக் கொண்டாள்.' 'ஒரு வேளை பணம் இருந்தாலே மரியாதை, மதிப்பு எல்லாம் கொடுக்க தோன்றுமோ...?

'தன் அப்பாவிடம் தான் பேசுவதெல்லாம் தப்போ...? விஸ்வநாதனே அவனுடைய அப்பாவிடம் இவ்வளவு பணிவாக நடந்து கொள்கிறபோது தான் அந்த மாதிரியெல்லாம் நடக்கக்கூடாதோ...? பாவம் அப்பா. எவ்வளவு முறை முகத்தால் அடித்திருக்கிறோம். குத்திக் குத்திக் காட்டியிருக்கி றோம். ஒரு வார்த்தை பதிலுக்குச் சொல்லியிருப்பாரா... பேசியிருப்பாரா...?

                                    விரலோடு வீணை

"என்ன ஷைலஜா பேசாமல் இருக்கே?"

"ஒண்ணு மில்ல. போகலாமா...?"

"இல்ல விஸ்வம். அப்பா இன்னிக்குக் கடைக்குப் போகலை. நேரமானால் பயப்படுவாரு..."

"'சரி. கிளம்பலாம்" என காரைக் கிளப்பிய விஸ்வநாதன் கடற்கரை விட்டு வெளியில் வந்து சாலையில் திரும்பினதும் கேட்டான்.

"உங்கப்பா இன்னிக்குக் கடைக்குப் போகலைன்னு சொன்னாயே ஷைலு. அவர்கூட கடையா வச்சிருக்காரு...?"

பகீரென்றது ஷைலஜாவிற்கு. 'இது என்னடா சங்கடம். பாட்டிலைத் திறந்ததும் வெளியில் வந்து பூதமாக இப்படி ஒரு கேள்வி கேட்கிறான். என்ன சொல்லி சமாளிப்பது...? பேசாமல் உண்மையைச் சொல்லி விடலாமா?

'அதற்கும் பயமாக இருந்தது. சொல்லத் தைரியம் வரவில்லை. தானாகத் தெரிகிறபோது தெரியட்டுமே... என் அப்பா சேல்ஸ்மேன் என்று ஒரு பெரிய துணிக்கடை அதிபரின் மகனிடம் நானாக ஏன் சொல்ல வேண்டும்?'

வாய் திறக்காமல் அவள் கண்மூடி இருக்க, திரும்பிப் பார்த்த விஸ்வம் மெல்ல அவள் கை தொட்டான். அப்போதுதான் விழித்துக் கொண்ட மாதிரி சடாரென்று கண் திறந்தாள் அவள்.

"என்ன ஷைலஜா... தூங்கிட்டியா?"

"இல்ல விஸ்வம். ஒரே தலைவலிக்குது. தாங்க முடியலை. அதான் லேசா கண் மூடினேன்."

"சூடா காபி குடிக்கிறியா?"

"வேணாம். வீட்டுக்குப் போயிடறேன் விஸ்வம். என்னை இப்படி இறக்கி விட்டுடுங்க."

வீட்டிற்குள் நுழைந்ததும் வாசலிலேயே காத்துக் கொண்டிருந்த அப்பா கேட்டார்.

"என்னம்மா நீ... இத்தனை நேரமாகியும் வரலை பயந்தே போயிட்டேன்."

சுரீரென்று அவர்மீது ஒரு வெறுப்பு ஏற்பட்டது அவளுக்கு.

"ஆமாம். மாளாத நகை போட்டு மகளை வெளியில் அனுப்பி வச்சிருக் கீங்க பாருங்க. அதுக்காக பயப்படுங்க."

குத்தலாகச் சொல்லிவிட்டு உள்ளே போனாள் அவள்.

"இது நாய்வால், நிமிர்த்த முடியாது!' என்பதை உணர்ந்த சிங்காரம். வாசல் கதவை மூடித் தாழிட்டு மெளனமாகத் தலை குனிந்து வீட்டிற்குள் திரும்பினார்...

13

அன்றிரவு முழுதும் ஷைலஜா தூங்கவில்லை. கனவில் வந்த விஸ்வநாதன் தூங்க விடவில்லை. 'ஐ லவ் யு' சொல்லிச் சொல்லி எழுப்பினான். 'நான் பக்கத்தில் இருக்கிற போது என்ன ஷைலு தூக்கம்...?' என்று கொஞ்சினான். தோளில் கை போட்டுத் தன்னோடு சேர்த்து அணைத்துக் கொண்டான். முகம் திருப்பி உதட்டில் அழுத்த முத்த மிட்டான்.

'சீ! என்ன விஸ்வம் இது...?' என்று செல்லமாய்ச் சிணுங்கினாள் அவள்.

'என்ன...? உனக்குப் பிடிக்கலையா...? வேணாமா...? ஸாரி ஷைலு. வேணாம்னால் திருப்பி எடுத்துண்டுடறேன்.''

மறுபடியும் உதட்டோடு உதடு வைத்து அழுத்தி...

சட்டென்று விழித்துக் கொண்டாள். கரண்ட் போயிருந்தது. அறை இருட்டாகக் கிடந்தது. மின்விசிறி சுழலாததால் வியர்த்துக் கொட்டிற்று. எழுந்து உட்கார்ந்து கொண்டாள். நைட்கவுனில் முகம் துடைக்க முடியாது. துண்டு வேண்டும். இந்த இருட்டில் எழுந்து போய் எடுக்க முடியாது. என்ன செய்யலாம்...? அப்பாவின் தோளில் எப்போதும் மேல் துண்டு கிடக்கும். படுக்கும்போது கூட பக்கத்தில் வைத்துக் கொண்டிருப்பார். கேட்டால் என்ன...?

"அப்பா..."

ஒரே குரலுக்கு பதில் குரல் கொடுத்தார் அவர்.

"என்னம்மா...?"

"துண்டு வேணும்ப்பா..."

"என்ன துண்டும்மா?"

"மேல் துண்டு, வேர்த்துக் கொட்டறதுப்பா, துடைச் சுக்கணும்."

"இந்தாம்மா" நீட்டினார்."

....

இருட்டில் துண்டின் வெள்ளை லேசாய்த் தெரிய வாங்கிக்கொண்டாள்.

"எப்போப்பா கரண்ட் வரும்?"

"யாருக்கும்மா தெரியும்?"

"வாசல்ல போய் உட்கார்ந்துக்கலாம்ப்பா. காத்தாவது வரும்."

அவர்கள் தடவிக் கதவு திறந்து போனபோது அத்தனை குடித் தனங்களும் குழுமியிருந்தன. சளசளவென்று பேச்சு சத்தம்.

"வேணாம்ப்பா. உள்ளே போயிடலாம்."

உள்ளே வந்து இருட்டில் துழாவித் தன் பாயில் படுத்தாள். 'சீ! இந்த ஒண்டுக் குடித்தன வீட்டிலிருந்து எப்போது விடுதலை கிடைக்கும்...?'

விஸ்வநாதனின் வீடு எப்படி இருக்கும்...? அரண்மனை மாதிரி இருக்குமா...? பெரிய பணக்காரனென்னு நித்யாதான் சொல்லியிருக்கிறாளே... தினமும் ஒவ்வொரு விதமான காரில் வருகிறானே... காரே அவ்வளவு பெரிதாக இருந்தால் வீடு எவ்வளவு பெரிசாக இருக்கும். பெரிது பெரிதாக பெட் ரூம்கள், மகாராஜாக்கள் சிம்மாசனமாக சோபாக்கள் ரத்தினக் கம்பளங்கள், டன்லப் மெத்தைகள், கட்டில்கள், டிரஸ்ஸிங் டேபிள்கள், அழகழகாய் திரைச்சீலைகள், இப்படி அனைத் திற்கும் மேலாகக் குளிர்சாதனை வசதி...

ஏ.ஸி. பற்றின நினைவே சில்லென்றிருந்தது. மனதை குளிர வைத்தது. உடனே அங்கு போய்விட வேண்டும் போலிருந்தது. போதும் இந்த எலி வளை. இன்னும் எத்தனை நாளுக்கு இதனுள் அடைபட்டுக் கிடப்பது? இந்த வயதில் வாழ்க்கையை அனுபவிக்காமல் வேறு எப்போது அனுபவிப் பது...? கிழவியான பின்பா...?

                                              விரலோடு வீணை

அப்போதே அப்பாவிடம் சொல்லிவிடத் தோன்றிற்று. விஸ்வநாதனைக் கல்யாணம் பண்ணிக்கொண்டு, விதவிதமாக உடுத்து, ஏர்கண்டிஷன் அறையில் தூங்கி, காரில் பவனி வரலாம். சினிமா.

டிராமா. கச்சேரி. லயன்ஸ் கிளப்.

உலகில் அனுபவிக்கத்தானா விஷயங்கள் இல்லை? பணம் ஒன்றிருந்தால் போதும். எல்லாம் தானாகத் தேடி வரும். அனைத்து அனுபவங்களும் கிடைக்கும். ஆனால் அந்தப் பணத்தை அடைகிற வழி எது? தனக்கு அதிர்ஷ்ட வசமாக கடவுள் விஸ்வநாதனை அனுப்பி வழி தேடித் தந்தி ருக்கிறார். அதைப் பற்றிக் கொள்ள வேண்டும். உறுதியாய், கைவிடாமல் இறுகப் பிடித்துக் கொள்ளவேண்டும். நாளைக்கே விஸ்வநாதனிடம் இதைப் பிரஸ்தாபிக்க வேண்டும். விஸ்வநாதனிடமா... அப்பாவிடமா...? யாரிடம் முதலில் சொல்வது...?

விஸ்வநாதனிடமே சொல்லலாம் என்று முடிவு செய்து கொண்டு படுத்த வள், எப்போது விடியும், விஸ்வநாதனுக்கு போன் செய்யலாம் எனக் காத்திருந்தாள்.

மறுநாள் காலை ஏழு மணிக்கெல்லாம் எழுந்து கொண்டாள். அவசரமாய் பல்துலக்கி, காப்பி குடித்து, அப்பாவிடம் சொல்லிக் கொண்டாள்.

"அப்பா, நான் போய் ஒரு டெலிபோன் பண்ணிட்டு வரேன்."

"யாருக்கும்மா...?" கோபம் வந்தது அடக்கிக் கொண்டாள்.

"நித்யாவுக்குப்பா..."

தெருமுனை நாடார் கடையிலிருந்து மனது பரபரக்க விஸ்வநாதனின் தொலைபேசி எண்களை சுழற்றினாள். நீண்ட நேரம் மணியடித்தபின் எடுக்கப்பட்டது. பாதித் தூக்கத்தில் எழுந்த விஸ்வநாதனின் கரகரத்த குரல் ''ஹலோ' சொன்னது.

"விஸ்வம் நான்தான்."

"நான்தான்னால்...?" குரல் அடையாளம் தெரிந்தும் வேண்டுமென்றே கேட்டான் அவன்.

"நான்தான்ற பெண் குரலைக் கேட்டும் யாருன்னு கேட்கறீங்களா...? இந்த அளவுக்குக் களோஸா என்னைத் தவிர இன்னும் எத்தனை பேர் உங்க கிட்ட பேசுவாங்க...?"

மறுபடியும் அவளைச் சீண்டிப் பார்க்க வேண்டும் போலிருந்தது விஸ்வ நாதனுக்கு.

"ஓ... நீயா ஷைலு டார்லிங்..."

"டார்லிங்கெல்லாம் கிடக்கட்டும் முதல்ல கேட்ட கேள்விக்கு பதில்......"

"என்ன கேட்டீங்கன்றதே மறந்து போச்சு..."

"மறக்கும்... மறக்கும்..."

"நிஜம்மா மறந்திடுச்சு ஷைலு..."

"என்னை மாதிரி இன்னும் எத்தனைப் பொண்ணுங்க நெருக்கம்...?"

"ம்... அதிகமில்லை... நாலே நாலு பேர்."

"என்ன...?"

"ஷோபா, ஷீலா, லதா, பத்மினி... நாலே பேர்தான்..."

டக்கென்று தொலைபேசித் தொடர்பு துண்டிக்கப்பட்டதில் திடுக்கிட்டான் விஸ்வநாதன். 'ஐயய்யோ... கோபித்துக் கொண்டு விட்டாள் போலிருக் கிறதே...!'

ஒரே விநாடியில் பதறிப் போனான்.

'இப்போது என்ன செய்வது? அவளுக்கு டெலிபோன் கூட இல்லையே... கூப்பிட முடியாதே...!'

தவித்துக் கொண்டிருந்த போதே மீண்டும் தொலைபேசி அழைத்தது, கடவுளே... இது ஷைலஜாவாக இருக்க வேண்டுமே...! |

அவள்தான். அவனுக்கு மூச்சு வந்தது.

"என்ன ஷைலு இது...? இப்படியா செய்வாங்க...?"

"லுக் விஸ்வம், உங்களுக்கு நாலு பேர் இருந்தாங்கன்னா எனக்கு நானூறு பேர் கிடைப்பாங்க, தெரியுமா...?"

'சும்மா விளையாட்டுக்குச் சொன்னா, இது என்ன ஷைலஜா...?"

"இதிலெல்லாம் என்ன விளையாட்டு வேண்டியிருக்கு, உங்களை மாதிரி நானும் விளையாடட்டுமா... ரமேஷ், பரத், ஸ்ரீகாந்த், மனோ..."

"ஏய் உதை விழும், மேல ஒரு பேர் சொல்லு பார்க்கலாம்..."

"பின்ன... நீங்க மட்டும் சொல்லலாம், நான் சொல்லக் கூடாதா?"

"ஸாரிம்மா. வெரிஸாரி. தப்புபண்ணிட்டேன்-மன்னிச்சுக்கோ..."

"போனாப் போகட்டும்ம்னு இந்தத் தரம் மன்னிக்கறேன். இன்னொரு தரம் இதே தப்பை திரும்ப செய்தால் மன்னிப்பே கிடைக்காது."

"ஓ.கே., ஓ.கே., அதைவிடு. வேற ஏதாவது பேசலாம். ஆமாம், என்ன இன்னிக்கு இவ்வளவு காலைல போன் பண்ணியிருக்க, காலேஜ் கிடையாதா?"

"அம்மா மட்டம்."

"எதுக்கு?'

"ஐயா கூட சினிமா போகப் போறேன்,"

"எந்த ஐயா கூட?"

"எனக்கு நாலு ஐயாவெல்லாம் கிடையாது. உங்க கூடத்தான்."

"ஹைய்யா... அப்படின்னா நானும் கடைக்குப் போகலை, இன்னிக்குப் பூரா நம்ம நாள்தானே...?"

"ஆமாம்."

"எங்கெல்லாம் போறோம்?"

"முதல்ல சினிமா. நான் பதினோரு மணிக்கு வீட்டை விட்டுக் கிளம்பி காலேஜ் வாசலுக்கு வரேன். நீங்களும் வாங்க. அப்புறம் வேற எங்கேன்னு யோசிக்கலாம்."

"தங்கள் சித்தம். என் பாக்கியம் தேவி."

"சரி வச்சுடட்டுமா பிரபு?"

"அப்படியே ஆகட்டும் தேவி."

சரியாகப் பதினோரு மணிக்கு ஷைலஜாவைக் கல்லூரி வாசலில் காரில் ஏறிக் கொண்டான் விஸ்வநாதன். புது உடையும், செண்ட் வாசனையும், கழுத்துச் சங்கிலியும், நிகுநிகுவென்ற நிறமுமாகப் பளபளத்தான். அவள் காரில் ஏறிக் கொண்டதும் உற்சாகமும், சந்தோஷமுமாக 'குட்மார்னிங்' சொன்னான்.

"மார்னிங் என்ன... மத்தியானமாகப் போறது..."

"ஓ. கே. குட் ஆஃப்டர்நூன்."

"சரி. எந்த சினிமாவுக்குப் போகலாம்?"

"உங்க காரக்டரை வச்சு ஒரு படம் வந்திருக்கே... அதுக்குப் போகலாம்..."

"என் காரெக்டரா... என்ன படம் அது?"

"சபலிஸ்ட் காரெக்டர். நாசர் நடிச்சது..."

"சி! பார்த்தியா... என்னைப் போய் அப்படிச் சொல்லலாமா?" -

"உங்களைச் சொல்லாமல் வேற யாரைச் சொல்றது. காரை கிளப்புங்க. ஏதாவது ரெஸ்டாரெண்ட் போய் சாப்பிட்டுவிட்டுத் தியேட்டர் போகலாம்."

அவன் அவளை ஐந்து நட்சத்திர ஓட்டல் ஒன்றிற்குக் கூட்டிப்போனான். அந்த இடத்தின் நேர்த்தியிலும், நயத்தி லும், நாகரிகத்திலும் மயங்கினாள் அவள்.

"கல்யாணமானதும் தினமும் இங்கே வரலாமா விஸ்வம்?"

"இங்கே எதுக்கு வரணும்? கல்யாணமாகட்டும் வீட்டிலேயே உனக்குன்னு தனியா இந்த மாதிரி ஒரு ஃபைவ் ஸ்டார் ஓட்டல் கட்டித் தந்துடறேன்."

"தாஜ்மகாலா?"

                          விரலோடு வீணை

"ஷைலு மகால்."

"ஆஹா... இந்தப் பேச்சுக்கு ஒண்ணும் குறைச்சல் இல்ல..."

'நீ செத்துப் போனதற்கப்புறம் நான் ஷைலு மகால் கட்றேனா இல்லை யான்னு நீ வேணா பாரேன்."

"ஆமாம்... செத்துப் போனதற்கப்புறம் பார்க்கச் சொல்லி சொல்ல மாட்டீங் களா பின்ன...?"

ஓஹோ ஹோவென்று சிரித்தான் அவன்.

சாப்பிட்டு முடித்து நேராகத் திரைப்படத்திற்குப் போனார்கள். உயர் வகுப்பின் கடைசி வரிசையில் டிக்கெட் வாங்கிக் கொண்டு உள்ளே போய் அமர்ந்தார்கள். படம் ஆரம்பிக்க இன்னும் நேரமிருந்தது.

அவன் அவள் காதருகில் போய் உதடுகள் உரச வேண்டுமென்றே கேட்டான்.

"ஐஸ்கிரிம் சாப்பிடறியா ஷைலு...?"

புரிந்து கொண்டாள் அவள்.

"கிண்டலா...கொஞ்சம் தள்ளி உட்காருங்க. யாராவது பார்க்கப் போறாங்க..."

"யாரும் பார்க்க முடியாது. நாம் உட்கார்ந்திருக்கிறது கடைசி வரிசை."

"பக்கத்துல மனுஷங்க உட்கார்ந்திட்டிருக்காங்கன்றது ஞாபகமிருக்கட்டும்."

'இருக்கட்டுமே...எனக்கென்ன பயமா...? என் பொண்டாட்டி நான் கொஞ்ச றேன். அவங்களுக்கென்ன வந்தது?" அவளது கையெடுத்து புறங்கையில் முத்தமிட்டான்.

"ஐயோ...என்ன விஸ்வம் இது...? சினிமா பாருங்க விஸ்வம்'

"உன்னைப் பக்கத்துல வச்சிக்கிட்டு வேறு எதையாவது பார்க்கத் தோணு மா ஷைலஜா...?"

"இதுக்கெல்லாம் ஒண்ணும் குறைச்சல் இல்ல, இந்த சினிமாவுலகூட இத்தனை அற்புதமான டயலாக் வரலை."

"சீ! பார்த்தியா...? நிஜமா சொன்னாக்கூட டயலாக் குன்ற...?"

அதைக் கேட்டு அவளும் உணர்ச்சி வசப்பட்டாள். அவன் கையைத் தன் கையோடு கோர்த்து அழுத்தினாள். பின்னர் அவன் உள்ளங்கையில் லேசாக உதட்டைத் தீட்டினாள்.

"ஏன் கொஞ்சம் அழுத்தமாகத்தான் கொடுக்கக் கூடாதா...? மக்கு, மக்கு... எப்படி கிஸ் பண்ணனும்னு கூடத் தெரியலை. கல்யாணத்துக்கு அப்புறம் நான்தான் எல்லாம் சொல்லித் தரணும்போல இருக்கு... என்றவன் அவள் கையை இழுத்து கால்வினாடி தன் உதட்டோடு இறுக அழுத்திப் பின் முத்தமிட்டான்."

"இப்படித் தரணும். ஆமாம்... எப்படியும் சொல்லித் தரப் போறவன் நான்தான். அதைக் கல்யாணத்துக்கு முன்னாலயே சொல்லித்தந்துடறேனே."

'ஆ...! ஆசையைப் பாரு. உதை விழும்." சொல்லி விட்டுச் சரேலென்று தன் கையை இழுத்துக் கொண்டு தள்ளி உட்கார முயன்றாள்.

"போச்சுடா...உள்ளதும் போச்சு" முகத்தைத் தொங்கப் போட்டுக் கொண் டான்.

"எல்லாம் கிடைக்கும். கல்யாணத்துக்கு அப்புறம்."

இடைவேளை வரை இப்படியே பொழுது போயிற்று. இடை வேளையில் விளக்கெரிந்ததும் விஸ்வம் எழுந்து கொண்டான்.

"என்ன விஸ்வம்?"

"போகலாம் ஷைலா...?"

"பாதியிலா...?"

"எனக்குக்கூட நீ பாதிதானே கொடுத்த?"

"சீ! ரொம்ப மோசம் நீங்க" என்று எழுந்து கொள்ள முயன்ற ஷைலஜா விற்குக் கை கொடுத்து உதவினான்.

                                        விரலோடு வீணை

அதே வரிசையின் கோடியிலிருந்த நான்கு கண்கள் அதை கவனித்து அதிர்ச்சியடைந்தன.

"ஏங்க... அது என் அண்ணன் மகன் விஸ்வநாதனில்லை...?"

கண்களை இடுக்கிக்கொண்டு பார்த்த பெரியவர் பதறினார்.

"ஆமாம், அப்படித்தான் தெரியுது."

"என்னங்க அநியாயம், நம்ம மல்லிகா இவனுக்குன்னு காத்துக்கிட்டிருக்க, ஏதோ ஒரு குட்டி கூட வந்திருக்கான்."

"எழுந்திருடி... இப்பவே போய் கையும் களவுமாப் பிடிச்சு கேட்போம்..."

அவர்கள் எழுந்திருப்பதற்குள் இடைவேளை முடிந்து விளக்குகள் அணைந் தன. தட்டுத் தடுமாறி வெளியில் வந்து கார்கள் நிற்குமிடத்தில் தேடிய போது போய்விட்டிருந்தான் அவன்.

பெரியவர் ஆத்திரமும், கோபமுமாகத் தன் மனைவியிடம் உறுமினார்.

"வாடி... நேரா உங்கண்ணன்கிட்ட போய் சொல்லலாம்."

அவர்களின் கார் தியேட்டரை விட்டு சீறிக் கொண்டு வெளியில் வந்தது.

━━━◦◦◦━━━

14

அப்போதுதான் கடையிலிருந்து வீடு வந்திருந்தார் சின்னசாமி செட்டியார். சாப்பிடக்கூட இல்லை. பகல் ஒரு மணிக்கு சாப்பாடு. நான்கு மணியாகியும் சாப்பாட்டைப் பற்றிய பிரக்ஞை இல்லை. மாறி மாறி இரு தொலைபேசிகளும் ஒலித்தன. காரியதரிசிகள் மூன்று பேர்களும் கையெழுத்திற்காகச் செட்டியாரிடம் காகிதங்களை நீட்டினர்.

"ஐயா... செக் புஸ்தகத்துலகூட கையெழுத்து வேணுங்கய்யா."

"எடுத்து வை வேணு. சாப்பிட்டு விட்டு வந்து போடறேன்."

கை கழுவி மேஜையின் வெள்ளித் தட்டிற்கு முன் உட்கார்ந்தார். உடனே வாசலில் கார் வந்து நின்றது.

"வாங்க அக்கா. வாங்க மாமா..." மனைவி தெய்வானை பலமாக வரவேற்கும் சத்தம் கேட்டது.

இருந்த இடத்திலிருந்து குரல் கொடுத்தார் செட்டியார்.

"யாரு தெய்வானை?"

"உங்க தங்கச்சியும் மாமாவும் வந்திருக்காங்க. அவரு இப்பத்தான் சாப்பிட உட்கார்ந்தாரு. உள்ள வாங்க..." இருவரையும் சாப்பாட்டுக் கூடத்திற்கு அழைத்து வந்தாள் தெய்வானையம்மாள்.

பெரிதாய் இரண்டு கட்டுக்களைக் கொண்ட செட்டிநாட்டு வீடு, காரைக்குடிக்குப் பக்கத்தில் கானாடு காத்தானில் செட்டியாருக்குப் பெரிய அரண்மனை மாதிரி வீடு உண்டு. அந்தக் கால பர்மா தேக்கு மரத்தாலான உத்திரங்களும் பெரிய பெரிய இரண்டாள் உயரக் கதவுகளும், அவற்றின் வேலைப்பாடுகளும் நாள் முழுதும் பார்க்கத் தூண்டும்.

முற்றமும், கூடங்களும், சுழல்மாடிப் படிகளும், மாடியின் படுக்கையறைகளும், ஜன்னல்களின் வர்ணக்கண்ணாடிகளுமாக மகாராஜாவின் உப்பரிகையில் நுழைந்துவிட்ட உணர்வை ஏற்படுத்தும். கானாடுகாத்தானில் மட்டும் ஆயிரம் ஏக்கர் நிலம் உண்டு செட்டியாருக்கு. அதில் வீட்டின் விஸ்தீரணம் ஐம்பது ஏக்கர்.

அதே மாதிரித்தான் சென்னையின் இந்த வீட்டையும் செட்டிநாட்டுப் பாணியில் கட்டச் செய்திருந்தார். உத்திரங்கள், கதவுகள், ஜன்னல்கள், தூண்கள் எல்லாம் செட்டிநாட்டிலிருந்து தருவிக்கப்பட்டன.

மாம்பலத்தின் முந்தின தெருவில் வாசற்கதவும் பின் தெருவில் கொல்லையுமாக ஏகப்பட்ட விஸ்தீரத்தில் பெரிய வீடு. கிட்டத்தட்ட ஐம்பது கார்கள் நிற்கலாம். எப்போதும் பத்துக்குக் குறையாத கார்கள் நின்றிருக்கும். எல்லாமே செட்டியாருக்குச் சொந்தமானவை. ஏழெட்டு கூர்க்காக்கள், வீடு நிறைய வேலையாட்கள் என்று கல்யாணச் சத்திரமாக அமர்க்களப்படும். ஆனால் செட்டியார் உள்ளே நுழைந்துவிட்டால் கப்சிப் என்றாகி விடும். ஊசி விழுந்தால் கேட்கிற அமைதி வந்துவிடும்.

அப்போதும் அந்த அமைதிதான் வந்திருந்தது. அந்த அமைதியின் நடுவில், "உங்க தங்கச்சியும், மாப்பிள்ளையும் வந்திருக்காங்க" என்ற தெய்வானையின் குரல் கணீரென்று கேட்டது. சாப்பிட உட்கார்ந்த செட்டியார் எழுந்து வந்து வரவேற்று தங்கையையும், தங்கையின் கணவரையும் சாப்பாட்டுக் கூடத்திற்கு அழைத்துச் சென்றார்.

"வாம்மா நாச்சியம்மை... வாங்க மாப்பிள்ளே... சாப்பிட உட்காருங்க..."

"வேணாண்ணே... நாங்க காலைலேயே சாப்பாட்டை முடிச்சுக்கிட்டுத்தான் கிளம்பினோம். நீங்க சாப்பிட்டுவாங்க. ஒரு முக்கியமான சமாச்சாரம் சொல்லணும்..."

"சொல்லுங்க... சாப்பாடு வேணாம்ன்னால் கொஞ்சம் காபியாவது குடிங்க மாப்பிள்ளே..."

"நீங்க சாப்பிட்டு எழுந்திருச்சு கூடத்துக்கு வாங்க. அண்ணி நீங்களும் வாங்க. அங்க உட்கார்ந்து பேசுவோம்."

மடமடவென்று சாப்பிட்டு முடித்து கை கழுவிக் கொண்டு வந்தார் செட்டியார். கூடத்திற்கு வந்ததும் தங்கையைப் பார்த்துச் சொன்னார்.

"ரொம்ப முக்கியமான சமாச்சாரம்னால் மாடிக்குப் போயிருவோம்."

"என்னங்க...?"

"சரி. போயிரலாம்."

மாடியின் குளிர்சாதன வரவேற்பறையில் வந்து உட்கார்ந்து கொண்டதும் தன் அமைதி மாறாமல் கேட்டார் செட்டியார்.

"சொல்லுங்க. என்ன விஷயம்? ஏதாவது வியாபார விஷயமா?"

"இல்லீங்கண்ணே..." என்ற நாச்சியம்மை தன் கணவரைப் பார்த்தாள்.

"நீங்களே சொல்லுங்க..."

அவரும் சற்று தயங்கிய குரலில் இழுத்தார்.

"அது வந்துங்கண்ணே... விஸ்வநாதன் நம்ம மல்லிகாவுக்குன்றது தீர்மானமான விஷயம்தானே...?"

"அதுல என்ன சந்தேகம்?"

"இல்ல, இப்போ திடீர்னு சந்தேகம் வந்திருக்கு."

"என்ன சொல்றீங்க?"

"நாங்களே எங்க ரெண்டு பேர் கண்ணாலயும் பார்த்தோம். சினிமா தியேட்டர்ல என்ன நடந்துச்சுன்னு சொல்லு நாச்சி, உங்கண்ணன் அண்ணிகிட்டே..."

நாச்சியம்மை விளக்கினாள். ஒன்று விடாமல் சொன்னாள். அந்தப் பெண்ணின் கை பற்றி விஸ்வநாதன் வெளியில் அழைத்துக் கொண்டு போனதும், அவர்கள் பின்தொடர்ந்ததும், கார் போய் விட்டதையும் தெரிவித்தாள்.

                                        விரலோடு வீணை

"எங்களால் தாங்க முடியலேண்ணே. அதான் உங்ககிட்ட சொல்லலாம்னு வந்தோம்."

செட்டியார் கைதேர்ந்த வியாபாரி. வியாபாரத்தின் நெளிவுசுழிவுகள் அத்தனையும் தெரிந்தவர். ஒரு வியாபாரி முதலில் கற்றுக் கொள்கிற பாடம் முகத்தில் எதையும் காட்டாமல் இருப்பது. ஏமாற்றம், சந்தோஷம், துக்கம் எதையும் எதிராளி கண்டுபிடித்து விடாத ஜாக்கிரதை உணர்ச்சி. இத்தனை நாட்கள் வியாபாரத்தில் இருக்கிற அனுபவமும், நகரத்தின் மிகச்சிறந்த வியாபாரி என்ற பெயரும் சாதாரணமாக வந்து விடவில்லை அவருக்கு, பொறுமையும், இன்முகமும், உதட்டிலிருந்து நீங்காத சிரிப்பும், வாய் நிறைய அழைக்கின்ற வாங்கவும், பேச்சின் பணிவும், பவ்யமும் தேடிக் கொடுத்தவை.

அப்படி இருந்து இருந்து அதுவாகவே ஆகிப்போய் விட்ட காரணத்தினால் தங்கையும், தங்கைகணவரும் சொன்னது கேட்டு கோபப்படவில்லை. குதிக்கவில்லை; முகம் சிவக்கவில்லை; வார்த்தைகளில் வெடிக்கவில்லை.

அத்தனையும் அதி அமைதியாகக் கேட்டுக் கொண்டார். முகத்தில் எதையும் வெளிக்காட்டாமல் நிதானமாகவே இருந்தார்.

ஒன்றுவிடாமல் சொல்லி படபடத்த தங்கையையும், அவள் கணவரையும் மெதுவாக ஏறிட்டுப் பார்த்தார். அது நாச்சியம்மையைக் கோபப்படுத்தியது.

"என்னண்ணா, நான் பாட்டுக்கு சொல்லிக்கிட்டிருக்கேன், நீ பாட்டு கேட்டுக்கிட்டுப் பேசாமல் இருக்க?"

மென்மையாய்ச் சிரித்தார் செட்டியார், அந்தச் சிரிப்பில் மனசுக்குள் புகைந்த கோபத்தை அடக்க முயன்றார். நெஞ்சின் தகிப்பை தணித்துக் கொள்ள ஆசைப்பட்டார். ஆனாலும் குரல் நிதானமாய், மென்மையாய் வந்தது.

"என்ன நாச்சியம்மை நீ... இப்பத்தானே சொல்லியிருக்க விஸ்வநாதன் வரட்டும், கேட்கறேன். படிச்ச புள்ளை; இந்தக் காலத்துப் புள்ளை. ஆண் பொண்ணுன்னு வித்தியாசமில்லாமல் பழகற காலமாயிடுச்சு. யாராச்சும் தெரிஞ்ச பொண்ணாயிருக்கலாம். கடை கஸ்டமருடைய

பொண்ணாகவாவது இருக்கலாம், இல்லாட்டி அவன்கூடப் படிச்சவ; சினேகிதனுடைய தங்கைன்னு இருக்கலாம். இதையெல்லாம் விசாரிக்காமல் ஒரு பொண்ணுகூட சினிமா தியேட்டர்ல பார்த்த ஒரே காரணத்துக்காக உங்களை மாதிரி நானும் கோபப்பட்டுடலாமா? இல்லை, சந்தேகம்தான் படலாமா?"

"அதில்லைண்ணா... நான் பார்க்கவே போச்சு. இதுவே நம்ம ஜாதி ஜனங்க பார்த்திருந்தாங்கன்னா தப்பாயில்ல நினைச்சிருப்பாங்க?"

"நம்ம ஜாதி ஜனங்க என்ன? நீகூட இல்ல, தப்பா நினைச்ச திலகா?"

"இல்லண்ணா... நம்மள்ள இதெல்லாம் பழக்கமில்லயில்ல, அதான்..."

"நான் விஸ்வநாதன் வரட்டும்; விசாரிக்கிறேன்னு சொல்லிட்டேனில்ல. பொறுப்பை என்கிட்ட விட்டுட்டு கவலைப்படாமல் போ."

"கூடவே இன்னொன்னையும் சொல்லிடறேண்ணா. இனிமேலயும் கல்யாணத்தைத் தள்ளிப் போடக்கூடாதுண்ணா. பையனையும், பொண்ணையும் கைலயே வச்சுக்கிட்டு எதுக்காகக் கல்யாணத்தைத் தள்ளிப் போடணும்? மல்லிகா படிப்பை முடிக்காட்டியும் பரவாயில்லை. அடுத்த முகூர்த்தத்துலேயே கல்யாணத்தை வச்சுக்கிடலாம்."

"சரிம்மா. ஒரு வேகத்துலயும், அவசரத்துலயும் எதையும் தீர்மானிக்கக் கூடாதும்மா."

"என்னண்ணா சொல்ற? அப்படின்னா கல்யாணம்?"

"குழந்தை மாதிரி பேசறியேம்மா? விஸ்வநாதன் மல்லிகாவுக்கு, மல்லிகாவுக்குத்தான் விஸ்வநாதன்றது எப்பவோ தீர்மானிச்ச விஷயம். நான் ஒன்னைத் தீர்மானிச்சேன்னா அதை மாத்த யாராலும் முடியாதுன்னு தெரியுமில்ல?"

"பின்ன ஏண்ணா அப்படிச் சொன்ன?"

                              விரலோடு வீணை

"இல்லம்மா... அய்யரை வச்சு நாள் நட்சத்திரம் பார்த்துத்தாம்மா முகூர்த்தத்தை வைக்கணும். அதனால் சொன்னேம்மா."

"சரிண்ணா, நாங்க வரோம். விஸ்வநாதன் கிட்ட விசாரிச்சு ராத்திரியே போன் பண்ணுங்க. இல்லாட்டி நாங்க ரெண்டு பேரும் தூங்க மாட்டோம்."

"சரிம்மா."

கார் வரை வந்து அவர்களை வழியனுப்பி உள்ளே வந்த செட்டியார், தெய்வானையைப் பார்த்தார். அவள் முகத்தில் தெரிந்த கவலையைக் கவனித்துக் கேட்டார்.

"என்ன தெய்வானை என்னவோ போலிருக்க?"

"அக்காவும் மாமாவும் வந்து சொன்னதெல்லாம் நிசமா இருக்குங்களா...?"

"என்ன தெய்வானை... நீயும் அவங்களை மாதிரிப் பேசற? கண்ணால் காண்பதும் பொய். காதால் கேட்பதும் பொய், தீர விசாரித்து அறிவதே மெய்ன்றது உனக்குத் தெரியாதா? விஸ்வநாதன் வரட்டும். கேட்கலாம்."

"என் பையன் பொய் சொல்ற பையனில்ல. ஏமாத்தற பையனில்ல. பொண்ணுங்க பின்னால் அலையற பையனில்ல. கேட்டால் உண்மை சொல்லப் போறான். அதுக்கு ஏன் கவலைப்படணும்? நான் போய் கொஞ்ச நேரம் படுக்கறேன். நீ அவன் வந்தால் என்னை எழுப்பு. என்ன...?"

"சரிங்க..."

செட்டியார் படுக்கப் போனபோதே மணி ஐந்தாகிவிட்டது. எட்டு மணி வரை நிம்மதியாகத் தூங்கி எழுந்தார்.

"விஸ்வநாதன் வரல...?" எழுந்ததும் முதல் கேள்வி கேட்டார்.

இண்டர்காமில் சமையலறை கூப்பிட்டு அவருக்குக் காபி கொண்டு வரச் சொன்ன தெய்வானை காபி டம்ளருடன் அவர் அறையில் நுழைந்ததுமே சொன்னாள்.

"இல்லீங்க. அவன் கடைலதான் இருக்கான். அவனே 11 கடையைப் பூட்டிட்டு வரானாம். உங்களை வர வேண்டாம்னு சொல்லிட்டான்.",

"வீட்டுக்கு வந்திட்டுப் போனானா?"

"இல்ல..."

"பின்ன, அவன் கடையில் இருப்பது உனக்கு எப்படித் தெரியும்?"

"போன் பண்ணிக்கேட்டேங்க."

"வேற ஏதாவது கேட்டாயா?"

அந்த அம்மாள் பேசாதிருந்தாள்.

"சொல்லு தெய்வானை, என்ன கேட்ட?"

"காலைலேருந்து கடையிலாப்பா இருக்கேன்னு கேட்டேன்."

"அதானே... பொறுக்கமாட்டியே... என்ன சொன்னான்?"

"இல்லம்மா. சினிமாவுக்குப் போயிருந்தேன்னு சொன்னான்."

"யாரோட போயிருந்தான்னு கேட்டியா?"

"இல்லீங்க."

"நல்லவேளை அவசரப்பட்டு கேட்காமல் இருந்தியே... சினிமாவுக்குப் போனதை அவன் மறைக்கலை. தப்பு செய்த பையனானால் பொய் சொல்லியிருப்பான். ஆமாம்மா, கடைலதான் இருந்தேன்னு தலையாட்டியிருப்பான்."

"இவன் அப்படி செய்யாததிலிருந்து என்ன தெரியுது? குற்றமற்ற, கள்ளமில்லாத நெஞ்சு தெரியுது. யார்கூடப்பா போயிருந்தன்னு ரொம்ப சாதாரணமா, அமைதியா கேட்டோம்னால் அந்தப் பொண்ணு யாருன்றதையும் சொல்லிடப் போறான், எப்போ அவன் சினிமாவுக்குப் போனதை மறைக்கலையோ அப்போ கவலைப்பட வேண்டிய அவசியமில்லை. அதனால் இதுக்கு மேல் அவனை எதுவும் தூண்டித் துருவிக் கேட்க வேணாம். நாளைக்கே ஐயரைக் கூப்பிட்டு மல்லிகா நட்சத்திரத்துக்கும்,

இவன் நட்சத்திரத்துக்கும் பொருத்தமா நல்ல முகூர்த்தமா பார்க்கச் சொல்வோம், என்ன...?"

"அப்பாடா... இப்போதாங்க வயத்துல பால் வார்த்த மாதிரி இருக்கு. அக்கா உங்களை போன் பண்ணச் சொன்னாங்களே..."

"நீயே பண்ணி ஒரு கவலையும் படவேணாம். அந்தப் பொண்ணு எங்களுக்கு வேண்டியவருடைய பொண்ணுதான். அமெரிக்காவிலிருந்து வந்திருக்கு. தமிழ்ப்படம் பார்க்கணும்னு ஆசைப்பட்டுச்சு. கூட்டிட்டுப் போயிருக்கான். அவ்வளவுதான்னு சொல்லிடு. நான் கிளப் வரை போயிட்டு வந்திடறேன்."

"கிளப்புக்குப் போனால் இப்போ எங்க வரப் போறீங்க? சீட்டுப் பைத்தியம் பிடிச்சுக்கிட்டா அத்தனை சுலபமா விட்டுடுமா? ராத்திரி மணி ஒன்னோ ரெண்டோ ஆகப் போகுது."

"இல்ல, ஒரே ஒரு ரவுண்டு ஆடிட்டு வந்திடறேன். நீ மறக்காமல் நாச்சியம்மையைக் கூப்பிட்டுச் சொல்லிடு" என்றவர் சீட்டாடுகிற பரபரப்பில் அவசரமாகக் கிளம்பித் தன் பென்ஸ் காரில் ஏறிக் கொண்டார்.

விஸ்வநாதனைப் பற்றிய பயம், சந்தேகம் எதுவுமின்றி அவர் மனம் துல்லியமான நிம்மதியில் அமைதியாய் இருந்தது.

——&oInfin;——

15

முதல் நாள் இரவு கடையிலிருந்து வரும்போதே உடம்பு சுகமில்லாமற் போயிற்று சிங்காரத்திற்கு. கால்கள் சைக்கிளை மிதிக்க முடியாமற் துவண்டன. கண்கள் எரிந்தன. உடம்பு முழுதுமே ஊமை வலி எடுத்தது. நெற்றிப் பொட்டு விண் விண்ணென்று தெறித்தது.

சைக்கிளை நிறுத்திவிட்டுத் தெருவோரத்தில் சுருண்டு படுத்துக் கொள்ளலாமெனத் தோன்றியதை சிரமப்பட்டு அடக்கிக்கொண்டு வீடு வந்து சேர்ந்தார். நடையில் சைக்கிளை விட்டபின் உள்ளே நுழைந்த போது சூடாகக் காப்பி கிடைத்தால் தேவலாம் போலிருந்தது.

மகளிடம் கேட்க நினைத்து அவளைப் பார்த்தவர் தயங்கினார். மிக மும்முரமாகக் குனிந்து ஏதோ எழுதிக் கொண்டிருந்தாள் அவள்.

'சீ பாவம். படிக்கிற பொண்ணைப் போய் தொந்தரவு செய்வானேன்...?' என்று அவராகக் காலை டிக்காஷனில் காபி கலந்து குடித்தார். அடிவயிறு புரட்டிக் கொண்டு வந்தது. கொல்லைப் பக்கம் போய் வாந்தி எடுத்துவிட்டு வந்தார்.

அதற்கு மேல் தாங்க முடியாமல் தன் பாயை உதறிப் போட்டு படுத்துக்கொண்டார்.

எழுதிக் கொண்டிருந்ததை முடித்துவிட்டுத் தலை உயர்த்திய ஷைலஜா அப்பா படுத்துக் கொண்டிருப்பதைப் பார்த்தாள்.

"என்னப்பா இன்னிக்கு இவ்வளவு சீக்கிரம் படுத்துக்கிட்டீங்க? மணி ஒன்பதுதானே ஆவுது...?"

"என்னவோ முடியலைம்மா. தலைவலி மண்டையைப் பிளக்குது..."

"ஓடிப்போய் ஆஸ்ப்ரோ வாங்கிட்டு வரேம்ப்பா... அதைப் போட்டு சூடா காப்பி ஊற்றிக்கிட்டீங்கன்னா சரியாப் போயிடும்."

"இப்போதாம்மா காப்பி குடிச்சேன். அதுவே நிக்கலை. வாந்தி எடுத்துட்டேன்."

"ஐயய்யோ... எப்போப்பா...? என்னைக் கூப்பிடக் கூடாதா? நான் வந்து தலைபிடிச்சிருக்க மாட்டேன்...?"

"வேணாம்மா. நானே சமாளிச்சுக்கிட்டேன். நீ போய் உன் படிப்பைக் கவனி..."

"ஏம்ப்பா... நீங்க இப்படி உடம்பு சரியில்லாமல் தவிச்சுக்கிட்டிருக்கிறபோது படிப்பாப்பா முக்கியம்? இருங்க வரேன், தெருக்கோடி பார்மஸியிலிருந்து மருந்து வாங்கிக்கிட்டு வரேன்."

"வேணாம்மா. மணி ஒன்பதாயிடுச்சு. தனியாப் போக வேணாம்மா..."

"என்னை யாரும் பிடிச்சிக்கிட்டுப் போயிட மாட்டாங்க. நீங்க சும்மா இருங்கப்பா. பணம் எங்கே வச்சிருக்கீங்க?"

"உனக்குத் தெரியாமல் எங்கம்மா வைக்கப் போறேன்? சட்டைப் பைலதான் வச்சிருப்பேன் பாரு..."

ஆணியில் மாட்டியிருந்த சட்டைப் பையில் கைவிட்டு எடுத்தாள். கசங்கலாக ஓர் ஐந்து ரூபாய்த் தாளும் இரண்டு ரூபாய்த்தாளும் வந்தது.

"என்னப்பா இது...? ஏழே ரூபாய்தான் இருக்கு...?"

"மாசக் கடைசில ஏழாயிர ரூபாயாம்மா இருக்கும்...?" என்று பலவீனமாய்ச் சிரித்தார் அவர்.

"இதுல ஆஸ்ப்ரோ தவிர வேறு ஒண்ணும் வாங்க முடியாது. நான் போய் வாங்கிட்டு வந்துடறேம்ப்பா..."

ஆஸ்ப்ரோ வாங்கிக் கொண்டு திரும்பியவளின் கண்களில் தொலைபேசி பட, சட்டென்று கேட்டாள்.

"நான் ஒரு போன் பண்ணிக்கட்டுங்களா...?"

"பண்ணிக்குங்க."

விஸ்வநாதனைக் கூப்பிட்டாள்.

"ஹாய் விஸ்வம்..."

"வாட் எ ப்ளெசண்ட் சர்ப்பிரைஸ். எங்கிருந்து பேசற...?"

"சொர்க்கத்துலேர்ந்து..."

"அங்க எப்படி நீ போன...? உன்னை உள்ள விட்டிருக்க மாட்டாங்களே...?"

"உங்க சொந்த அனுபவத்தை வச்சு எல்லாரையும் எடை போடறது ரொம்பத்தப்பு விஸ்வம், உங்களை விடலேன்னா என்னையும் விடமாட்டாங்களா என்ன...?"

"ஏய் வாயாடி... நிஜமா கேக்கறேன். எங்கிருந்து பேசற?"

"தெருக்கோடி பார்மஸியிலிருந்து..."

"என்ன உடம்பு?"

"எனக்கில்லை. அப்பாவுக்கு"

"என்ன...?"

"இன்னிக்குக் கே. பி. சுந்தராம்பாள் பாணியில ஒரே என்னவா...? போரடிக்குது, ஏதாவது இன்ட்ரஸ்ட்டிங்கா சொல்லுங்க..."

"ஐ லவ் யூ."

"ஐயோ, இது அதைவிட போரடிக்குது. நான் போனை வச்சுடறேன்டா சாமி..."

"ப்ளீஸ் ப்ளீஸ், வைக்காத ஷைலு... நாளைக்கு எங்க மீட் பண்றோம்னு மட்டும் சொல்லிடு."

"எப்பவும் போல காலேஜ் வாசல்ல."

"எத்தனை மணிக்கு?"

     விரலோடு வீணை

"நாளைக்கு மூணு டெஸ்ட் இருக்கு. கட் பண்ண முடியாது. அதனால் சாயந்திரம் நாலு மணிக்கு சந்திப்போம்."

"ஓ. கே. டார்லிங்."

"என்ன இன்னிக்கு டார்லிங், டியர் எல்லாம் அமர்க்களமா வருது...?"

"உன்னை சந்திச்ச நாளா தினமும்தான் வந்துக்கிட்டிருக்கு. நீ எங்கே கவனிக்கிற?"

"ஐயோ... ஆரம்பிச்சுடாதீங்க. குட்நைட்."

"குட்நைட்."

அவள் வருவதற்குள் இரண்டு மூன்று முறை வாந்தி எடுத்திருந்தார். ஆனால் அவளிடம் சொல்லவில்லை.

"ஏம்மா லேட்?" என்று மட்டும் தீனமான குரலில் கேட்டார்.

"பார்மஸில் ஒரே கூட்டம்ப்பா. இந்தாங்கப்பா மாத்திரை, தண்ணி தரட்டுமாப்பா...?"

"எதுவும் பிடிக்கலேம்மா, வயிற்றை புரட்டுதும்மா..."

"மோர் தரேம்ப்பா. மோர்ல மாத்திரை போட்டுக்கிடுங்க."

"சரி. தாம்மா."

மோர் குடித்து இழுத்துப் போர்த்துக் கொண்டபோது ஷைலஜா இன்னும் சாப்பிடவில்லை என்பது நினைவிற்கு வந்தது. எழ முயன்றார்.

"ஏம்ப்பா எழுந்துக்கிறீங்க?"

"நீ இன்னும் சாப்பிடலையேம்மா... சாப்பாடு போட..."

"வேணாம்ப்பா. நீங்க படுத்துக்குங்க. நானே போட்டு சாப்பிட்டுக்கறேன்."

"நீயே போட்டுக்கறியா? ஒருநாள்கூட உன்னை நான் அப்படி விடலையேம்மா..."

"அதுக்கு என்னப்பா செய்ய முடியும்? உடம்பு சரியில்லைன்னால்கூட நீங்களே வேலை செய்யணுமா? உங்க மக சின்னக் குழந்தை இல்லேப்பா. எப்படி செய்யறேன்னு பாருங்கப்பா..."

அதுவரை சமையலறைக்குள் நுழைந்தே இராதவள், விரல் நுனியால்கூட அடுப்பு தொட்டிராதவள், அப்பாவை ஏய்த்து வேலை செய்ய வைத்தவள் அன்று முதல் முறையாக சமையலறைக்குள் நுழைந்தாள். எந்தப் பாத்திரத்தில் என்ன இருக்கிறது என்பது தெரியாமல் முதலில் மருண்டாள். பின்னர் மூலையில் மூடி வைத்திருந்த பாத்திரங்களைத் திறந்து பார்த்தாள். சாம்பார், ரசம், சாதம் எல்லாம் இருந்தது. ஆறிப் போயிருந்தது. வழக்கமாக எத்தனை மணிக்கு வேலை முடிந்து வந்தாலும் சுடச்சுட சாதம் வைத்து, சாம்பார், ரசத்தை சூடாக்கிப் போடுவார், தட்டு வைத்து.

'சாப்பிட வாம்மா... எல்லாம் ஆறிப் போயிடும்மா...' என்று கெஞ்சுவார்.

'இதோ வரேம்மா... வந்திட்டேம்ப்பா' என்றே நேரம் கடத்துவாள்.

பத்துக்கும் பதினொன்றுக்கும்கூட சாப்பிட வந்திருக்கிறாள். அதுவரை காத்திருந்து பொறுமையாகப் பரிமாறுவார்.

சிடுசிடுக்க மாட்டார். கோபப்பட மாட்டார். கத்தமாட்டார். அவளுக்குப் போட்ட பின்னர்தான் தனியாக உட்கார்ந்து சாப்பிடுவார். பிறகு சமையலறையை சுத்தம் செய்துவிட்டு வந்து படுத்துக் கொள்வார். இதுவரை எதற்கும் அவர் அவளை உதவிக்குக் கூப்பிட்டதில்லை. அத்தனை வயதுப் பெண்ணை உட்கார வைத்துச் செய்வதற்குச் சலித்துக் கொண்டதில்லை.

அதையெல்லாம் நினைத்து நெகிழ்ந்தாள் ஷைலஜா. 'பாவம் அப்பா...' என்று சொல்லிக்கொண்டாள். சூடு செய்வதற்கு சோம்பல்பட்டு ஆறினதையே போட்டுக் கொண்டாள், இறங்க மறுத்தது. அப்பாவின் அருமை தெரிய வந்தது. எத்தனை ராத்திரிகள் அவரைப் புதிதாய் சமைக்க வைத்திருக்கிறாள்.

"ரொம்பப் பசிக்குதுப்பா, என்னப்பா செய்திருக்கீங்க?"

"காலைல வச்ச கத்தரிக்காய் காரக்குழம்பு மீதியிருக்கு தும்மா. அதையே வச்சிட்டேன்."

"ஐய... போங்கப்பா, பசின்னு வந்தால் அன்னிக்குன்னு பார்த்து ஒண்ணும் இருக்காது வீட்ல..."

"என்னம்மா வேணும்? சொல்லு, நிமிஷமா செய்து தரேன்."

"கொஞ்சமா உருளைக்கிழங்கு பொறியலும் ரசமும் வச்சுத் தந்துடறீங்களாப்பா..."

"உக்காரும்மா. அஞ்சே நிமிஷம்."

மடமடவென்று அரிவாள்மணை எடுத்துப் போட்டு உருளைக் கிழங்கு அரிந்து, தக்காளி அரிந்து பத்தே நிமிடத்தில் ரசம் வைத்து தட்டுபோட்டு கூப்பிட்டார்.

"வாம்மா... வந்து சாப்பிடு."

அது நினைவிற்கு வந்து கண்கலங்கிற்று. நிழலின் அருமை வெய்யிலில் தெரிந்தது. என்ன அப்பா அவர்! பணம் காசு இல்லாமல் போகலாம், ஆனால் அந்த அன்பு, பாசம்... இத்தனை நாளும் இப்படிப்பட்ட அப்பாவை எவ்வாறு புரிந்து கொள்ளாமற் போனோம், பாவம், இத்தனை வருடங்களில் ஒருநாள் உடம்பு என்று படுத்ததில்லை. ஒரு இருமல், ஒரு தும்மல், ஜலதோஷம் என்று வந்ததில்லை. தெரு முழுதும் வைரஸ் ஜூரம் வந்து தாக்கும் அவள்கூட நான்கு நாட்கள் படுத்த படுக்கையாக இருந்திருக்கிறாள், ஆனால் அப்பா படுத்ததில்லை.

அப்படிப்பட்டவர் இன்று படுத்துக் கொண்டிருக்கிறார். சாதாரணத் தலைவலிதான் என்கிறார், ஆனாலும் டாக்டர் வீட்டிற்கு அழைத்துப் போய்விட வேண்டும். அலட்சியமாக விட்டு விடக் கூடாது. காலை எழுந்ததும் முதல் வேலை அப்பாவை டாக்டர் வீட்டிற்குக் கூட்டிப் போவதுதான்...

காலையில் வழக்கப்படி அவள் எழுந்திருக்க மணி எட்டாகி விட்டது. அதற்குள் அவர் எழுந்து குளித்து, காப்பி போட்டு,

சமைத்து, வெறும் ரசம் சாதம் கரைத்துக் குடித்து விட்டுக் கிளம்பி விட்டார்.

"அம்மா... அம்மாடி, எழுந்திரும்மா..." தட்டி எழுப்பிய பின்னரே விழித்துக் கொண்டாள்.

"என்னப்பா... எங்க கிளம்பிட்டீங்க?"

"கடைக்குத்தாம்மா..."

"விளையாடறீங்களாப்பா...? ராத்திரி அப்படி படுத்துக்கிட்டிருந்தீங்க. இப்போகடைக்குக்கிளம்பிட்டிருக்கீங்க இருங்கப்பா. முகம் கழுவிக்கிட்டு வந்துடறேன். டாக்டர் வீட்டுக்குப் போயிட்டு வந்துடலாம்..."

ஆச்சரியப்பட்டார் அவர்! நம் ஷைலுதானா! இதெல்லாம் கூடத் தெரியுமா அவளுக்கு. இத்தனை இதமாகப் பேச வருமா! இதற்காக எவ்வளவு உடம்புக்கு வந்தும் படுத்துக் கொள்ளலாமே...

"என்னப்பா பேசாமல் இருக்கீங்க?"

'வேணாம்மா. இப்போ ஒண்ணுமில்ல. தேவைன்னால் சாயந்திரம் பார்த்துக்கலாம். எலுமிச்சம் பழ சாதமும் தயிர் சாதமும் கலந்து வச்சிருக்கேன். தொட்டுக்க அப்பளம் பொரிச்சிருக்கேன். சாப்பிட்டுட்டு காலேஜ் கிளம்பு, என்ன...?"

"நிஜமாகவே உடம்பு தேவலாமாப்பா?"

"நிஜம்மா தேவலாம்மா..."

"அப்படின்னா போங்க. சாய்ந்திரம் மட்டும் சீக்கிரம் வீட்டுக்கு வந்துடுங்கப்பா... நேரம் கழிச்சு வந்தால் உடம்புக்கு ஒத்துக்கலை பாருங்க..."

"சரிம்மா." சைக்கிளைக் கீழே இறக்கினார் அவர்.

ஷைலஜா எழுந்து பல் துலக்கி காபி குடித்தாள், 'அப்பாடா நல்ல வேளையாக அப்பாவுக்கு ஒன்றுமில்லை...' என்பதில் மனசு லேசாயிற்று. வாய் மெலிதாய், விசிலடித்தது: 'என் வீட்டுத்

தோட்டத்தில் பூவெல்லாம் கேட்டுப்பார்!' பாடிக்கொண்டே குளித்தாள்.

'ஆமா, நம்ம வீட்ல பெரிசா தோட்டம் இருக்கு. பூவெல்லாம் கேக்கிறதுதான் பாக்கி' என்று முணுமுணுத்துக் கொண்டே குளித்து முடித்தாள். சாப்பிட்டு, உடை மாற்றி, புத்தகங்கள் எடுத்துக் கொண்டு வீட்டைப் பூட்டி விட்டு கல்லூரிக்குக் கிளம்பினாள்.

முதல் வகுப்பு எகனாமிக்ஸ். அமைதியாக டெஸ்ட் எழுதிக் கொண்டிருந்த போது கல்லூரி பியூன் வந்து பிரின்ஸ்பால் கூப்பிடுவதாகச் சொல்லிப் போனாள்.

'தன்னையா... எதற்கு...?' ஒன்றும் புரியாமல் பேனாவை மூடி வைத்து ஆசிரியையின் அனுமதி பெற்று இரண்டிரண்டு படிகளாக இறங்கிக் கீழே வந்தாள். பிரின்ஸ்பால் அறைக்குள் நுழைந்து 'குட்மார்னிங் மேடம்' சொன்னாள். எதிரில் உட்கார்ந்திருந்த அறிமுகமற்ற அந்த மனிதரைப் பார்த்தாள். 'யார் இவர்?'

பிரின்ஸ்பால் பதில் சொன்னார்.

"ஷைலஜா, இவரு உங்க அப்பா வேலை செய்யற இடத்துலேர்ந்து வந்திருக்காரு. உங்கப்பாவுக்கு உடம்பு சரியில்லையாம். ஆஸ்பத்திரியில் சேர்த்திருக்காங்கன்னு உன்னைக் கூட்டிட்டுப் போக வந்திருக்காரு."

பகீரென்றது ஷைலஜாவிற்கு; பதறிப் போனாள்.

"எந்த ஆஸ்பத்திரி மேடம்?"

"அப்பல்லோ." வந்தவர் பதில் சொன்னார்.

———◦———

16

துடிப்பும் பதற்றமும் நெஞ்சையடைக்கும் துக்கமுமாக ஓடி வந்து ஆட்டோவில் ஏறிக் கொண்டாள் ஷைலஜா. கல்லூரிக்கு வந்து செய்தி சொன்னவர் அவளது வேகத்தோடு ஈடுகொடுக்க முடியாமல் மூச்சிரைக்கப் பின்னால் வந்தார். அந்த தாமதத்தைக்கூட பொறுக்க இயலாதவளாக ஆட்டோவிலிருந்து எட்டிப் பார்த்து கத்தினாள் ஷைலஜா.

"சீக்கிரம் வாங்க சார்..."

"உன்கூட என்னால் ஓடிவர முடியலேம்மா..." என்றவர், அவள் பக்கத்தில் ஆட்டோவில் ஏறி உட்கார்ந்தார்.

"அப்போலோ ஆஸ்பத்திரி போகணும் டிரைவர். கொஞ்சம் சீக்கிரமாப் போறீங்களா...?"

ஆட்டோ கிளம்பிற்று. அதிக சத்தம் போடாமல் அமைதியாகப் போயிற்று. அந்த மனநிலையிலும் அதைக் கவனித்த ஷைலஜா திரும்பி பக்கத்தில் உட்கார்ந்திருந்தவரைப் பார்த்துக் கேட்டாள்.

"நீங்க யாருன்னு இன்னும் சொல்லவே இல்லையே...?"

"உங்கப்பாகூட கடைல வேலை செய்யறேம்மா. ராமசாமின்னு பேரு. முதலாளிதான் உன்னைக் கையோட கூட்டிக்கிட்டு வரச் சொல்லி என்னை அனுப்பினாரு..."

"உங்க முதலாளியை நான் பார்த்ததே இல்லையே... அவருக்கு என்னை எப்படித் தெரியும்...?"

"முதலாளிக்குத் தெரியாத விவரங்களா...? அதுவுமில்லாம உங்கப்பாதான் மூச்சுக்கு முன்னூறு தரம் உன்னைப் பத்தி சொல்லிக்கிட்டே இருப்பாரே..."

அதைக் கேட்டதும் அவள் கண்கள் குபீரென்று நிறைந்தன.

'அப்பா... நெஞ்சில் ஏந்தி வளர்த்த அப்பா, போற்றி பாதுகாத்த அப்பா, ஒரு வேலை செய்ய விட்டிருப்பாரா? இல்லை என எதையாவது மறுத்திருப்பாரா?'

புடவை கேட்டால் புடவை, சுடிதார் கேட்டால் சுடிதார். செண்ட் என்றால் செண்ட்.

'எள் என்பதற்கு முன் எண்ணெயாக நின்றவர், அப்படிப்பட்ட அப்பாவிற்கா? என்ன ஆயிற்று?'

மீண்டும் அவரிடம் கேட்டாள். கேட்டபோது குரல் அடைத்துக் கொண்டது.

"எப்போ, எப்படி, என்ன சார் ஆச்சு, எங்கப்பாவுக்கு?"

"என்னன்னு இன்னும் எங்க யாருக்கும் தெரியாது, முதலாளி கார்ல தூக்கிப் போட்டுக்கிட்டுப் போனாரு..."

"தூக்கிப் போட்டுக்கிட்டா...?" அடிவயிற்றில் சொரேலென்று பயம் பாய்ந்தது.

"ஆமாம்மா. காலைலகடைக்குவந்தகொஞ்சநேரத்துக்கெல்லாம் உங்கப்பாவுக்கு உடம்பு சரியில்லாமல் ஆயிடுச்சு. ஒன்பதரை பத்து மணி இருக்கும். அவரு விமல், கார்டன் செக்ஷன், நான் பூனம் செஷன். ரெண்டும் பக்கத்து பக்கத்துலதான். புடவையெல்லாம் எடுத்து அடுக்கிக்கிட்டிருந்தவரு திடீர்னு என்னைக் கூப்பிட்டாரு."

"ராமசாமி நெஞ்செல்லாம் என்னவோ செய்யிதுடான்னாரு."

"நான் ஓடிப்போய் தாங்கிக்கிட்டேன். அதுக்குள் இன்னொருத்தர் தண்ணி கொண்டுட்டு வந்தாரு. தண்ணி குடிக்கக்கூட முடியல அவரால. உடம்பெல்லாம் வேர்த்துக் கொட்டி தெப்பமா நனைஞ்சிடுச்சு. ஒருதரம் வாந்தி எடுத்தாரு. அப்படியே சரிஞ்சிட்டாரு. மயக்கமாகி கீழே விழுந்திட்டாரு..."

"முதலாளிக்கு செய்தி போய் அவரு வந்து பார்த்து போன் பண்ணி டாக்டரை வரவழைச்சாரு. டாக்டர் வர கால் மணி நேரமாயிட்டது. இஞ்செக்ஷன் கொடுத்து உடனே ஆஸ்பத்திரில சேர்க்கச் சொல்லிட்டாரு. நாலைந்து பேரா சேர்ந்து தூக்கி

முதலாளியோட பெரிய கார்ல படுக்க வச்சோம். முதலாளியே காரோட்டிக்கிட்டுப் போனாரு.

போறபோது, 'ராமசாமி... இவருக்கு சம்சாரமில்ல. ஒரே மக ஏதோ காலேஜ்ல படிக்குது. கண்டுபிடிச்சு கூட்டிக்கிட்டு அப்பல்லோவுக்கு வந்திடு'ன்னிட்டுப் போனாரு. நான் உங்க வீட்டுக்குப் போய் காலேஜ் பேரு, கிளாசு எல்லாம் தெரிஞ்சுக்கிட்டு ஓடியாந்தேன்."

விவரம் முழுதும் தெரிந்து கொண்ட ஷைலஜாவின் கண்களில் நீர் ததும்பிற்று.

"நேற்றே அவருக்கு உடம்பு சரியில்லை. கடைலேருந்து வந்து தலைவலின்னு படுத்துக்கிட்டாரு... லேசா காய்ச்சல் வேற இருந்திச்சு..."

"ஏன் பாப்பா, இன்னிக்கு அவரைக் கடைக்கு அனுப்பின? டாக்டர்கிட்ட அழைச்சுக்கிட்டு போயிருக்கக் கூடாது?"

"கூப்பிட்டேன் சார், அவரு வரமாட்டேன்னு பிடிவாதமா கடைக்குக் கிளம்பிட்டாரு..."

"ஒண்ணும் இருக்காது பாப்பா. நீ கவலைப்படாதே. வெறும் பித்த மயக்கமாத்தான் இருக்கும். பயப்படாதே..."

சொல்லிக் கொண்டிருந்தபோதே ஆஸ்பத்திரி வந்தது. சற்று முன்பே இறக்கிவிட்டார் ஆட்டோ டிரைவர்.

"நீ உள்ளே போம்மா. நான் காசு கொடுத்திட்டு வரேன்..."

அதற்கு மேல் காத்திராமல் உள்ளே ஓடினாள். ரிசப்ஷனில் அப்பா பெயர் சொல்லிக் கேட்டதும் சுறுசுறுப்பாக பதில் வந்தது.

"செட்டியாரோட பேஷண்ட்தானே? ஐ.ஸி.ஸி.யு-ல இருக்காங்க. பர்ஸ்ட் ஃப்ளோர். செட்டியாரும் இன்னும் போகல. உங்களுக்காகத்தான் காத்துக்கிட்டிருக்காரு..."

நன்று கூடச் சொல்லாமல் ஓடினாள். படிகளற்று மலை ஏறுகிறாற் போன்ற மாடி ஏற முயன்றவளைக் காவலாளி தடுத்து நிறுத்தினார்.

                                        விரலோடு வீணை

"பாஸ் இருக்குங்களா?"

"பாஸா?"

"இருந்தால்தான் உள்ளே விடுவோம்."

"இல்ல. எங்கப்பா இப்போதான் அட்மிட் ஆகி இருக்காரு. ஐ.ஸி. ஸி.யுன்னு ரிரப்ஷன்ல..."

"ஸாரி! பாஸ் வேணும். இல்லைன்னால் யாராக இருந்தாலும் உள்ள விடமுடியாது"

கண்டிப்பாக இருந்தார் காவலாளி. என்ன செய்வதென்று புரியாமல் திரும்பியபோது வெள்ளைக் கோட்டும், ஸ்டெதஸ்கோப்புமாக கார்டியாலஜி என்று போட்டிருந்த அறைக்குள்ளிருந்து கம்பீரமான டாக்டர் ஒருவர் வெளியில் வந்தார். அவரிடம் ஓடினாள். யாருடனோ பேசிக்கொண்டே நகர்ந்த டாக்டர் அவளுடைய அழைப்பிற்கு நின்றார்.

"எஸ்...?"

"டாக்டர்... எங்கப்பாவைக் கொஞ்சம் முன்னாலதான் ஆஸ்பத்திரில சேர்த்திருக்காங்க. ஐ.ஸி.ஸி.யு-ல இருக்கிறதாக ரிசப்ஷன்ல சொன்னாங்க."

"உங்கப்பா பேரு?"

"சிங்காரம்."

"ஓ... செட்டியாரோட பேஷண்ட். நீங்க...?"

"சிங்காரம் பிள்ளையோட மகள்."

"ப்ளீஸ் கம் வித் மீ..." என்ற டாக்டர் பேசிக்கொண்டே உடன் வந்தவரை அனுப்பிவிட்டு டாக்டர் கே.என். ரெட்டி என்ற பெயர் பலகை தாங்கிய அறைக்குள் நுழைந்தார். அவளை உட்காரச் சொன்னார்.

"உங்க பேர் என்ன சொன்னீங்க?"

"ஷைலஜா."

"லுக் மிஸ் ஷைலஜா. உங்கப்பாவுக்கு ஏற்பட்டது மேஸிவ் கார்டியாக் அரஸ்ட். அதாவது ஹார்ட் அட்டாக். ஆஸ்பத்திரிக்கு வந்து ஐ.சி.யு-க்கு எடுத்திட்டுப் போறதுக்குள்ள இன்னொரு அட்டாக்கும் வந்திடுச்சு."

"டாக்டர் ப்ளீஸ்... அப்பாவுக்கு ஒண்ணும் ஆபத்தில்லையே..." துடித்துப் போய்க் கேட்டாள்.

"சொல்ல முடியாதும்மா. ஹார்ட் பிராப்ளத்துல மட்டும் எதுவும் சொல்ல முடியாது. எப்ப இன்னொரு அட்டாக் வரும்னு யாராலயும் கெஸ் பண்ண முடியாது. இன்னொரு அட்டாக் வந்தால் உங்கப்பாவால் தாங்க முடியாது..."

"டாக்டர் ப்ளீஸ்" என்று சரேலென்று அவர் கை பற்றிக் கொண்டாள் ஷைலஜா.

"இன்னொரு அட்டாக் வராமல் காப்பாத்திடுங்க டாக்டர். எப்படியாவது அவரைக் காப்பாத்திடுங்க..."

"என்னால் முடிஞ்ச எல்லாத்தையும் நான் செய்திருக்கேன். இன்னும் 48 மணி நேரத்துக்குள்ள இன்னொரு அட்டாக் வராமல் இருந்தால் கடவுள் புண்ணியத்துல பிழைச்சுக்குவாரு. இனிமேல் என் கைல ஒண்ணுமில்ல. கடவுளை வேண்டிக் குங்க. அவர்தான் உங்கப்பாவை உங்களுக்குத் திருப்பிக் கொடுக்கணும்."

அழ ஆரம்பித்தாள் ஷைலஜா.

"நோ. டோண்ட் கெட் டிஸ்ஹார்ட்டண்ட். கடவுள் நம்பிக்கையும், உண்மையான பிரார்த்தனையும் என்னிக்குமே வீண் போனதில்லை. ஸோ, கடவுளை வேண்டுங்க. அவரால் முடியாததில்லை."

கண்களைத் துடைத்துக் கொண்டு நிமிர்ந்தாள் அவள்.

"நான் இப்போ அவரைப் பார்க்கணுமே டாக்டர்."

"போய்ப் பாருங்க."

"செக்யூரிட்டி விடமாட்டேன்றாரு டாக்டர்."

"எமர்ஜென்ஸின்னு சொன்னீங்களா?"

                                              விரலோடு வீணை

"இல்லை."

"வாங்க. நான் சொல்லி விடறேன். மாடி ஏறினதும் இடதுகை பக்கம் ஐ.ஸி.யு., ஐ.ஸி.ஸி.யு ரெண்டும் இருக்கு. அங்கேயும் செக்யூரிட்டி விடமாட்டார். சரிகூட வாங்க. கூட்டிட்டுப் போறேன்."

டாக்டருடன் அவள் போவதைப் பார்த்த ராமசாமிகூட வந்து ஒட்டிக் கொண்டார். மேலே போய் ஐ.சி.யு-விற்குள் நுழையும் முன் செட்டியார் நாற்காலியில் உட்கார்ந்திருப்பதைக் கவனித்த ராமசாமி பதறிப்போனார்.

"ஐயா... நீங்க இங்கே...?"

டாக்டரும் திரும்பினார்.

"ஏன் சார், இங்கே உட்கார்ந்திட்டிருக்கீங்க? கீழே வந்து என் ரூம்ல உட்காரலாமே...?"

"பரவாயில்ல டாக்டர். எப்படியாவது சிங்காரம் பிள்ளை பிழைச்சால் போதும்."

"நீங்க இங்க உட்கார்ந்ததால் அவர் பிழைச்சிடுவாரா...?" என்ற டாக்டர், "பை தி வே, பேஷண்ட்டோட டாட்டர் இவங்க. கூட்டிட்டுப் போறேன்...

"சிங்காரம் பிள்ளையின் மகளா... இவளா...!' அசந்து போனார் செட்டியார். என்றோ ஒருநாள் அவளைக் கடையில் பார்த்த ஞாபகம் வந்தது. யாரோ பெரிய இடத்துப் பெண்போல் இருக்கிறது என நினைத்துக் கொண்டதும் நினைவிற்கு வந்தது.

'சிங்காரம் பிள்ளைக்கு இப்படி ஒரு மகளா? அதான் அத்தனை செல்லம் கொடுத்து வளர்த்தானா? கேட்டதெல்லாம் வாங்கித் தந்தானா? கண்ணுக்குள் வச்சு போற்றி பாதுகாத்தானா?'

"இவருதான் மொதலாளி" ராமசாமி ஷைலஜாவிடம் சொல்ல அவள் நன்றி உணர்வோடு கை கூப்பினாள்.

"ரொம்ப நன்றிங்கய்யா நீங்க இல்லேன்னா அப்பாவுக்கு என்னவாகியிருக்குமோ...?"

"சிங்காரம் நல்லபடியா பிழைச்சு எழுந்திரிச்சு வரட்டும்மா. அப்பறம் நன்றியெல்லாம் சொல்லிக்கலாம். இனிமே நீ பார்த்துக்குவ இல்ல. நான் கடைக்குப் போகலாமா?"

கடை என்றதும்தான் அவளுக்கு விஸ்வநாதனின் ஞாபகம் வந்தது. 'ஐயோ...அவருக்குச் சொல்லலையே...' மனசு பதறிற்று. 'அப்பாவை பார்த்துவிட்டு வந்து செல்லலாம்.'

"என்னம்மா பேசாமல் இருக்க? நான்கூட இருக்கணும்ன்னு தோணிச்சுன்னா இருக்கேம்மா."

"ஐயயோ... இல்லீங்க. வேணாங்க. நீங்க புறப்படுங்க."

"ராமசாமியை உன் உதவிக்கு விட்டுட்டுப் போறேம்மா. என்ன பணம் தேவைன்னாலும் அவன் கவனிச்சுக்குவான். நீ கவலைப்படாதேம்மா. அடிக்கடி போன் பண்ணி நிலைமையை மட்டும் சொல்லிடச் சொல்லு."

மீண்டும் கை கூப்பினாள் ஷைலஜா. தெய்வத்தின் எதிரில் நிற்கிற உணர்வு தோன்றிற்று. பேச நா எழ மறுத்தது. கண் கலங்கிற்று.

அவள் நெகிழ்ந்து போய் நிற்பதைப் புரிந்து கொண்ட செட்டியார், டாக்டரிடம் விடை பெற்று நகர்ந்து போனார்.

"ஏதாவது அவசரம்னால் தெரிவியுங்க டாக்டர். உடனே வரேன்." என்று விட்டுப்போனார்.

அவர் போனதும் டாக்டரோடு போய் அப்பாவைப் பார்த்தாள். தூக்க மருந்து கொடுத்திருப்பதாகச் சொன்னார்கள். மானிட்டர் ஓடிக்கொண்டிருந்தது. நெஞ்சு, கை, கால் எல்லாம் ரப்பர் குழாய்களைப் பொருத்தியிருந்தார்கள். ஆக்ஸிஜன் மாஸ்க்கால் மூக்கு மூடியிருந்தார். ஊசி வழியாகக் கவிழ்ந்து தொங்கிய பாட்டிலிலிருந்து சலைன் ஏறிக் கொண்டிருந்தது. கட்டிலில் மாட்டப்பட்டிருந்த ரப்பர் பையில் டியூப் வழியாக சிறுநீர் சேர்ந்து கொண்டிருந்தது.

அந்த நிலைமையில் அப்பாவைப் பார்த்தபோது சந்திரனில் கால் வைத்த ஆம்ஸ்ட்ராங்கைப் பார்ப்பது போலிருந்தது. துக்கம் அடிவயிற்றிலிருந்து புரண்டு வந்தது. நீளமாய் ஒரு கேவல் வெளிப்பட்டது. அதற்கு மேல் அங்கு நிற்க முடியாமல்

   விரலோடு வீணை

வெளியில் வந்தாள். மனிதர்களே அற்ற அந்த வராந்தாவில் மிகத் தனியாக நின்றபோது வாய்விட்டு அழவேண்டும் போலிருந்தது அழுதாள்.

சில வினாடிகளில் ஐ.ஸி.ஸி.யு.விட்டு வெளியில் வந்தாள். டாக்டர் ரெட்டி அவள் தனியாக நின்று அழுவதைப் பார்த்தார். அருகில் போய் தன் மெதுவான கம்பீரக் குரலில் ஆறுதலாகச் சொன்னார்.

"அழாதீங்க மிஸ் ஷைலஜா. இப்போ நீங்க தைரியமிழுக்கக் கூடாது. காட் ஈஸ் கிரேட். கடவுளை நம்பினோர் கைவிடப் படார்னு நீங்க கேள்விப்பட்டதில்லையா?"

முகத்தைக் கைக்குட்டையால் துடைத்துக் கொண்டு நிமிர்ந்தாள் ஷைலஜா.

"இல்ல டாக்டர்... அப்பாவை இந்த நிலைமைல நான்... பார்த்ததேயில்லை..."

மென்மையாய் சிரித்தார் டாக்டர்.

"இங்கு வரும்வரை யாரும் யாரையும் இந்த நிலைமையில் பார்த்திருக்க முடியாதும்மா."

"அப்பா பிழைச்சிடுவார், இல்லையா டாக்டர்?"

"நம்பிக்கைலதாம்மா உலகம் இயங்கிக்கிட்டிருக்கு. ஆமாம், நீங்க மட்டும் தனியா வந்திருக்கீங்களே... வீட்ல பெரியவங்க, உறவுக்காரங்க, உங்கம்மா கூடப் பொறந்தவங்கன்னு யாரும் வரலையா?"

"அப்படி யாருமில்ல, டாக்டர் எனக்கு. நான் ஒரே பொண்ணு சின்ன வயசுலேயே அம்மா செத்துப்போயிட்டாங்க..."

"ஐயம் சாரி..." என்று வினாடி நேரம் மௌனமானார் டாக்டர்.

"அப்பாவை எப்படியாவது காப்பாத்திடுங்க டாக்டர். அவரை விட்டா எனக்கு யாருமில்ல டாக்டர்..."

"அதுக்குத்தாம்மா இத்தனை முயற்சியும் செய்யறோம். எதைச் சொல்றதுக்கும் நாற்பத்தெட்டு மணிநேரம் போகணும்.

நீங்க வெளி வராந்தாவில் போய் உட்கார்ந்துக்கங்க. ஏதாவது தேவைன்னால் கூப்பிடுவோங்க. வரலாம்..."

மறுநாள் காலை வரை அப்படியே உட்கார்ந்திருந்தாள் ஷைலஜா. விஸ்வநாதனுக்கு போன் செய்ய வேண்டுமென்று தோன்றியது. ஆனால் போகவில்லை. அந்த நேரத்தில் அப்பாவுக்கு ஏதாவது தேவைப்பட்டுக் கூப்பிட்டார்களானால் என்ன செய்வது? இடம் விட்டுக் கூட நகராமல் அங்கேயே அமர்ந்திருந்தாள்.

ராமசாமி மட்டும் போய் அடிக்கடி முதலாளிக்கு போன் செய்து விட்டு வந்தார். இரண்டு தரம் காண்டீனிலிருந்து காபி வாங்கி வந்து அவளுக்குத் தந்தார்.

"வெறும் காபி குடிச்சிட்டு பேசாமல் இருக்கியேம்மா. கீழ காண்டீன் இருக்கு. போய் ஏதாவது சாப்பிட்டுவிட்டு வாம்மா. நான் இங்க உட்கார்ந்துட்டிருக்கேன்."

"இல்ல சார். வேணாம். எதுவும் எனக்கு இறங்காது. அப்பா கண்முழிச்சுப் பார்க்கிற வரை சாப்பிடறதாக இல்லை."

அதற்கு மேல் அவரும் வற்புறுத்தவில்லை.

அன்று மாலை ஒருமுறை செட்டியார் வந்து விட்டுப் போனார். அவளிடம் அன்பாகவே பேசினார்.

"ராத்திரி நேரமாச்சேன்னு தயங்காதேம்மா. எது தேவைன்னாலும் போன் பண்ணு. உன்னால் முடியலேன்னா ராமசாமியை விட்டு பண்ணச் சொல்லு."

அவள் தலையாட்டினாள்.

"சாப்பிட்டியாம்மா. ராத்திரி சாப்பாட்டுக்கு என்ன செய்யப் போறே? வீட்லேருந்து அனுப்பச் சொல்லட்டுமா...?"

"ஐயோ வேணாம்." என்று பதறினாள் ஷைலஜா.

"வேணும்ன்னா கீழ காண்டீன் இருக்கு. நான் சாப்ட்டுக்கறேன்."

"அப்போ நான் வரேன்." என்று நகர்ந்தார் செட்டியார். கூடவே கார் வரை போய் கதவு திறந்தார் ராமசாமி.

   விரலோடு வீணை

"விவரம் தெரியாத சின்னப்பொண்ணு. தனியா அலையுது. விட்டுட்டு நீ பாட்டுக்கு வீட்டுக்குப் போயிராத ராமசாமி." கண்டிப்பாகக் கட்டளையிட்டார் செட்டியார்.

"நீங்க சொன்னப்புறம் இடத்தைவிட்டு அசைவேனுங்களா?" பவ்யமாகச் சொன்னார் ராமசாமி.

"சரி. பார்த்துக்க..."

கார் நகர்ந்தது.

அன்றிரவு முழுதும் சிங்காரம் பிள்ளை அப்படியேதான் இருந்தார். மணிக்கு ஒரு தரம் டாக்டர்கள் வந்து பார்த்துவிட்டுப்போனார்கள். மறுநாள் காலை ஏழு மணி வாக்கில் மெல்ல கண் திறந்தார் சிங்காரம்.

"ஷைலு, ஷைலஜா..." என்று தளர்ந்து போன குரலில் கூப்பிட்டார்.

ஐ.ஸி.ஸி.யு. வாசலில் உட்கார்ந்திருந்த ஷைலஜாவிற்கு செய்தி போயிற்று. நாற்காலியில் சாய்ந்து பின்பக்கம் தலை சரித்து கண்மூடிக் கொண்டிருந்த ஷைலஜா எழுந்து ஓடி வந்தாள்.

"அப்பா... ஷைலுப்பா... உங்க ஷைலு வந்... திருக்... கேம்ப்... பா..."

கண் நிரம்பிற்று. குரல் இடறித் தடுமாறிற்று. போர்வைக்குள்ளிருந்த கை நீட்டி மெல்ல அவள் கையைப் பற்றிக் கொண்டார் அவர். அவர் கை உதறிற்று... பேச்சு நடுங்கிற்று.

"பயப்படாத ஷைலும்மா. நாளைக்கே எனக்கு நல்லாயிடும்..."

அதைச் சொல்வதற்கு அவர் மிகவும் சிரமப்பட்டார். அதற்குள்ளாகவே புஸ்புஸ்வென்று மூச்சு சீறிற்று. உடம்பு ஒடுங்கிற்று. வாய் தானாகத் திறந்து கொள்ள, நாளை என்பதே இல்லாமல் கண் மூடிக் கொண்டார் அவர்!

⸺◆⸺

17

கொஞ்சம்கூட எதிர்பார்க்காத மிகப்பெரிய அடி அது. சொல்ல முடியாத வேதனை. நெஞ்சை உலுக்குகிற துக்கம்.

அப்பா அப்படிப் போய்விடுவாரென்று நினைக்கக்கூட இல்லை ஷைலஜா. யாரோ பூ பறிக்கிற மாதிரி பறித்துக் கொண்டு போய் விட்டார்கள். இரண்டே நாட்களில் வாழ்க்கையை முற்றிலும் திசை திருப்பிவிட்டுவிட்டார்கள். ரணம், வலி, வேதனை, நீண்ட நாள் படுக்கை எதுவுமின்றி மிக நிம்மதியாகப் போய்விட்டார் அப்பா

அவர் போய் மூன்று நாட்களாகிவிட்டன. இந்த மூன்று நாட்களும் ராமசாமிகூடவே இருந்தார்.

"செட்டியாரு காரியம் வரை கூட இருக்கச் சொல்லியிருக்காரு பாப்பா..." என்றார்.

அப்பா செத்துப்போன செய்தி தெரிந்த பத்தாவது நிமிடம் ஆஸ்பத்திரிக்கு ஓடி வந்தார் செட்டியார். பெரிய டாக்டர்களிடம் பேசி உடனடியாக சிங்காரம் பிள்ளையின் உடலை வாங்கினார். வண்டி வரவழைத்து அதில் ஏற்றச் செய்து ராமசாமியையும், அவளையும் உடன் ஏற்றி வீட்டுக்கு அனுப்பினார்.

"நாம எவ்வளவோ முயற்சி பண்ணிப் பார்த்துட்டோம். விதி முடிஞ்சுப் போச்சுன்னா யாரும் எதுவும் செய்ய முடியாதும்மா. வாழ்ந்த வரை உங்கப்பா ஒரு சன்யாசி மாதிரி வாழ்ந்தாரு. அவரு நல்ல மனசுக்கு அதிகம் சிரமப்படாமல் போயிட்டாரு.

நீ சின்னப் பொண்ணு. ரொம்ப புத்திசாலிப் பொண்ணுன்னு சிங்காரமே சொல்லியிருக்கான். அதனால் இதையே நினைச்சு உருகிக்கிட்டிருக்காமல் மேல ஆக வேண்டியதைப் பாரும்மா... வேலைக்குப் போறதானாலும் போ. எங்க கடைல நாங்க பொம்பளைங்களை எடுக்கறதில்ல. இல்லைன்னா சிங்காரம்

வேலைய உனக்குத் தரலாம். வேற எங்கேயாவது முயற்சி பண்ணி சேர்ந்துடு.”

அவள் அழுதவாறே கேட்டுக் கொண்டிருந்தாள்.

“அழாதம்மா. எத்தினி அழுதாலும் போனவங்க வரப் போறதில்லை. தாங்க முடியாத கஷ்டம்தான். நான் இல்லைன்னு சொல்லல... அதுக்காக அழுதுகிட்டே இருக்க முடியாதும்மா. காரியங்கள்ளாம் முடியற வரைக்கும் ராமசாமியை உன்கூடவே இருக்கச் சொல்லியிருக்கேன். எல்லாத்தையும் அவனே பார்த்துக்குவான். கவலப்படாதே.

“அதுக்கப்புறம்... உங்கப்பாவுக்குச் சேரவேண்டிய பணம்ணு ஒண்ணுமில்லேம்மா. அவரு வாங்கின கடனே பாக்கி நிக்குது. ஆனாலும் உங்கப்பா இத்தினி வருஷம் ரொம்ப நேர்மையா உழைச்சாரு. ‘போய்யான்னா’ கூடப் போக மாட்டாரு. கடை பூட்ற வரைக்கும் என் கூடவே இருப்பாரு. ரொம்பத் தங்கமான மனுஷன். அதனால் அவரு உழைப்பைக் கௌரவிச்சு ஒரு ஐம்பதாயிரம் உன் பேர்ல பாங்குல போட்டுடறேன். அந்த ரசீதை ராமசாமிகிட்ட கொடுத்தனுப்பறேன். அந்த வட்டி வரும். மேற்கொண்ட செலவுக்கு ஏதாவது நல்ல வேலையாத் தேடிக்க. உன் ஒருத்திக்கு மட்டும் தனி வீடு எதுக்கு? நல்லதா ஒரு லேடீஸ் ஹாஸ்டலாப் பார்த்து சேர்ந்துக்க.”

செட்டியார் வியாபாரி. மிகச் சிறந்த வியாபாரி. வியாபாரத்தின் எல்லாவிதமான நெளிவுசுழிவுகளும் தெரிந்தவர். வாழ்க்கை புரிந்தவர். தொழிலாளர்களுடன் பழக்கப்பட்டவர். பலவீனங்களில் தாக்கத் தெரிந்தவர். முதலாக்கத் தெரிந்தவர். கூடவே நல்ல மனிதாபிமானி.

அந்த அனுதாபத்தின் காரணமாகத்தான் சிங்காரம் பிள்ளைக்கு அத்தனையும் செய்தார். விசுவாசமான ஊழியனுக்குச் செய்ய வேண்டிய சகலவிதமான உதவிகளையும் செய்தார். சிங்காரம் பிள்ளை மனதை நெருங்கினவர், பிடித்தமானவர் என்பதால் ஷைலஜாவின் பெயரில் ஐம்பதாயிரம் போடவும் முன் வந்தார். ‘இதோ தன் பொறுப்பு தீர்ந்தது, தன்னால் முடிந்தது அவ்வளவுதான்’ என சட்டென்று அதிலிருந்து விலகிக் கொண்டார்.

அதோடு ராமசாமியைத் தனியாகக் கூட்டிப் போய்ச் சொன்னார்.

"இதப்பாரு ராமசாமி. நாம் செய்ய வேண்டிய அத்தனையும் செய்தாச்சு. ஈமக்கிரியை முடிஞ்ச ரெண்டு நாள் அந்தப் பொண்ணு கூட துணைக்கு இரு. பாவம். சின்னப் பொண்ணு. தனியாக இருக்கும். மூணாவது நாள் கடைக்கு வந்து சேரு. அதுக்கு மேல் நம்மால் இருக்க முடியாது பாரு...'

"சரிங்கய்யா..." எனத் தலையாட்டினார் ராமசாமி.

ஆஸ்பத்திரியிலிருந்து சடலத்தை நேராகச் சுடுகாட்டிற்குக் கொண்டு போனார் ராமசாமி. "வீணாக எதுக்கும்மா வீட்டுக்குப் போய்க்கிட்டிருக்கணும்? அங்க யாரு இருக்காங்க? உறவா, ஒட்டுதலா...?" என்றார்.

மறுத்துப் பேசவில்லை ஷைலஜா. பேசுகிற நிலையிலும் இல்லை. ஆஸ்பத்திரியிலிருந்து நேராக இடுகாட்டிற்குப் போனார்கள். இடுகாட்டுக் கட்டணமெல்லாம் கட்டி ரசீது வாங்கி வைத்திருந்தால் எல்லா ஏற்பாடுகளும் செய்து வைத்திருந்தார்கள்.

"என்ன உங்கப்பா மகளுக்கு மகளா, மகனுக்கு மகனா நெஞ்சுல வச்சு போத்திப் போத்தி வளர்த்தாரும்மா. அந்த நெஞ்சுக்கு நீயே நெருப்பு வையம்மா."

நெருப்பு வைத்து விட்டு வந்த பின்னர்தான் அப்பா என்பவர் காற்றோடு கலந்தவர். வெறும் சாம்பல்தான் என்பது பிடிபட்டது. அவரை இழந்ததன் முழு இழப்பும் பிடிபட்டது. தான் தன்னந்தனியாய் அம்போ என நிற்பது தெரிந்தது.

வீட்டிற்கு வந்ததும் அப்பா நிற்கும் இடங்களில் நின்று பார்த்தாள். அப்பாவின் பாய், தலைகாணி, போர்வை எனத் தொட்டுப் பார்த்தாள். சமையலறைப் பாத்திரங்களைத் தடவிப் பார்த்தாள்.

'ஏ, பாத்திரங்களே... இனி அப்பா இல்லை.'

'ஏ, கூடமே... இனி அப்பா இல்லை.'

     விரலோடு வீணை

'ஏ, உடைந்து போன நாற்காலியே...

இனி அப்பா இல்லை.'

'ஏ மரப்பீரோவே...'

மரப்பீரோ அந்தக்கால பீரோ! அப்பாவுக்கு மிகப்பிடித்த மான பீரோ! அவளுக்கு பிடிக்காத பீரோ!

'இந்தப் பீரோ வேணாம்ப்பா. இத்தனைப் பெரிசா ரூம் மொத்தமும் அடைச்சுக்கிட்டு நிக்குது. இதை வித்துட்டு அழகான காட்ரெஜ் பீரோ வாங்கிப் போடலாம்ப்பா...'

'என்ன? இந்தப் பீரோவை விக்கறதா? இது யார் பீரோன்னு நினைச்சுக்கிட்டிருக்க? உங்கம்மா பீரோ. இதுவரை எந்தப் பணக்கஷ்டத்துக்கும் இதை நான் விக்கலை. இனிமேலும் விக்க மாட்டேன்...'

'அப்பா... அப்பா...'

அந்த அப்பா இனி இல்லை. வாயைப் பொத்தி அழுகுரல் வெளியில் கேட்காதவாறு அடக்கிக்கொண்டு திரும்பிய போது அலமாரிக்குள்ளிருந்த சிங்கப்பூர் செண்ட் பாட்டில் கண்ணில் பட்டது.

'அப்பா... என் பிரெண்டு யாமினி சிங்கப்பூர் செண்ட் ஒண்ணு வாங்கிட்டிருக்கா. அவ காலேஜ் வாசல்ல வரும்போதே வாசனை கிளாஸ் ரூமுக்குள் அடிக்குதப்பா...'

'சிங்கப்பூரா...?'

'அங்க போக வேணாம்ப்பா. இங்கேயே காசி செட்டித் தெருவில் கிடைக்குதாம். அவ அங்கதான் வாங்கினளாம்.'

'என்ன விலைம்மா?'

'அறுநூறோ எழுநூறோ சொன்னாப்பா.'

அதைக் கேட்டு அப்பா பார்த்த பார்வை! மறுநாளே எழுநூறு ரூபாயைத் தூக்கிக் கொடுத்த பெருமிதம்!

பணம் ஏது என்று அவளும் கேட்கவில்லை. அவரும் சொல்லவில்லை.

அந்த அப்பா... அப்படிப்பட்ட அப்பா...

அப்பா... அப்பா...

சுருண்டு தரையில் படுத்து குமுறினாள். வாய் விட்டுக் கதறி அழுதபோது அத்தனைக் குடித்தனக்காரர்களும் ஓடி வந்தார்கள். அவள் தோள் தொட்டுத் தூக்கி ஆறுதல் சொன்னார்கள்.

எந்தக் குடித்தனக்காரர்களைக் கண்டு முகம் சுளித்தாளோ, எவர்களோடு பேசாதிருந்து அலட்சியப்படுத்தினாளோ அவர்கள்தான் இப்போது காபி கலந்து கொண்டு வந்தார்கள்.

வற்புறுத்தி குடிக்கச் செய்தார்கள், ஆளுக்கு ஆள் ஆறுதல் வார்த்தையளித்தார்கள்.

"நடந்தது நடந்து போச்சு. இப்படியே அழுதுகிட்டிருந்தாளப்படி? நாங்கள்ளாம் இல்ல? உன்னை அப்படியே உட்டுறுவோமா என்ன? ஒத்தாசைக்கு ஓடி வர மாட்டோம்? எழுந்திரிம்மா. எழுந்திரிச்சு அப்பா படுக்கிற இடத்துல காமாட்சி விளக்கு ஒண்ணு ஏத்தி வை." வயதில் மூத்த அந்த அம்மாள் சொன்னாள்.

முகத்தைத் துடைத்துக் கொண்டு நிமிர்ந்த ஷைலஜா கரகரத்த குரலில் சொன்னாள்.

"காமாட்சி விளக்கு இல்லையே மாமி."

"சரி, இல்லைன்னா பரவாயில்ல. நான் கொண்டுட்டு வந்து ஏற்றி வைக்கிறேன். நீ எழுந்திரிச்சுப் போய் ஒரு சொம்புல தண்ணி கொண்டாந்து வை."

"தண்ணி எதுக்குங்க மாமி?"

"அப்பா தலை மாட்ல வைக்கத்தான். மூணு நாள் வரை ஆத்மா இங்கயே சுத்தும்னு சொல்லுவாங்க. அதுவும் உங்கப்பா உன் மேல உசுரயே வச்சிருந்தாரு. காத்து பட விடுவாரா? ஒரு வேலை செய்ய விட்டிருப்பாரா? 'வயசு வந்த பெண்ணை வீட்ல

                                        விரலோடு வீணை

வச்சுக்கிட்டு நீங்க ஏன் கஷ்டப்படறீங்க'ன்னு நாங்கள்ளாம்கூட கேட்டிருக்கோம்."

'வாயைத்தொறந்து ஒரு வார்த்தை சொல்லியிருக்கப் போராரு மனுஷன்! சிரிச்சுக்கிட்டே தண்ணி இழுத்துக்கிட்டுப் போவாரு. காலைல, நாலு மணிக்கெல்லாம் எழுந்திரிச்சு குளிச்சி, ஸ்டவ் பத்த வைப்பாரு. ஏழரை மணிக்கெல்லாம் சமைச்சு முடிச்சு சாப்பிட்டு, டிபன் பாக்ஸைத் தூக்கிக்கிட்டு ஓடுவாரு.

அதுவரை தூங்கிக் கிட்டிருக்கிற உன்னை அவர், 'அம்மா... அம்மாடி...'ன்னு எழுப்பின அழகு இருக்கே... எங்களுக்கெல்லாம் பாசமலர் சிவாஜி கணேசன் ஞாபகம் வரும். அங்க அண்ணன், இங்க அப்பா... அவ்வளவுதான் வித்தியாசம்"

அந்த அப்பா போய் மூன்று நாட்களாகிவிட்டன. இந்த மூன்று நாட்களும் கல்லூரிக்குப் போகவில்லை. அவள், வீட்டைவிட்டு நகரவில்லை. சமைக்கவில்லை.

சாப்பிட மறுத்தவளை குடித்தனக்காரப் பெண்கள் அதட்டினார்கள்.

"நல்லா இருக்கு. போன உயிரோட போறதுன்னா உலகத்துல முக்கால் வாசி உசுரு போயிருக்கணும். அதைத்தான் பிரசவ வைராக்கியம், மயான வைராக்கியம்னு பெரியவங்க சொல்லுவாங்க. நீ பட்டினி கிடந்தா உங்கப்பா கண்ணுல தண்ணி வந்துடாது. அவரு ஆத்மா நல்லபடி சாந்தியடையணும்ன்னா நீ எழுந்திரிச்சு சாப்பிடணும். வாம்மா. வந்து சாப்பிடு."

வற்புறுத்தி சாப்பிட வைத்தார்கள். சாப்பிட்டாள். இயந்திரம் மாதிரி குளித்து உடை மாற்றிக் கொண்டாள். மீண்டும் மூலையில் போய் உட்கார்ந்து கொண்டாள்.

நான்காவது நாள் காலையில் ராமசாமி வந்து நின்றார். தயங்கித் தயங்கி ஆரம்பித்தார்.

"கடைக்குப் போய் நாலஞ்சு நாள் ஆயிடுச்சு..." என்று இழுத்த போதுதான் சடாரென்று யதார்த்தம் பிடிபட்டது. அந்த வினாடியில் சுய உணர்வு பெற்றவளாக அவரை நிமிர்ந்து பார்த்தாள். புலன்கள் விழித்துக் கொண்டன.

"சொல்லுங்க...?"

"இன்னிக்குக் கடைக்குப் போகலாம்னு இருக்கேன்..."

"போயிட்டு வாங்க..."

"வீட்டுப் பக்கம் போயும் நாலஞ்சு நாளாயிடுச்சு..."

"ஆமா... அப்பாவை ஆஸ்பத்திரில சேர்த்த அன்னிலேருந்து என்கூடவே இருந்துட்டீங்க."

"அதனால் கடை விட்டதும் வீட்டுக்குப் போகலாம்னு..."

"தாராளமாப் போங்க..." என்றவாறே எழுந்து நின்று கைகூப்பினாள் ஷைலஜா. கண்கள் கலங்கிக் கிடந்தன. குரல் தழைந்து மெதுவாக வந்தது.

"நீங்களும், செட்டியாரும் செய்த உதவியை என்னென்னிக்கும் மறக்க மாட்டேன். அப்புறம் கடைக்கு வந்து செட்டியாருக்குத் தனியா நன்றி சொல்றேன்."

"எது வேணும்னாலும், எப்ப வேணும்னாலும் நீ கடைக்கு வரலாம் பாப்பா. செட்டியாரு தங்கமானவரு. உதவி செய்யத் தயங்க மாட்டாரு."

"தெரியுதுங்க. அவரு ஓடி ஓடி ஆஸ்பத்திரிக்கு வந்ததுலேர்ந்து தெரியுது."

"அதனால் நீ தயங்காமல் எது வேணும்னாலும் கேக்கலாம் பாப்பா."

"ஆகட்டுங்க."

"வரேன் பாப்பா."

அவர் நகர்ந்த பின்னரே கல்லூரி ஞாபகம் வந்தது. விஸ்வநாதனின் ஞாபகம் வந்தது. இந்த மாதிரி சந்தர்ப்பங்களில்கூட இருக்க வேண்டிய விஸ்வநாதன் விஷயம் கூடத் தெரியாதவனாக எப்படி தூர நின்று போனான்! செய்தி சொல்லாதிருந்தது தப்போ? தெரிந்திருந்தால் ஓடி வந்திருப்பானோ?

　　　　　　　　　விரலோடு வீணை

மனம் கனத்தது. உடம்பில் புது வேகம் வரப் பெற்றவளாக மடமடவென்று குளித்து உடை மாற்றிக் கொண்டாள். தெருக்கோடிக்குப் போய் நாடார் கடையிலிருந்து விஸ்வநாதனின் தொலைபேசி எண்களைச் சுழற்றிவிட்டு மனம் பரபரக்கக் காத்திருந்தாள்.

⊷∘⊶

18

ஷைலஜாவின் குரல் கேட்டதும் துள்ளி நிமிர்ந்தான் விஸ்வநாதன். மனது படபடத்தது. இதயத்திற்குள் புது ரத்தம் பாய்ந்தது. குரல் கரகரத்தது.

"என்னஷைலு இப்படி செய்திட்ட? ஒரு வாரமாநீகாலேஜுக்கும் வரல, உன் வீடு தெரியல. உனக்கு என்ன ஆச்சுன்னும் புரியல. நான் துடிச்சுப் போயிட்டேன் தெரியுமா...?"

அந்தக் குரல் அதன் ஆதங்கம், தவிப்பு, துடிப்பு, லேசாய் எட்டிப் பார்த்த அழுகை.

'விஸ்வம். எனக்காக இவ்வளவு கஷ்டப்பட்டிருக்கிறாயா? ஏங்கி இருக்கிறாயா? என்னைக் காணாமல் தவித்திருக்கிறாயா? கார் போட்டுக் கொண்டு கல்லூரிக்கும், உன் வீட்டிற்குமாக அலைந்திருக்கிறாயா?'

அவளுக்குக் குபீரென்று அழுகை வந்தது. வாய்விட்டு ஓவென்று அழவேண்டும் போலிருந்தது. அவன் மார்பில் முகம் புதைத்துக் கொள்ள வேண்டும் போலிருந்தது.

'நான் அனாதையில்லை விஸ்வம். எனக்கு நீங்க இருக்கீங்க. தலைதடவி ஆறுதல் சொல்ல இருக்கீங்க! 'அழாதே கண்ணம்மா'ன்னு கண்துடைக்க இருக்கீங்க. 'நீகவலைப்படாதே ஷைலு. நானிருக்கேன் உனக்கு'ன்னு கை தூக்கிவிட இருக்கீங்க. நீங்க இருக்கிறபோது எனக்கென்ன கவலை விஸ்வம்? எனக்கென்ன பயம்? அப்பா போன இழப்பு தவிர எதிர்காலம் பற்றின மருட்சி எதற்காக?'

"ஏய், ஷைலு என்ன ஆச்சு? இருக்கியா இல்லையா!"

சுய உணர்வு பெற்று தன்னை உதறிவிட்டுக் கொண்டாள்.

"இருக்கேன் விஸ்வம். எங்கேயும் போயிடல. போகவும் என்னால் முடியாது."

சட்டென்று உடைந்து அவள் அழ ஆரம்பித்ததும் அவன் தவிக்கத் துவங்கினான்.

"திடீர்னு ஏன் இத்தனை அப்செட் ஆகி இருக்க ஷைலா. என் ஷைலுவா நீ? உன் படபடப்பு, துடிப்பு, துள்ளல், கேலிப்பேச்சு, ஏட்டிக்குப்போட்டி இதெல்லாம் எங்கே போச்சு?"

"இனிமேல் நான் ஆர்ப்பரிக்கிற அலைகடல் இல்ல விஸ்வம். அமைதியான நடுக்கடல்."

"ஷைலு... ஷைலு... சம்திங் ஈஸ் ராங். நீயா தத்துவம் பேசற? நான் தலைகீழா நின்னுக்கிட்டிருக்கனா. இல்லே உலகம் தலைகீழா மாறிடுச்சா...?"

"ப்ளீஸ் விஸ்வம், கலாட்டா பண்ணாதீங்க. அந்த மனநிலையில் நான் இப்போ இல்ல."

"என்ன ஆச்சு ஷைலு...?"

"அப்பா செத்துப் போயிட்டாரு விஸ்வம்."

"யார் அப்பா...?"

"எங்கப்பா விஸ்வம்."

அதிர்ந்து போனான் அவன். 'அப்பாவைப் பறிகொடுத்து விட்டுத் தவித்திருக்கிறாள். தான் பக்கத்தில்கூட இல்லை. சீ! என்ன காதலன்...'

"என்ன விஸ்வம், பேசாமல் இருக்கீங்க?"

"ஐயம் ஸாரி ஷைலஜா. என்னால் பேச முடியல. ரொம்பப் பெரிய அதிர்ச்சியாக இருக்கு. எனக்கே இப்படி இருக்கும்னா உனக்கு? நினைச்சே பார்க்க முடியல."

அவளது விசும்பல் குரல் கேட்டு உருகினான்.

"அழாத ஷைலு. நான் உடனே புறப்பட்டு அங்கே வரேன். எங்கே இருக்கேன்னு மட்டும் சொல்லு..."

"வேணாம் விஸ்வம். நான் காலேஜுக்குப் போய் ஒருவாரம் ஆறது. ஒரு பிரெண்ட்சுக்கும் விஷயம் தெரியாது. என்ன ஆச்சுன்னு தெரியாமல் எல்லாரும் கவலைப்பட்டுக்கிட்டிருப்பாங்க. நான் போய் பிரின்ஸ்பால்கிட்டேயும் லெக்சரர்கள் கிட்டேயும் சொல்லிட்டு பிரெண்ட்ஸ்கிட்ட பேசிட்டு வழக்கப்படி காலேஜ் வாசல்ல காத்துக்கிட்டிருக்கேன், வரீங்களா?"

"என்ன கேள்வி ஷைலு? ஓடி வரமாட்டேனா?"

"எத்தனை மணிக்கு?"

"வழக்கப்படி நாலரை மணி?"

"சாயந்திரமா?"

"ஆமாம்."

மீண்டும் ஆறுதலாக ஏதாவது சொல்லிவிட்டு போனை வைக்க நினைத்தான். என்ன சொல்வதென்று தெரியவில்லை. இதுவரை அதுபோன்ற சந்தர்ப்பங்களை சந்தித்ததில்லை. சாவு வீட்டிற்குப் போனதில்லை. சாவு என்பது யாருக்கோ இல்லை. ஷைலுவின் அப்பாவிற்கு. தான் உயிருக்கு உயிராக நேசிக்கிறவளின் அப்பாவிற்கு. தன் காதலியின் அப்பா. கல்யாணமாகியிருந்தால் மாமனார். முகம் கூடப் பார்த்தறியாதவர்...

அவர் மட்டும்தானா? ஷைலுவின் வீடு தெரியாது. எந்தத் திசையில் இருக்கிறதென்பது தெரியாது. அம்மா தெரியாது. கூடப் பிறந்தவர்கள் தெரியாது. சீ! எப்படி இப்படி இருந்திருக்கிறேன்? அந்த அளவு அக்கறையற்றிருந்திருக்கிறேன்.

'பாவம் ஷைலஜா... அப்பா செத்துப் போனதற்குக்கூட வராத தன்னைப் பற்றி என்ன நினைத்துக் கொண்டிருப்பாள். உடனே அவளைப் பார்க்க வேண்டும் போலிருந்தது. நெஞ்சோடு அணைத்து ஆறுதல் சொல்ல வேண்டும் போலிருந்தது. குளித்து விட்டுக் கிளம்பலாமெனப் போர்வையை உதறி விட்டுக் கொண்டு எழுந்தான் அவன்.

பிரின்ஸ்பாலின் அறைக்குள் நுழைந்த ஷைலஜாவால் அழுகையைக் கட்டுப்படுத்த முடியவில்லை. பிரின்ஸ்பாலின் எதிரில் நாற்காலியின் முதுகைப் பிடித்துக் கொண்டு நின்றவள்,

சடாரென்று முகம் மூடி அழுத்துவங்கினாள். அதைப் பார்த்த பிரின்ஸ்பால் எழுந்து அவளருகில் வந்து தோள்மீது கைபோட்டு ஆறுதல் சொன்னார்.

"நோ. ஷைலஜா... அழக்கூடாது. இந்த மாதிரி சந்தர்ப்பங்களில்தான் மனசைத் திடமாக வைச்சுக்கணும்."

"அதில்ல மேடம். அன்னிக்கு எவ்வளவு நம்பிக்கையா நீங்க என்னை ஆஸ்பத்திரிக்கு அனுப்பினீங்க... எல்லாம் வீணாப் போச்சு மேடம்..."

"நடந்தது நடந்து போச்சு ஷைலஜா. அப்பா உன்னைப் பெற்றவர். மனசை நெருங்கினவர். அன்பானவர், பாசமானவர், அதைச் செய்தார், இதைச் செய்தார்னு எத்தனை வேணும்ன்னாலும் சொல்லலாம். அப்படிப்பட்டவர் இப்போ இல்லைன்றதுதான் நிஜம். வாழ்க்கையில் சில நிஜங்களை சந்தித்தே ஆகணும் ஷைலஜா."

பளீரென நெஞ்சைத் தாக்கிற்று. பிரின்ஸ்பால் சொன்ன நிஜத்தை விட்டு எவ்வளவு விலகி வந்திருக்கிறாள்! பொய்யாய் எத்தனை பேசியிருக்கிறாள்! மாயைகளை உருவாக்கிக் கொண்டிருக்கிறாள்!

'வாழ்க்கையில் சில நிஜங்களை சந்தித்தே ஆகணும் ஷைலஜா.'

'உண்மைதான். பொய் பொய்யாய் சொல்லிக் கொண்டிருக்க முடியாது. அஸ்திவாரமே இல்லாதபோது அடுக்கு மாளிகை கட்ட நினைக்கக் கூடாது. விஸ்வநாதனிடம் தன்னைப் பற்றிச் சொல்ல வேண்டும். தான் யார் என்பதைத் தெரியப்படுத்தி விட வேண்டும். அதற்கு மேலும் அவன் காதலித்தால் அது நிஜமானது. ஆழமானது. உறுதியானது. அதனால் அவனிடம் சொல்லிவிடுவதுதான் நல்லது.'

ஏதேதோ பேசிய பிரின்ஸ்பால் கடைசியாகச் சொன்னார்.

"உன்னைப் பற்றின உன் அப்பாவின் ஆசை என்னவாக இருக்கும்? நீ நல்லாப் படிச்சு பாஸாகணும்ன்றதாகத் தானே இருக்கும்? அதைச் செய். கிளாசுக்குப் போம்மா. நேரமாச்சு பார்."

மீண்டும் மற்றொரு நிஜம் தாக்கத் தலை நிமிர்ந்தாள் ஷைலஜா.

"என்ன ஷைலஜா?" பிரின்ஸ்பால், அந்தப் பார்வையைத் தாங்கிக் கொள்ள முடியாமல் கேட்டார்.

"இல்ல மேடம். இனிமேல் என்னால் படிக்க முடியாது மேடம்."

"என்ன சொல்ற நீ...?" அதிர்ச்சியாய் பார்த்தார் பிரின்ஸ்பால்.

"படிக்கிற நிலையிலோ, காலேஜுக்குப் பணம் கட்ற நிலைமையிலோ நான் இல்ல மேடம். குடும்பச் சூழல் மேலே என்னைப் படிக்க விடல மேடம்."

"என்ன ஷைலஜா இது? உன்னை மாதிரி நல்லா படிக்கிற பொண்ணெல்லாம் இப்படிப் பாதியில் படிப்பை நிறுத்தலாமா? இன்னும் ஒரே வருஷம்தாம்மா. டிகிரி எடுத்துடலாம்."

"ஒரே மாசம்னாலும் என்னால முடியாது மேடம்..."

"ஏம்மா..."

வினாடி தயங்கி சடாரென்று உண்மை சொன்னாள் ஷைலஜா.

"நீங்க மட்டுமில்ல மேடம். எல்லாரும் நினைச்சுக்கிட்டிருக்கிற மாதிரி நான் பணக்காரி இல்ல. ரொம்ப ரொம்ப சாதாரணம். ஒரு ஏழை புடவைக் கடை சேல்ஸ்மேனின் பெண். இப்போ என்னை உட்கார வைச்சு சாப்பாடு போட, படிக்க வைக்க, அந்த சேல்ஸ்மேன்கூட உயிரோட இல்லை..."

ஷைலஜாவின் அழுகை அவள் சொல்வது நிஜம் என்றது.

"அதனால் என்ன ஷைலு. நான் உன்னைப் படிக்க வைக்கிறேன்."

நன்றியோடு கை கூப்பினாள் ஷைலஜா. "இல்ல மேடம். நான் உழைக்கணும். அப்பாவின் அருமை தெரியாமல் எத்தனை படுத்திவச்சனோ அத்தனைக்கும் சேர்ந்து உழைக்கணும். தயவு செய்து என்னை என் போக்குல விட்டுடுங்க மேடம். படிப்பு ஒண்ணு மட்டுமில்ல மேடம். வீட்டு வாடகை, எலக்ட்ரிக்ஸிடி, மளிகை சாமான்னு இன்னும் எத்தனை இருக்கு மேடம்?"

வாழ்க்கையில சில நிஜங்களை சந்தித்தே ஆகணும் என்று சொன்ன பிரின்ஸ்பால், ஷைலஜா சொன்ன நிஜத்தை சந்திக்கத் தயாரானாள்.

"அப்போ சரி ஷைலு. உன் இஷ்டப்படிதான் நீ செய்வேன்றது எங்க எல்லோருக்கும் தெரியும். ஆனால் ஒன்னு. எப்போ எந்த உதவி தேவைன்னாலும் என்கிட்ட கேட்கத் தயங்காதே. என்னால் முடிஞ்சதை செய்யக் காத்துக்கிட்டிருக்கேன்."

"தாங்க்யூ மேடம். தாங்க்யூ ஸோ மச்."

ஆல் தி பெஸ்ட் ஷைலஜா." அவள் பிரின்ஸ்பாலின் அறையை விட்டு ஸ்டாஃப் ரூமுக்குப் போனாள். அங்கு தனக்குப் பாடம் நடத்தும் சில லெக்சரர்களைப் பார்த்து விஷயத்தைச் சொன்னாள். அத்தனை பேரும் அவள் முடிவைக் கேட்டு அதிர்ந்து போனார்கள். தாங்கள் உதவுவதாகச் சொன்னார்கள். பிரின்ஸ்பாலுக்குத் தந்த அதே பதிலைத் தந்துவிட்டு அவர்கள் உதவியை நாகரிகமாக மறுத்து விட்டு வகுப்பிற்கு வந்தாள்.

நித்யா, நந்தினி, பார்வதி, கீதா, கனிமொழி, தேன்மொழி எல்லோரையும் கூட்டிவைத்து அப்பா செத்துப் போனதையும் தான் இனி காலேஜுக்கு வரப்போவதில்லை என்பதையும் சொன்னவுடன் நித்யா கண்கலங்க சண்டைக்கே வந்தாள்.

"என்னப்பா நினைச்சுக்கிட்டிருக்க நீ? உனக்காகத்தான் உன்கிட்ட பழகினோமே தவிர உன் நிலைமை தகுதிக்காக இல்லேப்பா. அப்பா செத்துப்போனதைக் கூடச் சொல்லாமல் எங்களையெல்லாம் தள்ளி நிறுத்தினது என்ன நியாயம்? அந்த அளவுக்கு எங்களை அன்னியமா நினைச்சிட்ட இல்ல?"

"அப்படியில்ல நித்தி. அந்த நிலைமைல ஆஸ்பத்திரியில் கையும் ஓடலை. காலும் ஓடலை. அப்பா பிழைக்கணும்ன்றது தவிர யார் நினைவும் வரல..."

"சரி. அது நியாயம். அதை ஒத்துக்கறோம். ஆனால் இப்போ ஒன்னு சொன்ன பாரு. கைல பணமில்ல, படிப்பை நிறுத்திடப் போறேன்னு. அதை என்னால் ஒத்துக்கவும் முடியாது அனுமதிக்கவும் முடியாது."

"இல்ல நித்தி. அது நிஜம்தான்."

"நாங்கள்ளாம் இருக்கிறபோது அது எப்படிப்பா நிஜமாயிட முடியும்? உன்னை அந்த அளவுக்கு விட்டுடுவோம்ன்னா நினைக்கிற?"

"நினைக்கல நித்தி. நிச்சயமா விடமாட்டீங்கன்னு தெரியும். ஆனால் இதுக்குமேல் படிக்க நான் இஷ்டப் படலை"

"படிக்காமல் வீட்ல உட்கார்ந்துக்கிட்டு என்ன செய்யப் போற...?"

"நான் செய்யப் போறதைச் சொன்னால் நீங்கள்ளாம் கோவிச்சுக்க மாட்டீங்களே...?"

"அப்படி என்ன சொல்லப் போற?"

"முதல்ல கோவிச்சுக்க மாட்டேன்னு சொல்லுங்க. விஷயத்தைச் சொல்றேன்."

"கோவிச்சுக்கலை, சொல்லு."

"கல்யாணம் பண்ணிக்கப்போறேன்."

"என்ன, என்ன?"

"நிஜமாத்தான் நித்தி" என்று ஆரம்பித்து விஸ்வநாதனைப் பற்றின சகல விஷயங்களையும் சொன்னாள்.

"ஐயம் ஸாரிப்பா. இத்தனையும் மறைச்சது தப்பு. இத்தனை நாள் மறைச்சதும் தப்பு. என்னை எல்லாரும் மன்னிச்சுடுங்க. இந்தத் தப்புக்கு மட்டுமில்ல. நான் செய்த எல்லாத் தப்புக்கும், எல்லாப் பொய்க்கும் சேர்த்து மன்னிச்சுடுங்க."

கூப்பிய அவள் கைகளைச் சரேலென்று இழுத்துப் பற்றிக் கொண்ட நித்யா அவளை ஒரு வினாடி கண்ணிமைக்காமல் பார்த்தாள்.

"என்ன நித்தி அப்படிப் பார்க்கற? சீ! இந்த ஷைலஜா எவ்வளவு கெட்டவளாக இருந்திருக்கான்னா...?"

"சீ! இல்ல ஷைலா. உன்னைப் பெருமையாப் பார்க்கறேன். சந்தோஷமாப் பார்க்கறேன்."

"என்ன நித்தி உளேற்ற? நான் மனசு கஷ்டப்பட்டுப்பேன்னு சொல்றியா?"

"செய்த தப்பை ஒத்துக்க எத்தனை பெரிய மனசு வேணும் தெரியுமா? நான்தான் செய்தேன்னு சொல்ல ஒரு கம்பீரம் வேணும். அது உன்கிட்ட இருக்கிற பெருமை இவ என் சினேகிதின்ற கர்வம்..."

"நி...த்...தி..."

"இத்தனைக் கம்பீரமான மனசைக் குறுக அடிச்சுப் பார்க்க என்னால் முடியாது. அதை நான் விரும்பல. தரேன்னு என் கை உயர்ப்போ வாங்கிக்கிக்ற உன் கை தாழ்ந்து போயிடும். அது வேணாம். உன் இஷ்டப்படி படிப்பை நிறுத்திட்டு நீ கல்யாணம் பண்ணிக்க. அதுதான் நல்லதுன்னு எனக்கும் தோணுது."

"தாங்க்ஸ் நித்தி." நித்யாவின் கை விரல்களைப் பற்றி அழுத்தினாள் ஷைலஜா.

"தாங்க்ஸ் கிடக்கட்டும். விஸ்வநாதன் ரொம்பப் பெரிய ஆளு. மெட்ராசுலயே பெரிய புடவைக் கடை அவங்களுடையது. அதனால் கொஞ்சம் பயப்படறேன். விஸ்வநாதன் உன்னைக் கல்யாணம் பண்ணிக்கிறதா சொல்லிட்டாரா...?"

"இன்னும் கல்யாணம் பத்திப் பேசலை."

"பேசிடு பேசி சீக்கிரம் கல்யாணத்தை முடிச்சுண்டுடு."

"சரி நித்தி, சரியா நாலரை மணிக்குக் காலேஜ் வாசலுக்கு விஸ்வநாதன் வரேன்னு சொல்லியிருக்கார். நான் வரட்டுமா?"

"எங்களையெல்லாம் கல்யாணத்துக்குக் கூப்பிடுவே இல்ல?"

"சீ! என்னப்பா அப்படிக் கேட்கிற? உங்களையெல்லாம் விட்டால் எனக்கு யாருப்பா இருக்காங்க?"

"சும்மா கேட்டோம்ப்பா. சரி நீ கிளம்பு. விஸ்வநாதன் காத்துக்கிட்டிருக்கப் போறார். சொன்னது ஞாபகம் இருக்கட்டும். பணக்காரங்க. என்ன வேணும்ன்னாலும் செய்வாங்க. அதனால் புத்திசாலித்தனமாக இரு. அதுக்கு உனக்கு நாங்க சொல்லித்தர வேணாம்..."

"வரேன் நித்தி. வரேன் நந்தினி. வரட்டுமா பார்வதி? என்ன தேன்மொழி..."

ஒவ்வொரு கையாகப் பற்றி விடைபெற்ற போது அவளும் அழுதாள். அவர்களும் அழுதுவிட்டார்கள்.

ஷைலஜா இல்லாத கல்லூரியை அவர்களால் நினைத்துப் பார்க்க முடியவில்லை. வாசல் கேட்வரை வந்து வழியனுப்பினார்கள். விஸ்வநாதனின் காரில் அவள் ஏறிக்கொள்கிற வரை கையாட்டினார்கள்.

பின்பு உள்ளே திரும்பிய அத்தனை பேர் மனங்களும் ஷைலஜா இல்லாத கல்லூரி மாதிரி வெறுமையாகக் கிடந்தது.

—❦—

　　　　　　　　விரலோடு வீணை

19

தன் பக்கத்தில் உட்கார்ந்திருந்த ஷைலஜாவைக் கார் ஓட்டியபடி திரும்பிப் பார்த்தான் விஸ்வம். முகம் வாடிக் கிடந்தது. ஒருவிதக் களைப்பும் அயர்ச்சியும் தெரிந்தது. பளீரென்று ஜொலிக்கும் கண்களின் ஆகர்ஷணம் சற்று குறைந்திருப்பதாகப் பட்டது. மொத்த உருவத்திலுமே மெலிதான இளைப்பு தெரிய ஒருகையால் அவள் கையைப் பற்றினான். மெல்ல உதட்டிற்குக் கொண்டு போய் முத்தமிட்டான்.

"ஷைலும்மா... ஐயம் வெரி ஸாரிம்மா. உன்னோட அத்தனை பெரிய இழப்புக்கும், கஷ்டத்துக்கும்கூட இருக்க முடியாதவனாயிட்டேன். அதை நினைச்சு ரொம்ப வருத்தப் படறேன் ஷைலு. தயவுசெய்து என்னை மன்னிச்சுடு..."

அவனது குரலில் உருக்கத்தில் நெகிழ்ந்தாள் அவள்.

"என்னவிஸ்வம்இப்படியெல்லாம்பேசறீங்க? தெரிஞ்சுக்கிட்டா வராம இருந்தீங்க?"

"தெரிஞ்சுக்கிட்டிருக்கணும் ஷைலு. ஒரு வாரமா நீ காலேஜுக்கு வரலைன்னா என்ன ஏதுன்னு தேடிக் கண்டுபிடிச்சிருக்க வேணாம்?"

"எப்படி முடியும் விஸ்வம்? நான்தான் என் அட்ரஸ்கூட உங்ககிட்ட சொல்லலையே?"

"நீ சொல்லாட்டி போனா என்ன? உங்க கிளாஸ் மேட்ஸ் யார் கிட்டயாவது கேட்டுத் தெரிஞ்சுக்கிட்டிருக்கலாமில்ல?"

"உஹூம்... முடியாது."

குழந்தை மாதிரித் தலையாட்டினாள் அவள்.

"ஏன், சொல்ல மாட்டாங்களா?"

"அவங்களுக்கே தெரியாது. சொன்னதில்லை."

"அப்படியா!" என்று ஆச்சரியப்பட்டான்.

"அது எப்படி முடியும் ஷைலு. பிரெண்ட்ஸுக்குக் கூடத் தெரியாம..."

ஒரு வினாடி மௌனமாகத் தலைகுனிந்திருந்தாள் அவள். கண்மூடி கீழ் உதட்டைக் கடித்துக் கொண்டாள். அவளையே பார்த்தவாறு அவனும் பேசாதிருந்தான். பின்னர் ஒரு சின்ன பெருமூச்சோடு தலை நிமிர்ந்தாள். கண்கள் லேசாகக் கலங்கியிருந்தன.

"உங்ககிட்ட நான் நிறையப் பேசணும் விஸ்வம். நிறைய விஷயங்களைச் சொல்லணும். பிரெண்ட்ஸ் கிட்ட மறைச்ச மாதிரி உங்ககிட்டேயிருந்தும் எல்லாத்தையும் மறைச்சிருக்கேன். பொய் சொல்லியிருக்கேன்."

அதுகேட்டு அவன் திடுக்கிடவில்லை. புருவங்களைச் சுருக்கவில்லை. அமைதியாகத் திரும்பிப் பார்த்தான்.

"பேசுவோம். எல்லாத்தையும் பத்தி பேசுவோம். அதுக்கு முன்னால ஏதாவது சாப்பிடலாமா ஷைலஜா. உன் முகத்தைப் பார்த்தா சாப்பிடாத களைப்பு தெரியுது..."

"நான் சரியா சாப்பிட்டு ஒருவாரமாகுது, விஸ்வம்."

"தெரியுது முதல்ல டிரைவ் இன் போவோம். அப்புறம் பீச்சுக்குப் போகலாம். என்ன...?"

"சரி."

டிரைவ் இன்னில் அவன் அவளிடம் எதுவும் கேட்கவில்லை. சாப்பிடட்டும் எனப் பேசாமலிருந்தான். பின்னர் கடற்கரைக்கு வந்து காந்தி சிலையின் பக்கத்தில் உள்ளே திரும்பி வலது புறம் புதிதாகக் கார்களை நிறுத்த ஏற்படுத்தப் பட்டிருந்த இடத்தில் சற்று தள்ளி தனியாகக் காரை நிறுத்தினான். காரின் குளிர்ச்சாதன வசதியை நிறுத்திவிட்டு ஜன்னலை லேசாகக் கீழே இறக்கிவிட்டு, கதவின் மீது சரிந்து அவளைப் பார்த்துக்

கொண்டே பேசுகிற வசதியில் திரும்பி உட்கார்ந்தான். நிதானமான குரலில் மெதுவாக ஆரம்பித்தான்.

"என்ன ஆச்சு ஷைலு, அப்பாவுக்கு?"

"ஹார்ட் அட்டாக்."

"உடனே போயிட்டாரா?"

"இல்ல. ஆஸ்பத்திரிலதான் போனார்."

"என்னிக்கு?"

"போன திங்கட்கிழமைக் காலை காலேஜுக்கு வந்து கூட்டிக்கிட்டுப் போனாங்க."

"அப்பாவை நீ உயிரோட பார்த்தியா?"

"ம்... ஆனா பேசல, பேச முடியல."

"மத்தவங்ககிட்ட பேசினாரா?"

"மத்தவங்கன்னா...?"

"உங்கம்மா அண்ணன் தம்பிங்க, அக்கா தங்கைங்க...?"

வருத்தம் தோயச் சிரித்தாள் அவள்.

"என்ன ஷைலு?"

"அண்ணன், தம்பி, அக்கா, தங்கைங்களோட பிறக்கிற பாக்யம் எனக்கில்லீங்க."

"நீயும் என்ன மாதிரி தனிதானா?"

"நீங்க ஒரே பிள்ளையா?"

"ஆமாம்."

"நானும் ஒரே பொண்ணுதான்."

"அப்படின்னா நீயும், உங்கம்மாவுமா ரெண்டே பொம்பளைங்களா எல்லாத்தையும் சமாளிச்சிருக்கீங்க."

"ரெண்டே பொம்பளை இல்ல. ஒரே ஒரு பொம்பளையா..."

"புரியல ஷைலஜா."

"நான் மட்டும் ஒருத்தியா தனியாகத்தான் சமாளிச்சேன்."

"ஏன், உங்கம்மாகூட இல்ல...?"

"எனக்கு அம்மாவே இல்ல விஸ்வம். நான் சின்னப் பொண்ணா இருந்தப்போவே செத்துப் போயிட்டாங்க."

"மைகாட்!" என்று அரற்றத் தொடங்கினான் அவன். கண்களில் அதிர்ச்சி அப்பட்டமாகத் தெரிந்தது.

'இவள் ஒருத்தியாய் தன்னந்தனியாய்... ச்சே! என்ன மனிதன் நான். சந்தோஷத்தைப் பகிர்ந்துக்க யாரும் வேணாம். ஆனால் துக்கத்தைப் பகிர்ந்துக்க ஆள் வேண்டாம்? அதிலும் நான் இருந்திருக்க வேண்டாம்.'

குமைந்து போனான் அவன். குற்ற உணர்ச்சியில் குரல் கரகரக்க அவள் கை பற்றிக் கொண்டான். கழுவி விட்ட தரை மாதிரி உணர்ச்சிகளற்றிருந்த அந்த முகத்தைத் தன் அருகில் இழுத்தான். தன் வருத்தமனைத்தும் கொட்டி உதட்டில் மென்மையாய் முத்தமிட்டான். அவளைத் தன் மார்பில் சரித்து அணைத்துக் கொண்டு மூச்சுக் காற்று காதை உரசப் பேசினான்.

"ஐயம் ஸாரி டார்லிங்... என்னை மன்னிச்சுடா ப்ளீஸ்... மன்னிச்சேன்ற ஒரு வார்த்தையைத் தவிர வேற எதையும் சொல்ல வேணாம்டா... ப்ளீஸ்டா..."

"என்ன விஸ்வம், இதுக்குப் போய்..."

"பேசாதே, ப்ளீஸ் பேசாதே. கொஞ்ச நேரம் அமைதியா இரு. அப்படியே என் நெஞ்சுல சாய்ஞ்சுக்கிட்டுப் பேசாம இரு..."

அப்படியே இருந்தாள். அவன் மார்பில் முகத்தைப் பதித்துக் கொண்டு அவன் கைகளில் அணைபட்டுக்கிடப்பது எல்லையற்ற அமைதி தந்தது. இதம் தந்தது. மயிலிறகால் வருடிக் கொடுப்பது போன்ற சுகம் ஏற்பட்டது. அப்படியே காலம் முழுதும் இருந்துவிட மாட்டோமா என்ற ஏக்கம் தோன்றியது. 'இது போதும். இதைவிட வேறென்ன வேண்டும்?' என மனசு மாய்ந்து போனது.

                                              விரலோடு வீணை

அது போலவே உருகிக் கொண்டிருந்தான் அவனும். ஷைலுவின் கூந்தலிலிருந்து வந்த முட்டை ஷாம்பூ மணத்தில் மனது பறி கொடுத்தான். அவள் தலைவருடி, உடல் வருடி, மெல்ல முகம் நிமிர்த்தினான். கண்களுக்குள் மிக மென்மையாகப் பார்த்தான். உணர்ச்சி வசப்பட்டவனாகக் குனிந்து அந்தக் கண்களில் முத்தமிட்டான். பின்னர் நெற்றி, கன்னங்கள் என வந்து உதட்டைத் தன் உதடுகளால் கவ்விக் கொண்ட போது இருவரும் உலகம் மறந்தனர். சுற்றுப்புறம் மறந்தனர். சூழ்நிலை மறந்தனர். தங்கள் பக்கத்தில் ஒரு கார் வந்து நிற்பதைக்கூட கவனிக்காதிருந்தனர்.

அவர்களுக்குப் பக்கத்தில் மிக அழகாக கப்பல் வந்து நிற்கிற மாதிரி நின்றது ஒரு வெள்ளை டொயாட்டோ. வெள்ளைச் சீருடை அணிந்த டிரைவர் அவசரமாகக் கீழே இறங்கி மிகப் பணிவாகக் கார்க் கதவைத் திறந்துவிட்டான்.

"இன்னிக்கு இங்ககூட காத்தே இல்லீங்க செட்டியார்..."

பின்னால் இருந்தவர் சொன்னார். சின்னச்சாமி செட்டியார் சிரித்துக் கொண்டே பக்கத்தில் இருந்தவரைத் திரும்பிப் பார்த்தார்.

"ஏங்க, இதுவரை ஏ.ஸி.ல வந்தோம். வந்து நிமிஷ நேரமாகல. அதுக்குள்ள பீச்சுல கூட காத்து இல்லேன்னு குறை பட்டுக்கறீங்க..."

"பழக்கமாயிடுச்சுங்க. கிட்டத்தட்ட மூணு மாசமா அமெரிக்காவுல இருந்திட்டு வரேனில்ல. இந்த ஊர் புழுக்கம் அதிகமாத் தெரியுது." கைக்குட்டையால் முகம் துடைத்துக் கொண்டார்.

"அப்படீன்னா அமெரிக்காவுல ஒரு பட்டுப் புடவைக் கடை தொறக்கலாம்னு சொல்றீங்க இல்ல?"

"ஆமா செட்டியார். நான் அங்க இருந்து பார்த்துக்கறேன். நீங்க இங்க இருந்துக்கிட்டு சரக்க அனுப்புங்க. ஆறு மாசத்துல ஒரு தரமோ வருஷத்துக்கு ஒரு தரமோ நம்ம விஸ்வநாதன் வந்து கணக்குங்களை சரி பார்க்கட்டும்..."

"நல்ல ஐடியாவாத்தான் படுது. எதுக்கும் விஸ்வநாதன் கிட்டயும் பேசிடறேன்."

"பேசுங்க. ஒரு அவசரமுமில்ல. நிதானமாச் சொல்லுங்க. நான் இன்னும் ஆறு மாசம் இங்கதான் இருக்கப் போறேன். அதுக்குள்ள தீர்மானிச்சு காரியத்துல எறங்கிடலாம்."

"சரி. இன்னிக்கு ராத்திரியே விஸ்வநாதன்கிட்டே பேசிட்டு காலைல வீட்டுக்கு போன் செய்யறேன்."

"அப்ப நான் கிளம்பட்டா?"

"உங்கக் கார் வந்திடுச்சா?"

"பின்னாலேயே வரச் சொல்லிட்டில்ல வந்தோம். வந்திருப்பான்."

"இருங்க, பார்க்கச் சொல்றேன்" என்றவர்.

"மணி! இவரு காரு வந்திட்டதா பாருடா..." என்பதற்குள் பதிலளித்தான் மணி. "அப்பவே வந்திடுச்சுங்கய்யா..."

"வரேன் செட்டியார். காலைல போன் பண்ணுங்க. மறந்திடாதீங்க." உடன் வந்தவர் கீழிறங்கி அவரது காரில் ஏறிப்போனதும் சின்னச்சாமிச் செட்டியார் காரில் சரிந்து உட்கார்ந்து வெளிநாட்டில் திறக்கவிருக்கும் புதுக்கடை பற்றி யோசித்தார். எதேதோ மனக்கணக்கு போட்டார். யதேச்சையாகப் பக்கத்தில் திரும்பியவரது பார்வை அடுத்திருந்த காருக்குப்

போயிற்று. அதில் சற்றே இறக்கியிருந்த ஜன்னல் கண்ணாடி வழியாக ஓர் ஆணும் பெண்ணும் அணைத்தவாறு தங்களை மறந்த நிலையில் இருப்பது கண்டு முணுமுணுத்துக் கொண்டார்.

'காலம் ரொம்பக் கெட்டுப்போச்சு. வரவர ராப்பகல் இல்ல. பொது இடம்ன்ற விவஸ்தையில்ல, எப்படி வேணா நடந்துக்கிறாங்க...'

வெறுப்புடன் மணியை அழைத்து காரைக் கிளப்பச் சொன்னவர் திடுக்கிட்ட மாதிரி பதறினார்.

  விரலோடு வீணை

"டேய் மணி... பக்கத்துல நிக்கற கார் நம்ப காரில்ல?" திரும்பிப் பார்த்த அவனும் அரண்டு போனான், விஸ்வநாதனின் முகம் லேசாய் தெரிய, தயங்கித் தயங்கிச் சொன்னான்.

"அ... அப்படித்தாங்கய்யா தெரியுது..."

"என்னடா தெரியுது? கீழ இறங்கி சரியாப் பாருடா..."

இறங்கிப் பின்பக்கம் போய் கார் நம்பரைப் பார்த்துவிட்டுத் திரும்பி வந்து சொன்னான்.

"நம்ம காருதாங்கய்யா."

"உள்ள இருக்கிறது விஸ்வநாதனா?" மணி பேசாதிருந்தான். அவர் துடித்தார்.

"என்னடா பதில் சொல்லாமல் நிக்கறே...? விஸ்வநாதன் தானேடா?"

"ஆ... மா... ங்கய்யா..."

"கூட இருக்கிற பொண்ணு யாரு...?"

"தெரியலீங்க."

கதவு திறந்து கீழிறங்கினார். விடுவிடுவென்று கார் அருகில் போய் திறந்திருந்த கண்ணாடி வழியாக எட்டிப் பார்த்தவரின் நெஞ்சு குலுங்கிற்று. அடி வயிறு பதறிற்று.

'ஐயோ... இந்தப் பொண்ணு சிங்காரத்தோட மக இல்ல...?'

உடல் ரத்தம் முழுதும் தலைக்கு ஏறிற்று. முகம் சிவந்தது. உதடு துடித்தது. தங்கச்சி நாச்சியம்மை வந்து சொன்னது சடாரென்று ஞாபகம் வந்தது. சினிமா தியேட்டரில் விஸ்வநாதனை ஏதோ ஒரு பெண்ணுடன் பார்த்ததாகச் சொன்னது.

'விஸ்வநாதன் நம்ம மல்லிகாவுக்குன்றது தீர்மானமான விஷயம்தானே...?'

'அதுல என்ன சந்தேகம் நாச்சியம்மை?'

'இல்ல இப்போதிடீர்னு சந்தேகம் வந்திடுச்சு. பார்த்த விசயத்தை எங்களால் தாங்க முடியல. அதனால உங்ககிட்ட சொல்லலாம்னு ஓடி வந்தோம்.'

'என்ன நாச்சியம்மை நீ... இப்பத்தானே சொல்லியிருக்க... விஸ்வநாதன் வரட்டும்; கேட்கறேன். படிச்ச புள்ளை. இந்தக் காலத்துப் புள்ளை. ஆண் பொண்ணுன்னு வித்தியாசமில்லாமப் பழகற காலமாயிடுச்சு. யாராச்சும் கடை கஸ்டமருடைய பொண்ணாக இருக்கலாம். இல்லாட்டி அவன் கூடப் படிச்ச சினேகிதங்க தங்கச்சியா இருக்கலாம். இதையெல்லாம் விசாரிக்காமல் ஒரு பெண்ணுகூட சினிமாத் தியேட்டர்ல பார்த்த ஒரே காரணத்துக்காக உங்களை மாதிரி நானும் கோபப்பட்டுடலாமா? இல்ல, சந்தேகப்படலாமா?'

அன்று அவர் சொன்ன பதில். கடை கஸ்டமருடைய பெண்ணா, இவள்... ஒரு சாதாரண சேல்ஸ்மேனுடைய பொண்ணு. ஒரு அன்றாடம் காய்ச்சியோட பொண்ணு. தான் இட்ட காசில் வயிறு வளர்த்தவனுடைய பொண்ணு. கையேந்தி நூறுக்கும், இருநூறுக்கும் தன்னிடம் நின்றவனுடைய பொண்ணு. என்ன தைரியம்! எத்தனை நெஞ்சுத் துணிச்சல்!

'டேய் சிங்காரம். இந்த விஷயம் தெரியுமாடா உனக்கு? தெரிஞ்சுதான் உயிரை விட்டுட்டியா? நீ மானிடா... நல்லவன். எனக்குத் துரோகம் நினைக்க உன்னால முடியாது.'

'ஆனா... உன் பொண்ணு, எப்பவுமே உன் பேச்சு கேட்காது. உன் கஷ்டம் தெரியாம ஆடும். தகுதிக்கு மீறி ஆசைப்படும். 'பாவங்க. அம்மா இல்லாத பொண்ணு'ன்னு நீ கொடுத்த செல்லம் இப்போ எங்க கொண்டு விட்டிருக்கு பார்த்தியா? என் தலைல கைய வச்சிருக்குடா? ஆட்டைக் கடிச்சு, மாட்டைக் கடிச்சு மனுஷனைக் கடிக்க, வந்திருக்கு. சும்மா விடலாமாடா அதை? ஐயோ பாவம் அம்போன்னு நிக்குதேன்னு ஆஸ்பத்திரிக்கு ஓடிப்போய் எத்தனை செய்தேன்... இப்போ எனக்கு வஞ்சம் நினைக்குது.

தலைல இடி தூக்கிப் போடுது. இதை இப்போ, இங்கேயே இந்த நிமிஷமே கண்டிக்கணும். நறுக்குனு வெட்டணும்.

                                        விரலோடு வீணை

இல்லைன்னா, என் மானம், மரியாதை, குடும்ப கௌரவம் எல்லாம் காற்றாப் பறக்கும்.'

முடிவு செய்தார் செட்டியார்.

முடிவு செய்த பின் தயங்குவதோ பின் வாங்குவதோ அவர் குணமில்லையாதலால் தன் கோபமனைத்தும் கூட்டி, "டேய் விஸ்வநாதா..." என்று இரைந்தார்.

அரண்டு போய் விஸ்வநாதன் தன்னை சுதாரித்துக் கொண்டு திரும்புவதற்குள் மறுபக்கம் வந்து கார் கதவு திறந்து ஷைலஜாவைப் பார்த்து உறுமினார்.

"அடி செருப்பால, வெட்கம் கெட்ட நாயே! என் கடை சேல்ஸ்மேனுடைய பொண்ணு நீ. என் காசுல வயிறு வளர்த்தது, உனக்கு என் பையன் கேக்குதாடி? எந்தப் பணக்காரப் பையன் கிடைப்பான்னு அலையுற நாய்ங்களா, உன்ன என்ன வேணா செய்யலாம்டி."

கூட்டம் கூடிற்று. விஸ்வநாதன் 'அப்பா... அப்பா' என்று கெஞ்சினான். எதையும் பொருட்படுத்துகிற நிதானத்தில் இல்லை அவர். சரேலென்று ஷைலஜாவின் கை பற்றினார். இழுத்து அலங்கோலமாகக் கீழே தள்ளினார்.

"உன்னை மாதிரி நன்றி கெட்ட முண்டைங்க இருக்கற வரை விஸ்வநாதன் மாதிரி பைத்தியக்காரங்க இருக்கத்தான் செய்வாங்க..."

கீழே விழுந்தவளைக் காலால் உதைத்துத் தள்ளினார். சுருண்டு போன ஷைலஜாவுக்கு விவரம் புரிய சில வினாடிகள் பிடித்தன.

'ஐயோ... இவருடைய பிள்ளையா விஸ்வநாதன்?'

துக்கமும், அழுகையும், அவமானமும் முட்டி மோத, சரேலென்று எழுந்து கூட்டத்தை விலக்கிக் கொண்டு ஓட ஆரம்பித்தாள் அவள்.

⤏ ◆ ⤎

20

வழி முழுதும் ஷைலஜாவை நினைத்துப் பதறித் துடித்தான் விஸ்வநாதன். சொல்ல முடியாத வலியிலும், வேதனையிலும் சங்கடப்பட்டான். 'ஒன்றன் பின் ஒன்றாக அவளுக்கு ஏன் இப்படி கஷ்டங்கள் வருகின்றன...? நம் கடை ஸேல்ஸ்மேன் சிங்காரத்தின் மகளா இவள்...? கடவுளே! அதை ஏன் மறைத்தாள்...? ஒருவேளை தன் அப்பா வேலை செய்கிற கடை முதலாளி நான் என்பதே தெரியாமல் இருந்திருப் பாளோ...? அப்படித்தான் இருக்க வேண்டும். தெரிந்து கொண்டே பேசாமல் இருக்கிற அளவு நெஞ்சுத் தைரியம் கொண்டவளில்லை. பொல்லாதவளில்லை. என்னை எனக்காகத்தான் காதலித்தாளே தவிர, வேறு எதற்கும் இல்லை... முக்கியமாக நான் இத்தனைப் பெரிய பணக்காரன் என்பது கூடத் தெரியாமல் இருந்திருக்கலாம்.

"இல்லை, அது தெரிந்திருக்கும். என் உடை, நாளுக்கு ஒன்றாகக் கொண்டு போன கார், தோரணை, பேச்சு இவற்றின் மூலம் கண்டுபிடித்திருக்கலாம். ஆனாலும் நான் முதலாளியின் மகன் என்பது தெரியாமல்தான் இருந்திருக்க வேண்டும். அல்லது தெரிந்திருக்குமோ... அதனால்தான் கல்லூரியிலிருந்து அழைத்து வந்தபோது அப்படிச் சொன்னாளோ...?"

'உங்ககிட்ட நான் நிறையப் பேசணும் விஸ்வம். நிறைய விஷயங்களைச் சொல்லணும். பிரெண்ட்ஸ் கிட்ட மறைச்ச மாதிரி உங்ககிட்டேயிருந்தும் எல்லாத்தையும் மறைச்சிருக்கேன். பொய் சொல்லியிருக்கேன்...'

ஒருவேளை அதைப் பற்றி அவளைப் பேச விட்டிருந்தால் தெரிந்திருக்கலாம். விவரம் புரிந்து கொண்டிருக்கலாம். போய் விட்டதே... அதற்கு பதிலாக வேறு ஏதேதோ நடந்து... எல்லாம் திசை திரும்பி...

அப்பா அவளைக் காரிலிருந்து இழுத்துப் போட்டது. காலால் உதைத்தது எல்லாம் மீண்டும் மீண்டும் கண்முன் வந்து துடிக்க வைத்தது.

'சீ! பாவம் ஷைலு... அத்தனைக் கூட்டத்திற்கிடையில் அப்பா அவளை அப்படிச் செய்திருக்கக் கூடாது. அந்த அளவு அவமானப்படுத்தியிருக்கக் கூடாது...'

நேராக அவள் வீட்டிற்குப் போய் அவளைச் சமாதானப் படுத்தத் தவித்த நெஞ்சை அடக்கிக் கொண்டான். மீண்டும் அவள் வீடு எங்கே இருக்கிற தென்பதைச் சொல்லாமலே போய்விட்டாள். இரண்டாவதாகப் பக்கத்தில் உட்கார்ந்து வரும் அப்பா இரையைத் தப்பவிட்ட புலி மாதிரி உறுமிக் கொண்டு வருகிறார். அதனால் அந்த எண்ணத்தைக் கைவிட்டு வீடு வந்து சேர்ந்தான். கார் கதவு கையோடு வந்து விடுகிற மாதிரி அறைந்து சாத்தின அப்பாவைப் பின்தொடர்ந்து உள்ளே போனான்.

"வாடா மாடிக்கு..." குரலில் எரிமலையின் வெடிப்பு தெரிந்தது.

"ஏய் தெய்வான... தெய்வான..." உரத்துக் கத்தினார். இதுவரை அவரை அத்தனை உக்கிரமாக பார்த்ததில்லை அவன். அவ்வளவு சத்தம் போட்டுக் கேட்டதில்லையாதலால் உள்ளே பயம் எட்டிப் பார்க்கத் தொடங்கிற்று. 'இவரை எப்படி சமாளிக்கப் போகிறோம்...?' என்கிற கேள்வியில் கொஞ்சமிருந்த தைரியமும் விடை பெற்றுக்கொள்ள, தலை யைத் தொங்கப் போட்டுக் கொண்டு அவர் பின்னால் படியேறினான்.

"என்னடா ஏன் அப்பா இவ்வளவு கோபமாக இருக்காரு?" என்ற அம்மாவிற்கு பதில் சொல்ல முடியாத வனானான்.

"மேல போய் எல்லாம் பேசிக்கலாம்." அம்மாவிற்கு அப்பாவே முற்றுப்புள்ளி வைத்தார்.

மாடியறைக்குப் போய் குளிர்ச்சாதன வசதியை ஆன் பண்ணிவிட்டு சோபாவில் உட்கார்ந்தவரின் முகமும், கழுத்தும் வியர்வையில் நனைந்திருந்தது. கைக்குட்டையால் துடைத்துக் கொண்டபோது எப்போதும் நெற்றியில் இருக்கும் சந்தனமும், குங்குமமும் அழிந்து போயிற்று.

"என்னங்க விஷயம்... எதுக்கு இத்தனைக் கோபமாக இருக்கீங்க...?" மனைவியின் அந்தச் சின்னத் தூண்டல் போது மானதாக இருந்தது. மீண்டும் குரலில் உக்கிரமேறக் கத்தத் தொடங்கினார்.

"என்ன செய்திருக்கான் உன் மகன்னு அவனையே கேளு..."

"என்னடா செய்த விச்சு?"

அம்மாவின் கேள்விக்கு பதிலளிக்கால் அப்பாவை ஏறிட்டான் அவன், "என்ன இருந்தாலும் பொது இடத்துல நீங்க அப்படி நடந்துக்கிட்டிருக்கக் கூடாதுப்பா..."

"அடி செருப்பால. பொது எடத்துல நா அப்படி நடந்துக் கிட்டிருக்கக் கூடாதுன்னு புத்தி சொல்றியா...? நீ நடந்துக்கிட்ட லட்சணத்துக்கு நான் நடந்துக்கிட்டது எவ்வளவோ தேவல..."

"அப்படி என்னதான் நடந்திச்சுன்னு சொல்லிட்டுப் பேசுங்களேன். எனக்குத் தலையும் புரியல காலும் புரியலயே..."

"சொன்னா நீ தூக்கு மாட்டிக்கிட்டுச் சாவடி..."

"ஐயோ... அப்படி என்னடா செய்த விஸ்வம்?" தாய் வயிறு பதறிற்று. செட்டியார் தொடர்ந்தார்.

"நம்ம அந்தஸ்தென்ன, கௌரவமென்ன? இவன் செய்திருக்கிற வேலையென்ன...? அன்னிக்கு நம்ம நாச்சியம்மையையும், மாப்பிள்ளையும் வந்து சொன்னாங்கல்ல... இவனையும், இன்னொரு பொண்ணையும் தியேட்டர்ல பார்த்தோம்னு... அன்னிக்கு அவங்க வாயை அடச்சு அனுப்பிட்டோம். ஆனா இன்னிக்கு... என் கண்ணால அந்தக் கன்றாவியப் பார்த் தேண்டி. பீச்சுல காருக்குள்ள நம்ம கடை சேல்ஸ்மேன் சிங்காரத்தோட பொண்ணைக் கட்டி அணைச்சுக் கொஞ்சிக் கிட்டிருக்கான்டி..."

கோபத்தில் முகம் சிவந்து உதடுகள் துடித்தன செட்டியாருக்கு. கைகள் வசமின்றி உதறின. அந்த அதீதக் கோபநிலையில் அவரை அந்த அம்மாள் பார்த்ததில்லையாதலால் நெஞ்சு பதறப் பார்த்தாள்.

"விஸ்வம்! என்னடா இதெல்லாம்...?" துடித்தாள் அந்தம்மாள்.

                                     விரலோடு வீணை

"அம்மா... அந்தப் பொண்ணு நம்ம கடை சேல்ஸ் மேனுடைய பொண்ணாக இருக்கலாம்மா. ஆனா ரொம்ப நல்லப் பொண்ணும்மா. அழகான பொண்ணு. நானும் அவளும் ஒருத்தரை ஒருத்தர் உயிராக் காதலிக்கிறோம்மா. கல்யாணம் பண்ணிக்கிற முடிவில்..."

முடிக்கவில்லை அவன் பளீரென்று கன்னத்தில் பலமான அறை விழுந்தது. கண்ணோரம் மின்னல் வெட்டிற்று. ஒரு வினாடி எல்லாம் இருண்டு போக, சட்டென்று அம்மாவின் கையைப் பற்றிக் கொண்டான்.

ஓவென்று அலறி அழ ஆரம்பித்தாள் அந்தம்மாள்.

"ஐயோ...என்னங்க இது...? கோபமாப் பார்த்துக்கூட அறியாத புள்ளைய இப்படிப் பேய் அறை அறையறீங்களே...இது உங்களுக்கே நல்லா இருக்கு..."

"ஆமாண்டி... நல்லா இருக்கான்னு என்னக் கேளு... பெத்து இந்த மாதிரி வளர்த்து வச்சிருக்கிற மகனக் கேக்காத..." விஸ்வநாதனின் பக்கம் திரும்பி அழுதாள்.

"ஏண்டா விஸ்வம் இப்படியெல்லாம் செய்யிற... கேக்கிறவங்கல்லாம் சிரிப்பாங்கடா..."

"சும்மாக்கூட சிரிக்க மாட்டாங்க. செட்டியாரு எப்படா இடறுவான்னு வாயைப் பொளந்துக்கிட்டு காத்துக்கிட்டிருந்த வனெல்லாம் வழிச்சு வாரிக்கிட்டுச் சிரிப்பானுங்கடி... வெளில என்னைத் தலைகாட்ட உடாம அடிச்சிரு வானுங்க..."

"இதுல தலைகாட்ட வுடாம அடிக்கிறதுக்கோ, வழிச்சு வாரிக்கிட்டுச் சிரிக்கிறதுக்கோ என்ன இருக்குன்னு தெரியல. என் மனசுக்குப் பிடிச்சவளைக் கல்யாணம் பண்ணிக்கு வேன்னு சொல்றது ஒரு தப்பா...?" சத்தமாகவே முணு முணுத்தான் விஸ்வம். அதுகேட்டு மீண்டும் சீறிப் பாய்ந்தார் அவர்.

"செருப்பு பிஞ்சுறும். என்னடா காதல். கத்தரிக்கா காதல். பெரிய அம்பிகாபதி அமராவதி காதல்! எதிர்த்து இன்னொரு தரம் இந்த மாதிரி பேசின... இந்த எடத்துல ஒன்னு நீ இருப்ப. இல்ல நா இருப்பேன்..."

"ஐயோ..." எனக் காதுகளைப் பொத்திக் கொண்டாள் தெய்வானையம்மாள்.

"என்னங்க...என்னதான் கோபம்னாலும் பேசறதுக்கு ஒரு மொற இல்லீங்களா...?"

"என்னடி பெரிய மொற... மயிறு மொற... இதப் பாருடா... ஒனக்கு அன்பான இந்த அப்பன் மொகம்தான் தெரியும். அதத்தான் நீ பார்த்திருக்க. என்னோட மத்த முகங்களைப் பார்த்ததில்லை. அதுவும் இந்த மாதிரி உசுப்பி உசுப்பி விட்டா நான் ரொம்ப மோசமானவனாயிடுவேன். அந்த அளவுக்கு என்னை விரட்டாத..."

தெய்வானையம்மாள் அவனைக் கையெடுத்துக் கும்பிட்டாள்.

"வேணாண்டா விஸ்வம். தயவு செஞ்சு என் பேச்சைக் கேளுடா..."

"நீ ஏண்டி அவனைக் கையெடுத்து கும்பிடற...? அவன் கும்பிட்டுக் கேட்டுக்கணும்டி அப்பா என்னை மன்னிச்சுடுங்க. நான் செய்தது தப்புன்னு கதறணும்டி... இந்தக் காலத்துல எத்தனைப் பொட்டைக் குட்டிங்க இப்படிக் கௌம்பி யிருக்காங்கன்னு இவனுக்குத் தெரியாது. எந்தப் பணக்காரப் பையன்கிடைப்பான். அதுங்களுக்குப்பையன்கூட வேணாண்டி. கிழவன் கெடச்சாக்கூட போறும் டக்குன்னு பிடிச்சுக்கிடுங்க..."

'அப்பா...' என்று ஈனமான குரலில் முனகினான் விஸ்வநாதன்.

"அப்படியெல்லாம் அபாண்டமாப் பேசாதீங்கப்பா. அவளுக்கு நான் உங்க மகன்றதுகூடத் தெரியாதுப்பா..."

"முட்டாள்!" என்று கத்தினார் அவர்.

"உன்ன மாதிரி முட்டாளுங்க கிடைச்சா லட்டு மாதிரி கைக்குள்ள போட்டுக்கறது அவங்களுக்கு என்னடா கஷ்டம்...? நீ என் மகன்றது தெரியாதுன்னே வச்சுக்க. ஆனா பணக்காரன்றது தெரியாது? வகை வகையா நீ கொண்டுட்டு போன காரு. உன் டிரஸ்ஸூஇத வச்சு ஒன்ன எட போட்டிருக்க மாட்டான்னா நெனைக்கிற...?"

                              விரலோடு வீணை

அதற்கு பதில் சொல்ல இயலாமல் தவித்தான் அவன். ஆனால் சொல்ல வேண்டும் போல் மனசு பரபரத்தது. உதடுகள் துடித்தன. செட்டியார் முந்திக் கொண்டார்.

"ஒனக்குத்தெரியுமா...? சொன்னாளாடா அவ? சிங்காரத்தை அப்போல்லோ ஆஸ்பத்திரில கொண்டு போய் சேர்த்ததே நான்தாண்டா. பணம் கட்டினது நானு. கூட இருந்து கவனிக்க ஆள் போட்டது நானு. செத்துப் போனதும் ஓடிப் போனது நானு. பாடியை வீட்டுக்கு அனுப்பி வச்சது நானு. சுடுகாட்டுக்குப் பணம் கட்டினது நானு. அது மட்டு மில்லடா... சிங்காரம் நல்லவன். நமக்கு நாயா ஒழைச்ச வன்னு அவனை நினைச்சுக்கிட்டு அந்தப் பொண்ணு பேர்ல பணம் போட்டு மாசா மாசம் வட்டி வர ஏற்பாடு செய்தது நானு. கடைசில என்னடான்னா என் மடியிலயே கை வச்சிட்டாடா அவ. என் முகத்துல கரி பூசப் பார்த்திருக்கா. என் ஒரே மகனை, சீன்னுகூட சொல்லாத மகனை, நெஞ்சுலயும் மார்லயும் போட்டு வளர்த்த மகனை கை நீட்டி அடிக்கிற நிலைமைக்கு ஆளாக்கிட்டா... என்னையே எதிர்த்துப் பேசும்படி ஒன்னத் தூண்டி விட்டிருக்கா..."

"இல்லப்பா...இங்கதான்   நீங்க   தப்பு   பண்றீங்க அவ   அப்படிப்பட்டவ   இல்லப்பா. நீங்க   ஒரு   தரம் பேசிப்பார்த்தீங்கன்னா   தெரிஞ்சுக்குவீங்க..."   கெஞ்சுகிற விதமாகக் கேட்கத் துவங்கினான்.

அவரும் அதே வழிக்கு இறங்கினார். வியாபார அனுபவம் கை கொடுத்தது.

"நீ ஒருத்தன் பார்த்தது போறாதா...? நான் வேற பார்க்கணுமா...? அந்தப்பாவம்ஒண்ணுதான்பாக்கின்னுசெய்திடச்சொல்றியா...? இதப்பாரு... இந்த மாதிரிக் கண்ட படியெல்லாம் உளற்றதை விட்டுட்டு ஒழுங்கா எம் பையனா மல்லிகாவைக் கட்டிக்கிட்டு நிம்மதியா இரு. வர்ற வெள்ளிக் கிழமை நிச்சயதாம்பூலத்துக்கு ஏற்பாடு செய்யிறேன்."

"வேண்டாம்ப்பா... ஷைலஜா இருந்த மனசுல வேற யாரையும் நினைச்சுப் பார்க்கக்கூட என்னால முடியாது அப்பா...'

அவனை ஒன்றும் பேசாமல் முறைத்துப் பார்த்தபடி நின்றிருந்தார் அவர்.

"ப்ளீஸ்ப்பா. கெஞ்சிக் கேட்டுக்கறேம்ப்பா. நான் சந்தோஷமா இருக்கணும்ன்னா எனக்கு ஷைலஜாவையே கல்யாணம் பண்ணி வச்சிடுங்கப்பா. அவளுக்கு வாக்கு கொடுத்திருக் கேம்ப்பா. யாருமில்லாமத் தனியா அம்போன்னு நிக்கறாப்பா அவ..."

சட்டென்று வியாபாரமாக்க முயன்றார் செட்டியார். "அவ்வளவுதானே... தனியாநிக்கறான்னா ஒரு பலம் ஏற்படுத்தித் தந்துடலாம். பணத்தை விடப் பெரிய பலம் என்னப்பா இருக்கு இந்த உலகத்துல. ஒரு அஞ்சு லட்ச ரூபா அவபேர்ல போட்டுக் கொடுத்துடலாம்."

'அவர் பேச்சு விஸ்வநாதனை அதிர வைத்தது. 'பணம், பணம், பணம். வேறு எதுவுமே தெரியாதா இவர்களுக்கு...? மனசுன்னு ஒன்னு இருக்கிறதையே நினைச்சுப் பார்க்க மாட்டாங்களா இவங்க...?'

"என்ன விஸ்வம், யோசிக்கிற...?"

"என்ன சொல்லி உங்களுக்குப் புரிய வைக்கிறதுன்னு தெரியலப்பா எனக்கு."

"எனக்குப் புரியாட்டிப் போனாப் பரவாயில்ல. நான் வாழ்ந்து முடிச்சவன். ஆனா நீ அப்படியில்ல. ஒனக்கு உலகம் புரியல. ஏம்ப்பா, யாரோ ஒருத்தி, நாலு நாள் பழகினவ, அவளுக்காக இத்தனை பிடிவாதம் பிடிக்கிற... ஒன்னப் பெத்து, வளர்த்து, படிக்க வச்சு, ஆளாக்கி, ஒம்மேல துசு கூடப்படக்கூடாதுன்னு வாழ்ந்துக்கிட்டிருக்கிற எங்களப் பத்தி நெனைச்சே பார்க்க மாட்டியா...? எங்க ஆசை, எண்ணம், எதிர்பார்ப்பு எதுவுமே பெரிசில்லையா ஒனக்கு...?"

அவன் தலை கவிழ்ந்து மௌனித்திருக்க, ஆணித்தரமான குரலில் கடைசி முடிவாகச் சொன்னார் செட்டியார்.

"இதப்பாரு விஸ்வம். வர்ற வெள்ளிக்கிழமை சாயந்திரம் ஒனக்கும மல்லிகாவுக்கும் நிச்சயதார்த்தம். எந்தக் காரணத்துக் காவது அது நின்னுச்சு, நிச்சயதார்த்த வீடு மறுநாளே எழுவ

     விரலோடு வீணை

வீடா மாறிப்போகும். சிங்காரம் பொண்ணு கழுத்துல தாலி கட்றதுக்கு முன்னால ஓங்கப்பனுக்கு நீ கொள்ளி வச்சிட்டுத் தான் போகணும். கொள்ளி வச்ச கைதான் தாலி கட்டும்.''

"ஐயோ..." என்றலறினாள் தெய்வானையம்மாள்.

அதற்கு மேல் பேசிப் பயனில்லை என்பதுணர்ந்த விஸ்வநாதன் மௌனமாகத் தன் அறை நோக்கி நடக்க ஆரம்பிக்க செட்டியார் கேட்டார்.

"பேசாமப் போனா என்னடா அர்த்தம்? கொள்ளி வைக்கப்போறியா தாலி கட்டப் போறியா?"

நின்று திரும்பி நிதானமாகப் பதில் சொன்னான்:

"தாலி கட்டப் போறேன்"

"என்ன...?!"

"டேய் விஸ்வம். என்னடாபேசற...?"

"மல்லிகாவுக்கு அதானே உங்களுக்கு வேணும். அதையே ஏற்பாடு செய்யுங்க."

மறுவிநாடி அந்த இடத்தில் நிற்காமல் அறையை விட்டு, வெளியேறினான்.

21

கட்டிலில் மல்லாந்து படுத்து மேலே சுற்றின மின்விசிறியைப் பார்த்துக் கொண்டிருந்தான் விஸ்வநாதன். அறுந்து போன பல்லியின் வால் மாதிரி மனசு துடித்தது. தூண்டிலில் அகப்பட்டுக்கொண்ட மீனாகத் தவித்தான். தூண்டில்தான். கடைசியில் அப்பா வீசினதுகூட ஒருவகைத் தூண்டில்தான்.

'கொள்ளி வைக்கப்போறியா, தாலி கட்டப் போறியா?'

வாய்திறந்த மீனாக அதில் மாட்டிக் கொண்டான். வேறு வழியில்லை. எல்லா அப்பாக்களுக்கும் கடைசியில் கிடைக்கிற ஒரே அஸ்திரம் இதுதான். பணக்கார அப்பாக்கள் பணத்தைத் தூண்டிலாக்கி வீசுவார்கள். அதில் தான் மாட்ட மாட்டோம் என்பது உணர்ந்து இந்தத் தூண்டிலை வீசி வெற்றி பெற்றுவிட்டார் அப்பா.

'அப்பா... உங்களுக்கு நானோ என் மனசோ பெரிசில்லை, இல்லையாப்பா? என் சந்தோஷம், நிம்மதி எதுவும் பெரிசில்லை. பணம் பெரிசு. காசு பெரிசு. கார், பங்களாக்கள் பெரிசு. பேர் பெரிசு. குடும்ப கௌரவம் பெரிசு... அதற்காக வேற எதையும் பலி கொடுக்கத் தயங்க மாட்டீர்கள்.'

'அப்பா! உங்களுக்குக் காதல் தெரியுமா? அதன் சந்தோஷம் தெரியுமா? மனசுக்குள் ஏற்படுகிறதே ஒரு நிம்மதி அது புரியுமா? அதன் மென்மை, இனிமை, இதம், அது காட்டுகின்ற வர்ணஜாலம்... எது தெரியும் உங்களுக்கு? காலம் காலமாய், வழி வழியாய் பிறந்த உடனே பெற்றவர்களால் முடிச்சு போடப்பட்டு விடுகிற அத்தை பையனையும், மாமா பெண்ணையும் கல்யாணம் பண்ணிக்கொண்டு, பணத்தின் பின்னால் ஓடி...'

'அலுத்துப் போகவில்லையா? சலித்துப் போகவில்லையா? அதே வாழ்க்கை என்னையும் வாழச் சொல்கிறீர்களே... அதேபோல்

அத்தை பெண்ணைக் கல்யாணம் பண்ணிக் கொள்ளச் சொல்கிறீர்களே, முடியுமாஎன்னால்? எப்படி முடியப்போகிறது? ஷைலஜா என்றொருத்தியை நான் சந்தித்திருக்காத பட்சத்தில் அது ஒருவேளை சாத்தியமாகி இருக்கலாம். ஆனால் இப்போது? மனம் முழுதும் ஷைலஜாவால் நிரம்பியிருக்கிறபோது எப்படி இயலும்?'

அழவேண்டும் போலிருந்தது. ஆனால் அழுகை வரவில்லை. ஆண்கள் அழுவது அவனுக்குப் பிடிக்காது. அது முடியாது. பின் என்ன செய்வது? இந்த மனப் பாரத்தை எவ்வாறு குறைத்துக் கொள்வது?

யோசித்துப் பார்த்தபோது ஷைலஜா மீதும் கோபம் வந்தது. ஆரம்பத்திலேயே தன்னைப் பற்றிச் சொல்லியிருப்பாளானால் எப்படி யாவது இந்த நிலைமையைச் சமாளிக்கிற வழி தேடியிருப்பான். யோசித்திருப்பான். இப்போது யோசிக்கக்கூட இயலாத ஒரு நிலையில் நிற்க வைக்கப்பட்டு, மூலையில் தள்ளப்பட்டிருக்கிறான். இந்த நிலையில் எது செய்ய முடியும்? எது செய்தால் சரியாக இருக்கும்?

ஒன்றும் புரியாத குழப்பமான உணர்ச்சிகளோடு தூங்கிப் போனான். நடுநடுவில் கனவும் விழிப்பு எது எதுவோ வந்தது. ஷைலஜா வந்தாள். 'என்னைக் கைவிட்டுடுவீங்களா விஸ்வம்?' என்று தலைசாய்த்து கண் கலங்கக்கேட்டாள். சிங்காரம் வந்தார்.

'என் மகளுக்கு வாழ்வு கொடுங்க சின்ன முதலாளி' எனக் கெஞ்சினார்.

"நீங்களாவது ஷைலஜா உங்க மகள்னு சொல்லியிருக்கக் கூடாதா சிங்காரம்?'

'நீங்க காதலிக்கிற விஷயமே எனக்குத் தெரியாதுங்களே?' பரிதாபமாகக் கேட்டார். மறுவினாடியே கைகூப்பி பணிவாக நின்று வேண்டினார்.

'வேணாங்க. அப்பா சொல்ற மாதிரி கேளுங்க. அவரு உப்பத் தின்னவங்க நான். அந்த மனச நோக அடிச்சா உங்களுக்கும் நல்லதில்ல. என் மகளுக்கும் நல்லதில்ல' என்று அவனையும் குழப்பினார்.

அப்படியே தூக்கமும், கனவுகளும், கலக்கமுமாகப் புரண்டு படுத்தவன் மறுநாள் காலை எழுந்திருக்க முடியாமல் கஷ்டப்பட்டான். சோர்வு அழுத்தியது. தலை பாரமாகக் கனத்தது. மனசு அதைவிடத் துவண்டு கிடந்தது. விட்டத்தைப் பார்த்தவாறு இருந்தபோது அறைக்கதவை மெல்லத் திறந்து கொண்டு தெய்வானை கையில் காபி டம்ளரோடு உள்ளே நுழைந்தாள். டம்ளரைக் கட்டிலின் விளிம்பில் அமர்ந்தாள். அவன் தலையைக் கோதி விட்டவாறு குழந்தையிடம் பேசுகிற மாதிரி பேச ஆரம்பித்தாள்.

"ஏண்டா விஸ்வம் இப்படியெல்லாம் செய்யிற? மல்லிகாதான் உனக்குன்னு சின்ன வயசுலேர்ந்து முடிவு பண்ணின விஷயம்தானே? அது உனக்கும் தெரியுமில்ல? தெரிஞ்சும் இன்னொரு பொண்ணு மேல மனசு போகலாமா?

"அம்மா... நான் உன்கிட்ட ஒண்ணு கேட்கட்டுமா?"

"என்னப்பா..."

"இந்த டம்ளர் நிறைய காபி கொண்டுட்டு வந்திருக்க, இதுக்கு மேல அதுல காபி ஊத்த முடியுமாம்மா?"

"அது எப்படிப்பா முடியும்?"

"அந்த மாதிரித்தாம்மா. மல்லிகா என் மனசுல இருந்திருந்தா ஷைலஜா நுழைஞ்சிருக்க மாட்டா..."

"என்னப்பா பேச்சு இதெல்லாம்? உறவு விட்டு நாம இதுவரைக்கும் கல்யாணம் செய்ததில்லை."

"அதுக்காக மனசுக்குப் பிடிக்கலேன்னாலும் கட்டிக்க முடியுமாம்மா?"

"மல்லிகாவுக்கு என்ன குறைன்னு இப்படிச் சொல்ற?"

"குறை நிறை பொறுத்த விஷயமில்லம்மா இது. மனசு பொருத்த விஷயம்."

"மனசுன்றது தண்ணில போற ஓடம் மாதிரிப்பா. அறிவுன்ற துடுப்பு கொண்டு சாமர்த்தியமா அதைத் திசை திருப்பணும். இல்லேன்னா அலையடிக்கிற பக்கமெல்லாம் போய்க்கிட்டிருக்கும்."

                                          விரலோடு வீணை

கவிதை மயமாக அவள் பேசினது கேட்டு ஆச்சரியப்பட்டான். இத்தனை நயமாகப் பேச எங்கிருந்து கற்றுக் கொண்டாள் அம்மா?

"என்னப்பா பார்க்கற? மல்லிகா ரொம்ப நல்லப் பொண்ணுப்பா. அடக்கமான சாந்தமான பொண்ணு. ஓம் மனசு கோணாம நடந்துப்பா. குடும்பம் ரொம்ப நிம்மதியா, அழகாப் போகும்ப்பா."

"எல்லாம் சரிம்மா... ஆனால் பிடித்தம்னு ஒண்ணு வேணாமாம்மா?"

"ஏம்ப்பா... என்னையும், உங்கப்பாவையும் யார் பிடித்தம் கேட்டாங்க? எந்தப் பிடித்தத்தை வச்சுக்கிட்டு நாங்க கல்யாணம் பண்ணிக்கிட்டோம்? பெரியவங்க இந்த தேதி கல்யாணம்னாங்க. அலங்கரிச்சு மனைல உட்கார வைச்சாங்க. உட்கார்ந்துக்கிட்டோம். 'கெட்டிமேளம், கெட்டிமேளம்னு தாலி கட்டச் சொன்னாங்க. கட்டிக்கிட்டோம்... இப்போ எங்களுக்கு என்ன குறை? சந்தோஷமா, நிம்மதியா வாழலை?"

"அதே மாதிரி என்னையும் போய் மனைல உட்காரச் சொல்றியாம்மா?"

"போடா பைத்தியம். காபி ஆறுது. எழுந்து குடிச்சிட்டு குளிச்சு கீழ இறங்கி வா ராத்திரி கூட சாப்பிடல சூடா டிபன் சாப்பிட்டியானா மனசுக்குக் கொஞ்சம் தெம்பா இருக்கும்."

எழுந்து போய்விட்டாள், 'இந்த அம்மாவிற்கா ஒன்றும் தெரியாது என்று நினைத்துக் கொண்டிருந்தோம்?' எழுந்து உட்கார்ந்து காபியை உறிஞ்சினான். திடீரென்று புதுப் பயம் ஒன்று தோன்றியது. நேற்று அப்பா அப்படி நடந்துக் கொண்ட அவமானம் தாங்காமல் ஷைலஜா ஏதாவது செய்து கொண்டு விட்டால்?

'ஐயோ... என்ன செய்வது? நேற்று அவ்வளவு பேசினவன் அவளது வீட்டு விலாசத்தைக் கேட்டு வைத்துக் கொண்டிருக்கக் கூடாதா? எப்படி கண்டுபிடிப்பது? அவளாக போன் பண்ணினால்தான் உண்டு பண்ணுவாளா?'

அந்த எதிர்பார்ப்பில் தன் அறையை விட்டு அகலாமல் நாள் முழுதும் காத்துக் கொண்டிருந்தான். தொலைபேசி மணி ஒருமுறைகூட அடிக்கவில்லை.

'ஷைலஜா, ஷைலஜா, ஷைலஜா... இந்த ஜனக்கூட்டத்தில் எங்கிருந்து தேடுவேன் உன்னை...?'

அவன் தவித்துக் கொண்டிருந்த போது ராத்திரி எட்டு மணி இருக்கும். செட்டியார் வந்தார். மனைவியையும், மகனையும் கூப்பிட்டார். நடுக்கூடத்தில் நிற்க வைத்துச் சொன்னார்...

"வெள்ளிக்கிழமை நிச்சயதார்த்தம் வச்சுக்கலாம்னு நினைச்சேன். ஆனா அய்யிரு புதன்கிழமையே நாள் நல்லா இருக்குன்னு சொல்லிட்டாரு. அன்னிக்கே வச்சுக்கிறதா முடிவு பண்ணிப்புட்டேன். நாச்சியம்மைகிட்டேயும், மாப்பிள்ளைகிட்டேயும் போய் சொல்லிட்டு வந்திட்டேன். நம்ம சரவணன்கிட்ட போன்ல பேசி அவங்க கல்யாணச் சத்திரத்தையே புக் பண்ணிட்டேன். நிச்சயதார்த்தத்துக்கு நாள் அதிகமில்ல தெய்வானை. மடமடன்னு பம்பரமா சுழன்று வேலை பார்க்கணும்."

பகீரென்றது விஸ்வநாதனுக்கு. மனதில் பாறாங்கல்லாய் துக்கம் அடைத்துக் கொண்டது. நாக்குழற மெல்லத் தடுமாறினான்.

"அப்பா... என்னப்பா இது?"

"என்ன... நேத்து சொல்லிட்ட இல்ல. மல்லிகா கழுத்துல தாலி கட்றதா. இன்னிக்கு என்ன வந்திச்சு?"

"அதில்லப்பா. இத்தனை சீக்கிரம் எதுக்குப்பா நிச்சயதார்த்தம்?"

"நானும் உன் வயசுலேர்ந்துதாம்ப்பா அப்பாவாகியிருக்கேன்." என்று சிரித்தவர், மனைவியை உள்ளே போகுமாறு கண் ஜாடை காட்டினார். மெல்ல நகர்ந்து சமையலறை பக்கம் போனாள் அந்தம்மாள். பின் அவனருகில் வந்த செட்டியார் மகனின் தோள் மீது தோழமையாய் கைபோட்டுக் கொண்டு குரல் தழைய மெதுவாகப் பேசினார்.

"இதப்பாரு விஸ்வநாதா. நீ அந்த சிங்காரத்தின் பொண்ணுகிட்ட சினேகிதமா இரு. நான் வேணாம்ன்னு சொல்லல. வாரத்துக்கு

விரலோடு வீணை

ரெண்டு நாளோ, மூணு நாளோ அவ வீட்டுக்குப் போ. சந்தோசமா இருந்திட்டு வா. நான் வேணாம்ல. காசு கொடு. காசு மாலை செய்துபோடு. வீடு வாங்கி வையி. ஆனா வீட்ல கொண்டு வந்து வைக்கணும்னு மட்டும் நினைக்காதே. எனக்கில்லாத சினேகிதமா? நான் வாங்கிக் கொடுக்காத நகை, வீடுங்களா? அதெல்லாம் அனுபவிச்சிட்டு காசால அடைச்சிட்டு வந்திரணுமே தவிர காதல், கல்யாணம்னு குழப்பிக்கக் கூடாதுப்பா.''

அவனுக்குச் சடாரென்று முகம் மாறிற்று. அப்பாவைப் பார்க்கப் பிடிக்காமல் போயிற்று. தோள் மீதிருந்த அவர் கையைப் புழு ஊர்வதாக உணர்ந்தான். வயிறு புரட்டிற்று. குமட்டிக் கொண்டு வந்தது.

'சீ! என்ன மனிதர்கள் இவர்கள்? காசு பணம் இருக்கிற காரணத்தால் எதை வேண்டுமானாலும் செய்து விடலாம் என்று நினைக்கிறார்களா? காதலைக் கூடவா காசு பணத்தால் வாங்குவார்கள்?'

அருவருப்பாக இருந்தது. மெல்லத் தன் தோள் மீதிருந்த அப்பாவின் கையைத் தள்ளிவிட்டான். ஓர் அடி தள்ளி நகர்ந்து நின்று கொண்டான். அது புரிந்த செட்டியாருக்குச் சுரீரென்று வலித்தது. அவன் தன்னை ஒரு பார்வையில் அவமானப்படுத்தி விட்டதை உணர்ந்து கொண்டார். 'சீ! இவ்வளவுதானா நீ' என தூசுமாதிரி உதறித்தள்ளி விட்டான். அவனிடம் பட்ட சிறுமை கோபமூட்டியது.

"என்ன நினைச்சுக்கிட்டிருக்க நீ? இந்த மாதிரி அந்தப் பொண்ணை நினைச்சு உருகிட்டிருந்தியானா, அவளுக்கு உயிரே இல்லாம செய்துடச் சொல்வேன் தெரிஞ்சுக்க..."

திடுக்கிட்டு நிமிர்ந்தான்! அவரைப் பார்த்தால் சொல்வதைச் செய்யக் கூடியவர்தான் எனப்பட்டது. பணம் எதுவும் செய்யும். செல்வாக்கு எதையும் செய்யச்சொல்லும். இரண்டும் உடையவர் அப்பா.

ஒன்றும் பேசாமல் தலையைத் தொங்கப் போட்டுக் கொண்டு கூடத்தை விட்டு அகல முயன்றபோது முதுகிற்குப் பின்னால் அப்பாவின் குரல் கேட்டது.

"நான் கேட்டுக்கிட்டிருக்கேன். நீ பாட்டு பேசாமல் போனால் எப்படிடா?"

நின்று திரும்பினான்.

"இதுக்கு என்ன பதில் சொல்லணும்னு நினைக்கறீங்க?"

"புதன்கிழமை நிச்சயதார்த்தத்துல ஒழுங்கா நடந்துக்கப் போறியா இல்லையா?"

"புதன்கிழமை நான் வாயத் தொறக்கக் கூடாது. பூம்பூம் மாடு மாதிரி எல்லாத்துக்கும் தலையாட்டிக்கிட்டே வந்து மனைல உட்காரணும். அவ்வளவுதானேப்பா உங்களுக்கு வேணும்?"

"நிச்சயதார்த்தம் ஒழுங்கா நடக்கணும்."

"நடக்கும். ஆனால் ஒரு கண்டிஷன்."

"என்ன?"

"இனிமேல் நீங்க ஷைலஜா பத்திப் பேசறதோ, பயமுறுத்தறதோ கூடாது."

"பயமுறுத்தலப்பா. நான் உண்மையைத்தான் சொல்றேன்."

"அதைத்தான் சொல்லக் கூடாதுன்றேன்."

"நிச்சயதார்த்தம் நல்லபடியா நடக்கும்னு நீ வாயைத் தொறந்து சொல்லு. நான் வாயை மூடிக்கறேன்."

"சத்தியமா சொல்றேன். நிச்சயதார்த்தம் ஒழுங்கா நடக்கும். போறுமா?"

"இனிமே நானும் வாயைத் தொறக்கலை. போறுமா?"

அப்பாவும் பிள்ளையுமாக அன்றிலிருந்து எதிரி தேச மன்னர்களைப் போல் இருவரும் எதிரெதிர் திசையில் பிரிந்து போனார்கள்.

———◦◦———

22

விளக்குக்கூடப் போடாமல் இருட்டில் குப்புறப்படுத்து குமைந்து கொண்டிருந்தாள் ஷைலஜா. நேற்று இதே நேரத்திற்குதான் காரிலிருந்து இழுத்து கீழே தள்ளப்பட்டாள். காலால் உதைக்கப்பட்டாள். ஒரு பெரிய கூட்டத்திற்கெதிரில் நேர்ந்த அவமானம் தாங்கிக் கொள்ள முடியாததாக இருந்தது. 'தேவைதானா தனக்கு?' என்று தோன்ற வைத்தது. வாழ்க்கையில் இதுவரை சின்ன தோல்வியைக்கூடச் சந்திக்காதவளுக்கு எப்படிப்பட்ட அவமானம்!

குமுறிக் கொண்டு வந்த துக்கத்திற்கிடையில் அப்பா ஞாபகம் வந்து துக்கத்தை அதிகப்படுத்திற்று. தன்னை எப்படிப் போற்றி வளர்த்தார் அப்பா! ஒரு சுடுசொல், ஒரு கடுமையான வார்த்தை, ஒரு முறைப்பு, ஒரு கை நீட்டல்... ம்ஹூம், கிடையவே கிடையாது. அம்மா, அம்மா என்று குழையக் குழைய எப்படி கூப்பிடுவார்! உடம்பு என்று படுத்துக் கொண்டால் எவ்வாறு துடித்துப் போவார். பக்கத்தி லேயே உட்கார்ந்து முகம் தடவி, தலை வருடி, போர்த்துவிட்டு, நொடிக்கு நூறு முறை 'என்னம்மா சாப்பிடற?' கேட்டு, கால்பிடித்துவிட்டு...

'அப்பா... அப்பா... நீங்க இருந்தபோது உங்க அருமை தெரியல. அன்பு தெரியலை. இப்போ ஏங்கறேன். உங்களைப் பார்க்க, உங்க பேச்சைக் கேட்க, உங்க மிருதுவான பார்வையில் நனைய. அப்பா! உங்க கடை முதலாளி நேற்று என்னைப் பலபேர் முன்னால் அவமானப்படுத்திட்டார்ப்பா. கையப் பிடிச்சு இழுத்து கார்லேருந்து கீழே தள்ளிட்டார்ப்பா. காலால் உதைச்சு விரட்டிட்டார்ப்பா.'

'நீ என்னம்மா செய்த?'

அப்பாவின் குரல் மனதில் மென்மையாகக் கேட்டது. அவள் அழுதுகொண்டே தானாக வாய்விட்டுப் பேசினாள். 'அவர் பையனைக் காதலிச்சேம்ப்பா.'

"செய்யலாமாம்மா? நீ எங்கே, சின்ன முதலாளி எங்கே?"

"சரிப்பா, நான் மட்டும்தானா காதலிச்சேன்? அவரு பையனும் கூடத்தானே காதலிச்சாரு. ஆனால் தண்டனை எனக்கு மட்டும் தானாப்பா?"

"இந்த உலகத்தின் எல்லாத் தண்டனைகளும் ஏழைகளுக்குத்தாம்மா"

"ஏம்ப்பா... ஏழையாகப் பிறந்தது என் தப்பாப்பா! உங்க தப்பு. பணம் சம்பாதிக்கத் தெரியாத உங்க கையாலாகாதத்தனத்தின் தப்பு."

வழக்கப்படி வாயை மூடிக் கொண்டார் அவர். அவள் விடவில்லை. அத்தனை நேரம் அப்பாவின் மீது தோன்றிய அன்பு வெறுப்பாக மாறிற்று. அழுகை நின்று கோபம் ஏற்பட்டது.

'எல்லாம் உங்களால்தாம்ப்பா. உங்க இயலாமை காரணமாகத்தான். அதனால்தான் அம்மா உங்களை விட்டுப் போயிட்டா. தப்பு மொத்தம் உங்க பேர்லதான்.'

சடாரென்று கோபம் முழுதும் விஸ்வநாதன் மீது திரும்பிற்று. 'சீ! என்ன மனிதன் அவன்? என்ன காதலன்? ஒரு பொது இடத்தில், பத்துப்பேர் மத்தியில் அப்பா கை நீட்டி அடிக்கிறார். ர்... என்ன ர்? ன் போதும் அவனுக்கு. அதைப் பார்த்துக்கிட்டுப் பேசாமல் தானே இருந்தார். எழுந்து நான் ஓடி வந்த போதும் பின்னால் வராமல் போகட்டும் என்றுதானே விட்டுவிட்டார்?

ஆனால் விஸ்வநாதன் மீது ஏற்பட்ட கோபமெல்லாம் நொடியில் கரைந்து பரிதாபமேற்பட்டது. பாவம்! அவரால் மட்டும் என்ன செய்ய முடியும்?

நான் அவர் கடை சேல்ஸ்மேனின் பெண் என்பது அவருக்குத் தெரியாது. அது தெரிந்து, அவருடைய அப்பா என்னையும் அவரையும் சேர்த்துப் பார்த்து, எத்தனை அதிர்ச்சி! அதிலிருந்து மீள்வதற்கு முன் அவருடைய அப்பா என்னைப் பிடித்திழுத்து கீழே தள்ளி, காலால் உதைத்தால் அவர் மட்டும் என்ன செய்வார்? எப்படி என்னை அடிவிழாமல் காப்பாற்றியிருக்க

   விரலோடு வீணை

முடியும்? அப்பா உறுமிக் கொண்டு எதிரில் நின்றிருக்கிற போது எவ்வாறு என் பின்னால் ஓடி வந்திருக்க முடியும்? -

கைமுட்டி தரையில் பட்டு எரியத் தொடங்கிற்று. செட்டியார் பிடித்திழுத்துத் தள்ளியதில் கை சிராய்த்திருந்தது. அதைத் தடவி விட்டுக் கொண்டபோது மீண்டும் அழுகை வந்தது. மறுபடியும் அப்பா ஞாபகம் வந்தது.

'ஆ... அப்பா...'

சிங்காரம் ஓடி வந்தார்.

'என்னம்மா... என்னம்மா ஆச்சு?'

'கை முட்டில சிராய்ச்சுக்கிட்டேன்.'

'எப்படிம்மா?'

'வேணும்னா மறுபடி சிராய்ச்சுக் காட்டட்டுமா?'

'அதில்லமா... எப்படி அடிபட்டுச்சின்னு கேட்டேன். கீழ விழுந்திட்டியா?'

'ஐயோ... கை எரியுதுன்னு துடிக்கிறேன். இதெல்லாம் என்னப்பா கேள்வி?'

அவர் தேங்காய் எண்ணைப் புட்டி கொண்டு வந்தார். தன் கையில் சிறிது ஊற்றி அவள் முட்டியில் இதமாகத் தடவி விட்டார்.

"பேசாம படுத்துக்கம்மா. காலைல எரிச்சல் அடங்கிப் போயிடும்."

"அடங்காதேப்பா... முட்டி எரிச்சல் அடங்கினாலும் என் மனசெரிச்சல் அடங்காதே. என் நெஞ்சுல உங்க முதலாளி வாரிக் கொட்டின நெருப்பு அணையாதே. நானே நெருப்புல எரிஞ்சாத்தான் அணையும் போலிருக்கே."

சடாரென்று வாயைப் பொத்தினார் அவர்.

"சொல்லாதம்மா... அப்படிச் சொல்லாத. முதலாளிதாம்மா நம் வயத்துப் பசி நெருப்பை அணைச்சவர். எனக்கு நெருப்பு போட உன் ஒத்தாசைக்கு வந்தவர். அதையெல்லாம் மறந்துடாதம்மா.

உப்பிட்ட குடும்பத்துக்கு துரோகம் செய்யக் கூடாது. அவங்க கோடீஸ்வரங்கம்மா. நாம் கோடி ஈயோட ஸ்வரங்களை மட்டும்தாம்மா கேட்க முடியும். அவரு கோபப்பட்டதுல நியாயம் இருக்கும்மா. அவர் நிலைமையில் நீ இருந்தாக்கூட அதையேதாம்மா செய்திருப்ப.''

குழம்பிப் போனாள் அவள் வினாடி நேரம் விஸ்வநாதனின் அப்பா இடத்தில் தன்னை நிறுத்திப் பார்த்தாள்.

அப்பா வேலை செய்த கடையை நினைத்துப் பார்த்தாள். எப்படிப்பட்ட கடை. ஒரு தெருவின் முன் பக்கத்திலிருந்து பின்பக்கம் வரை கடை. அத்தனை பெரிய கடையின் முதலாளி அப்பா சொன்ன மாதிரி கோடீஸ்வரராகத்தான் இருக்க வேண்டும். அப்படிப்பட்ட கோடீஸ்வரரின் ஒரே பையனை ஒரு அன்றாடம்காய்ச்சிப் பெண் காதலிப்பது தெரிந்தால் எந்த அப்பாவுக்குக் கோபம் வராது? அதுவும் தானும் விஸ்வமும் இருந்த நிலையைப் பார்த்தபின் காரை விட்டுக் கீழே தள்ளாமல் வேறு என்ன செய்திருப்பாள்?

அதெல்லாம் சரி. இப்போது விஸ்வம் என்ன செய்வார்? அப்பாவை எதிர்த்துத் தன்னைக் கல்யாணம் பண்ணிக் கொள்வாரா? அல்லது நித்யா சொன்ன மாதிரி கை கழுவி விட்டுப்போய்விடுவாரா?

ஒரு முடிவிற்கும் வர முடியாதவளாகத் தவித்தாள். புரண்டு புரண்டு படுத்தாள். ஜன்னல் வழியாக வானத்து நீலத்தைப் பார்த்தாள். மினுங்கும் நட்சத்திரங்களைப் பார்த்தாள். உடைந்து உருமாறும் மேகங்கள், கொஞ்சமாய்த் தெரிந்த மூளி நிலா... பார்த்துக் கொண்டிருந்தவள் அப்படியே தூங்கியும் போனாள்.

மறுநாள் காலை எழுந்தபோது மணி எட்டாகியிருந்தது. பால்காரப் பையன் ஜன்னலில் பால்கவர் வைத்து விட்டுப் போயிருந்தான். எடுத்துப் போய் சமையலறையில் வைத்தாள். கொல்லைப்புறம் போய் பல் தேய்த்து, முகம் கழுவிக் கொண்டு வந்தாள். தானாகக் காப்பி போட்டுக் குடித்தாள்.

''என்ன இருந்தாலும் அப்பா காபி ஆகாது.''

  விரலோடு வீணை

இனி அந்தக் காபி வராது. அப்பா வரமாட்டார். அவள் மட்டும்தான். துணைக்கு விஸ்வநாதன் இருக்க என்ன குறையென்று நினைத்தாளே, இனி விஸ்வநாதன் இருப்பானோ மாட்டானோ? அப்பாவிற்குப் பயந்து தன்னைக் கைவிடவும் செய்யலாம்.

பிரின்ஸ்பால் சொன்ன மாதிரி எது நிஜமோ அதைச் சந்தித்தே ஆக வேண்டும் தப்பித்துக் கொள்ள நினைக்கக்கூடாது. அது முடியவும் முடியாது. அதனால் எதுவானாலும் சமாளிக்க வேண்டும். எதிர்த்து நின்று போராட வேண்டும். முதலில் வேலை தேடிக் கொள்ள வேண்டும்.

அதெல்லாம் அப்புறம். இப்போது முதல் வேலையாக விஸ்வத்திற்கு போன் செய்யலாமா? செய்து என்னவாயிற்று என்று கேட்கலாமா?

வேண்டாம், அவர் இன்னும் மோசமாக ஏதாவது சொல்லி விட்டால் கஷ்டம். மனசு கஷ்டப்படும். சங்கடப்படும். காலையில் எழுந்ததும் முதல் வேலையாகத்தானே சங்கடத்தைத் தேடிப் போக வேண்டாம். அதுவாக வருகிற போது வரட்டும்.

விஸ்வநாதனுக்கு டெலிபோன் செய்கிற எண்ணத்தைக் கைவிட்டு ஏதாவது கொஞ்சம் டிபன் செய்து சாப்பிட்டு விட்டு வேலை தேடப் போகலாமென்று நினைத்தாள். ராத்திரி ஒன்றும் சாப்பிடாமல் படுத்துக் கொண்டு விட்டதால் பசி வேறு வாட்டிற்று.

எப்படி உப்புமா செய்வதென்று தெரியவில்லை. பக்கத்துப் போர்ஷனில் கேட்டுத் தெரிந்து கொள்ள மனசு இடம் கொடுக்கவில்லை. அப்பா மீது கோபம் வந்தது. செல்லம் கொடுத்தே தன்னைக் குட்டிச்சுவராக்கி விட்டார். தானாவது சாமர்த்தியமாகக் கூரை போட்டுக் கொள்ள வேண்டும்.

மடமடவென்று உப்புமா என்ற பெயரில் ஏதோ செய்தாள். குளித்து உடை மாற்றி, தான் செய்த உப்புமாவை வேறு வழியின்றி தின்று முடித்தாள். வீட்டைப் பூட்டிக் கொண்டு தெருக்கோடிக்குப் போய் நாடார் கடையிலிருந்து நித்யாவுக்கு போன் செய்தபோது மனது அடித்துக் கொண்டது.

'விஸ்வத்திற்கு போன் செய்யலாமா?'

'சீ! வேண்டாம். முதலில் வேலை. அப்புறம்தான் மீதியெல்லாம்...'

மனதைக் கல்லாக்கிக் கொண்டு நித்யாவைக் கூப்பிட்டாள்.

"ஹலோ நித்தி."

"ஹாய் ஷைலு. என்னடி இவ்வளவு காலைல போன் பண்ற? என்ன விஷயம்?"

"எனக்கு ஒரு உதவி வேணும் நித்தி."

"என்ன... கல்யாண விஷயமா ஏதாவது...?"

"கல்யாணமா, எந்தக் கல்யாணம்?"

"என்னப்பா, தூங்கிக்கிட்டே பேசறியா? நேத்து சாயந்திரம் உன் விஸ்வத்தின் கூடப் போனபோது கல்யாணம் பற்றி பேசறதாகச் சொன்னாயே? பேசினாயா?"

"அதெல்லாம் அப்புறம் சொல்றேன். முதல்ல எனக்கொரு வேலை வேணும்ப்பா."

"என்ன ஷைலு விளையாடறியா? யார் வீட்டு மருமகளாகப் போற?0 வேலை வேணும்ன்ற?"

"விளையாடல. நிஜமாகத்தாம்ப்பா கேட்கறேன்."

"என்ன ஆச்சு ஷைலு?"

"நீ சொன்ன மாதிரித்தான் ஆச்சு. பணக்காரங்க என்ன வேணும்ன்னாலும் செய்வாங்கள்ள இல்ல, செய்திட்டாங்க."

"என்னப்பா சொல்ற?"

"அதெல்லாம் அப்புறம் பேசிக்கலாமே. உங்கப்பா கிட்ட சொல்லி உடனடியா எனக்கு ஒரு வேலை வாங்கித் தாயேன்..."

"ஒரு நிமிஷம் லைன்லயே இருக்கியா? எங்கப்பாகிட்ட கேட்டுச் சொல்றேன்."

                                        விரலோடு வீணை

"இருக்கேன். ஆனா சீக்கிரம் வந்துடு. இது மளிகை சாமான் கடை. ரொம்ப நேரம் போனை வச்சுக்கிட்டிருக்க முடியாது."

"ஒரே நிமிஷம்ப்பா. வந்துடறேன்."

ஒரு நிமிடம்கூட முழுமையாக எடுத்துக் கொள்ளவில்லை நித்யா.

"அப்பா உன்னை இப்போதே கிளம்பி நேரா வீட்டுக்கு வரச் சொல்றாரு. இன்னிக்கே எங்க கம்பெனியிலேயே வேலை போட்டுத் தராராம்…"

"தாங்க்யூ நித்தி. ரொம்பத் தேங்க்ஸ். இந்த ஜென்மம் முழுசும் உனக்கு தாங்க்ஸ் சொல்லணும்."

"ஜென்மம் இந்த நிமிஷத்துலேயே முடியப் போறதில்லை. அதனால் சீக்கிரம் வீட்டுக்கு வா."

ஒரு ஆட்டோ பிடித்தே போனாள். அவள் போனபோது நித்யா கல்லூரிக்குத் தயாராகி வாசலிலேயே காத்துக் கொண்டிருந்தாள். அழைத்துப்போய் அப்பாவிடம் சொல்லிவிட்டு, நேரமாகி விட்ட அவசரத்தில் ஓடினாள்.

"தப்பா நினைச்சுக்காத ஷைலு. உன்கூட ஆபீசுக்கு வரணும்னுதான் ஆசைப்படறேன். ஆனால் டெஸ்ட் இருக்குடி. அப்பா உனக்குப் புதுசில்ல. நீயும் அப்பாவுக்குப் புதுசில்ல. நடுவுல நான் எதுக்கு அனாவஸ்யமா?"

"சரி, நீ போ நித்தி. நான் பார்த்துக்கறேன்."

நித்யா போனதும் அவளுடைய அப்பா அவருடனே காரில் அழைத்துப் போனார்.

"ஐயம்எக்ஸ்ட்ரீம்லிஸாரிம்மா. உங்கப்பாதவறிப்போயிட்டதாக நித்யா சொன்னா."

"ஆமாம் சார். அவருக்கு விதி முடிஞ்சுப் போயிடுச்சு. போயிட்டாரு. எனக்கு இனிமேதான் ஆரம்பிக்கப் போறது போல இருக்கு."

"என்னம்மா, இந்த வயசுக்குத் தத்துவம் பேசற?"

"வாழ்க்கைல அடிபட அடிபடத் தத்துவம் தானாக வரும் சார்."

"வாழ்க்கைன்றது பெரிசா ஒண்ணுமில்லைம்மா. விரும்பறபடி வாழறதுதாம்மா..."

விரக்தியாகச் சிரித்தாள் ஷைலஜா.

"என்னம்மா சிரிக்கிற?"

"விரும்பறபடி எங்க சார் வாழ்க்கை அமையுது? அமைதியா, நிம்மதியா இருக்கணும்ன்னால் எது வருதோ அதை விரும்பக் கத்துக்கணும் சார்"

"ஒன்னு விரும்பினதை அடையணும். இல்லே வர்றதை விரும்பணும்ன்ற. நல்ல ஃபிலாஸபிதான். நீ பேசறதைப் பார்த்தா உங்கப்பா இழப்புக்குத் தயாராயிட்டேன்னு சொல்லு."

"எல்லா இழப்புகளுக்கும் தயாராயிருக்கேன். வர்றதை ஏத்துக்கறதுன்ற முடிவோட இருக்கேன்."

அவர் அவளைக் கண்ணிமைக்காமல் பார்த்தார். முன்பும் அவளைப் பார்த்திருக்கிறார்... அவள் வந்தால் வீடு கலகலக்கும். அட்டகாசமாய் சிரிப்புச் சத்தம் கேட்கும். வானம் விரலுக்கிடையில் என்கிற மாதிரி பேச்சு இருக்கும். அந்தத் திமிர், அகங்காரம், கர்வம், பார்வையின் பளபளப்பு... எப்படி இருந்த பெண், எப்படியாகிவிட்டது?

ஓர் ஆழமான பெருமூச்சோடு காரை விட்டுக் கீழே இறங்கியபோது, 'இளமையில் வறுமை, கொடுமை' என்று நினைத்துக் கொண்டார்.

"இறங்கும்மா... இதான் நம்ம ஆபீஸ்..."

உள்ளே அழைத்துப் போய் எல்லோருக்கும் அறிமுகப்படுத்தி வைத்தார்...

"சிதம்பரம், நம்ம ஆபீஸ் நியூ அப்பாய்ண்ட்மெண்ட். மிஸ் ஷைலஜா. எம் பொண்ணோட கிளாஸ்மெட். பேசாம எனக்கு இன்னொரு செகரட்டரியாக அப்பாய்ண்ட் பண்ணி வேலை கத்துக் கொடுத்துடுங்க."

     விரலோடு வீணை

"சரி சார்..."

"என் ரூம்லேயே ஒரு காபின் ஒதுக்கித்தந்துடுங்க. பொண்ணு கற்பூரம். சட்டுனு புடுச்சுக்கும்."

சிதம்பரம் என்ற பெரியவர் அவளைப் பார்த்துப் பாசமாய்ச் சிரித்தார்.

"பை தி பை ஷைலஜா. டாண்ணு மணி அஞ்சடிச்சதும் நீ வீட்டுக்குக் கிளம்பிடலாம்மா."

"தாங்க்யூ சார். இதைத் தவிர வேற எப்படி நன்றி சொல்றதுன்னே எனக்குத் தெரியலை."

"ஒட்டு மொத்தமா எல்லா நன்றியையும் மூட்டை கட்டி வச்சிக்க. மொத்தமா வாங்கிக்கறேன்." சிரித்தவாறே உள்ளே போய்விட்டார் நித்யாவின் அப்பா.

சிதம்பரம் அவளை அழைத்துப் போய் மேஜை கொடுத்து உட்காரச் செய்து வேலை கற்றுக் கொடுத்தார்.

"இதப் பாரும்மா... ஒன்னும் கஷ்டமில்ல. ஒருவிதப் பயமில்ல. நம்ம ஆபீஸ்ல எல்லாரும் ஒரு குடும்பமாகப் பழகறவங்கதான். அதனால் நீ எதுக்கும் கவலைப்பட வேணாம். எது தெரியலைன்னாலும் கேளு, சொல்லித்தரேன்."

"சரி சார்."

சிதம்பரம் அகன்றதும் வேலையில் மனதை செலுத்த முயன்றாள். முடியவில்லை. உள் மனசு விஸ்வநாதன், விஸ்வநாதன் என்று அரற்றிற்று. அவனைப் பார்க்கிற ஆசை பூதாகாரமாய் எழுந்தது. எதிரிலிருந்த தொலைபேசி வேறு தூண்டிவிட்டது. 'ஒருமுறை என்னை எடுத்து விஸ்வநாதனிடம் பேசேன்.'

'நோ, கூடாது. பட்ட அவமானம் போதாதா? இன்னமும் பட வேண்டுமா?'

வலுக்கட்டாயமாக மனதைப் பிடித்திழுத்து வேலையின் பக்கம் திசை திருப்ப முயன்றாள் அவள்...

❦

23

புதன்கிழமை விஸ்வநாதனை வெகுவாக மருட்டிற்று. இன்னும் எத்தனை நாட்கள் இருக்கின்றன என எண்ணிப் பார்த்துக் கொண்டான். தூக்கிலிடப் போகிற குற்றவாளியின் மனநிலையில் தான் இருப்பதாக நினைத்துக் கொண்டான். சூழ்நிலையின் இறுக்கம் அவனை முற்றிலும் மாற்றியிருந்தது. முகம் களையிழந்து சிரிப்பற்றுப் போயிற்று. சாப்பாடு பிடிக்காமல் தூக்கம் வராமல் தவியாய் தவித்தான். பேசாமல் எங்கேயாவது ஓடிப்போய்விடலாம் என்று கூடத்தோன்றிற்று.

'எங்கு போவது? எங்கு போனாலும் அப்பா தேடிக் கண்டுபிடித்து விடமாட்டாரா? ஒரு வேளை தன்னைக் கண்டுபிடிப்பதற்குப் பதிலாக அப்பா சொன்ன மாதிரி செய்து கொண்டுவிட்டால்? செய்யக் கூடியவர்தான் அவர். தான் பிடித்த முயலுக்கு மூன்று கால் என சாதிக்கக் கூடியவர். இதோ நாலாவது கால் இருக்கே என்று யாராவது காட்டினால் அந்தக் காலை உடைத்துவிடக் கூடியவர். அப்படித்தான் தன்னையும் உடைத்துக் கொண்டிருக்கிறார். துண்டு துண்டாய்... பொடிப் பொடியாய்...'

'அப்பா... ஏன் இப்படிச் செய்கிறீர்கள்? நான் உங்களுக்கு என்ன தப்பு செய்தேன்?'

அறையிலே அவன் முடங்கிக் கிடப்பதைப் பார்த்த தெய்வானையம்மாள் மேலே வந்தாள். அவன் பக்கத்தில் உட்கார்ந்து முகம் வருடிக் கொடுத்தாள்.

"நீ இப்படி எதையோ பறிகொடுத்த மாதிரி இருக்கிறது மனசுக்கு சங்கடமாக இருக்குடா விஸ்வம்"

அந்த அம்மாளின் கண் கலங்கிற்று. குரல் தழுதழுத்தது. அதை கவனித்த விஸ்வம் மெதுவாகச் சொன்னான்.

"பறி கொடுத்திட்டுத்தான் நிக்கறேன்."

இதற்குமேல் அவனிடம் பேசினால் ஆபத்து என்பதை உணர்ந்த அந்தம்மாள் மெதுவாக எழுந்து கொண்டாள்.

"நிச்சயதார்த்தத்துக்கு இன்னும் ரெண்டு நாளில்லை. இந்த மாதிரி ரூம்ல அடைபட்டுட்டிருந்தா எப்படிடா? கீழ இறங்கி வாடா. வந்திருக்கிற சொந்தக்காரங்கள்ளாம் 'விஸ்வம் எங்கேன்னு' என்னைத் துளைச்சு எடுக்கறாங்க."

"செத்துப் போயிட்டான்னு சொல்லு."

"துக்கிரித்தனமாய் பேசின எனக்கு ரொம்பக் கோவம் வரும் விஸ்வம். என்னடா பேச்சு இதெல்லாம்? பெத்த அம்மாகிட்ட பேசற பேச்சாடா? அதுவும் கல்யாணம் செய்துக்கப்போற பையன் பேசறதாடா இப்படி?"

"உன் வீட்டுக்காரர்கிட்ட பேச முடியல. அதான் உன் கிட்ட பேசறேன்."

"அப்பாகிட்ட பேச முடியலைன்னு நீ என்கிட்டப் பேசு. பிள்ளைகிட்ட பேச முடியலைன்னு அவரு என்கிட்ட வந்து பேசட்டும். நான் யார்கிட்ட போய்டா பேச முடியும்?"

அந்தக் கேள்வியின் ஆதங்கமும் அம்மாவின் முகத்திலிருந்த சோகமும் மனதை சங்கடப்படுத்திற்று. 'சீ பாவம், இவள் என்ன செய்வாள்?' எனத் தோன்ற எழுந்து உட்கார்ந்து கொண்டான். அம்மாவை சமாதானப்படுத்துகிற விதமாக ஏதாவது சொல்ல நினைத்து அவள் முகத்தை ஏறிட்டான்.

"நீ போம்மா. நான் குளிச்சு டிரஸ் பண்ணிக்கிட்டு வரேன்."

"நிஜமாத்தான் சொல்றியா?"

"எனக்கு பொய் சொல்லத் தெரிஞ்சா நல்லா இருக்கும்மா."

"சரி சரி. திரும்ப ஆரம்பிச்சுடாதே. கல்யாணப் பிள்ளையா லட்சணமா அழகா டிரஸ் பண்ணிக்கிட்டு வா."

குளிச்சு உடை மாற்றி கீழே வந்தபோது கணிசமாய்க் கூட்டம் சேர்ந்திருந்தது. சயித்தியாமிண்டி, அம்மான்,

அம்மான் மிண்டி, ஆயா, அப்பத்தா என வீடு கொள்ளாத உறவுக்காரர்கள் குழுமியிருந்தார்கள். செட்டிநாட்டிலிருந்து நிச்சயதாம்பூலத்திற்கென வந்திருந்த அப்பத்தா ஓடி வந்து அவனைக் கட்டிக் கொண்டாள்.

"என் ராசா... நேத்திக்குத்தான் போல இருக்குது தொட்டில்ல கெடந்தது. இன்னிக்கு என்னடான்னா நெடுநெடுன்னு வளர்ந்து ஆளாகி நிக்குது. ராசாவுக்கு ராசா பொறக்க நாங்கள்ளாம் ஓடி வந்திருக்கோம்."

"வா... வந்து ஒக்காரு விஸ்வம்." அவனைப் பார்த்ததும் மல்லிகாவின் அப்பா எழுந்து நின்றார். அப்பா அவர் கை பிடித்து உட்கார வைத்தார்.

"நீங்க ஒக்காருங்க அண்ணாமிண்டி. அவன் உங்களுக்கு மாப்பிள்ளைன்னா நீங்க எங்க வீட்டு மாப்பிள்ளை."

"உக்காருங்க..." என்று கூப்பிட்டார் அவர். தயங்கித் தயங்கி உட்கார்ந்து கொண்டான் விஸ்வம். அப்பா அவன் வந்த உற்சாகத்தில் பலமாகப் பேசத் தொடங்கினார்.

"நிச்சயதாம்பூலமே ரொம்ப அமர்க்களப்படணும் அண்ணாமிண்டி. நம்மள்ள இந்த மாதிரி ஒரு தாம்பூலம் மாத்தினதில்லைலன்னு வற்றவங்க பேசிக்கணும்."

"நிச்சயதாம்பூலமே இப்படின்னா கல்யாணம் எப்படி நடக்குமனு மலைச்சுப் போற மாதிரி செய்திடலாம்..."

விஸ்வத்திற்கு நெருப்பாய்ச் சுட்டது. மெல்ல நகர்ந்து மீண்டும் தன் அறைக்குள் நுழைந்து கதவு சாத்திக் கொண்டான். பால்கனிக்குப் போய் கைப்பிடிச் சுவர்மீது ஏறி உட்கார்ந்து கொண்டான். இதே நிச்சயதாம்பூலம் தனக்கும் ஷைலஜாவுக்குமாக இருந்தால் எப்படியிருக்குமென யோசித்துப்பார்த்தான். எத்தனைவேகம், சுறுசுறுப்பு, சந்தோஷம் எல்லாம் வந்திருக்கும். எவ்வளவு உற்சாகமாகக் கலந்து கொண்டிருப்பான். ஷைலஜாவிடம் எந்த மாதிரியெல்லாம் கிண்டலடித்திருப்பான். தனக்குக் குறையாமல் அவளும் பதிலுக்கு பதில் எப்படிப் பேசியிருப்பாள்?

                          விரலோடு வீணை

'ஏய் ஷைலு... நிச்சயதாம்பூலமெல்லாம் எதுக்கு? நேரா கல்யாணத்த வச்சிருக்கக் கூடாது...'

'தெரியுமே... ஐயா கல்யாணத்துக்குப் பறக்கராரா இல்லே, ஃபர்ஸ்ட் நைட்டுக்குப் பறக்காராரான்னு...'

"ஃபர்ஸ்ட் நைட்டா... நைட் வரை யாரு காத்துக்கிட்டிருக்கப் போறாங்க? தாலி கட்டின உடனே டபால்னு தூக்கிக்கிட்டுப் போயிட வேண்டியதுதான். ரூமுக்குள்ள போய் கதவை சாத்தி விளக்கணைச்சா ராத்திரிதான்."

"ஐய... போங்க..." அவள் முகம் சிவந்து கண்டு சிரித்தான் அவன்.

"உனக்கு வெட்கப்படல்லாம் கூடத் தெரியுமா?"

"ஏதோ... உங்க அளவுக்குத் தெரியாட்டியும் கொஞ்சம் படுவேன்."

அந்தக் கெஞ்சல், சிரிப்பு, உற்சாகம், கும்மாளம், கிண்டல் எல்லாம் எங்கே போயின? எப்படி மறைந்தன? யாரோ வந்து பளீரென எல்லாவற்றையும் பிடுங்கிக்கொண்டு போய் விட்ட மாதிரியல்லவா ஆகிவிட்டது. இது நிச்சயதாம்பூலமா? நடக்கப் போவது கல்யாணமா? கடவுளே! எப்படி சமாளிக்கப் போகிறேன்?

நீண்ட பெருமூச்சு ஒன்று தெறித்து விழ, வானத்தை அண்ணார்ந்து பார்த்தான். நீலப்படுதாமிகத்துல்லியமாகவிரிக்கப்பட்டிருந்தது. நட்சத்திரங்கள் ஒன்றோடொன்று சண்டையிட்டு முறைத்துக் கொண்டு விலகி நின்றிருந்தன. மேகம் ஒன்று ஆசையாக வந்து பளீரென மினுங்கிய நட்சத்திரத்தை அணைத்து உடனே துண்டுதுண்டாகச் சிதறியது. அது அவனை மேலும் துக்கப்படுத்தியது. கைப்பிடிச் சுவரை விட்டுக் கீழே இறங்கி தரையில் மல்லாந்து படுத்துக் கொண்டான்.

ஷைலஜா, 'ஷைலஜா, ஷைலஜா... அவளை மறக்கவே முடியாது போல் இருக்கிறதே... என்ன செய்யப் போகிறேன்? எப்படியாவது இந்த நிச்சயத்தாம்பூலம் கல்யாணம் எல்லாம் நின்றுபோனால் தேவலாம். எப்படி நிற்கும்? யார் நிறுத்தப் போகிறார்கள்?

யாரோ வந்து அவனைத் தோள் தட்டி எழுப்பினார்கள். அவர்கள்தான் கல்யாணத்தை நிறுத்தப் போகிறார்களோ? சடாரென எழுந்து உட்கார்ந்தான். இருட்டில் முகம் சரியாகத் தெரியவில்லை. குரல் மட்டும் கேட்டது.

"என்ன தம்பி இது? ராத்திரி பன்னிரெண்டு மணிக்கு இப்படி வெட்டவெளியில படுத்துக்கிட்டிருக்கீங்க? விடிஞ்சா நிச்சயதாம்பூலம். இப்போ இப்படி படுத்துக் கிடக்கீங்க? உடம்பு ஏதாவது சரியில்லையா?"

மல்லிகாவின் அப்பா குரல் என்பது போல் உணர்ந்தான்.

"ஒண்ணுமில்ல மாமா. ஏதோ நினைச்சுக்கிட்டே படுத்துக்கிட்டிருந்தேன். அப்படியே தூங்கிட்டேன் போல இருக்கு."

"மல்லிகா ஞாபகமா?" என்று சிரித்தார் அவர். 'மண்ணாங்கட்டி ஞாபகம்' எனக் கத்தத் தோன்றியதை அடக்கிக் கொண்டான்.

"உள்ளார வாப்பா..."

"நீங்க போங்க. நான் வரேன்."

அவர் அகன்றதும் உள்ளே போய் அறைக் கதவைத் தாழிட்டு கட்டிலில் குப்புறப்படுத்துக் கொண்டான்,

ராஜேஸ்வரி கல்யாண மண்டபம் களை கட்டிக் கிடந்தது. காஞ்சிப் பட்டும், கனகாம்பரமும், கழுத்து நிறைந்த வைர அட்டிகையுமாகப் பெண்கள் கூட்டம் அலைமோதிற்று. பட்டு வேஷ்டி, பட்டுச் சட்டை, அங்கவஸ்திரம், வைர மோதிரம், தங்கக் கைக் கடிகாரம், மைனர் சங்கிலி என பெரிய இடத்துக் கம்பீரக்களை தெரியும் ஆண்கள் மறுபக்கம். ராதாகிருஷ்ணன் சாலையின் இருபுறமும் அடைத்துக் கொண்டு ஏராளமான கார்கள், எதிர்புற சந்துகளிலெல்லாம்கூட நிறுத்தப்பட்டிருந்தன. போக்குவரத்து அநேகமாக ஸ்தம்பித்திருந்தது. போலீஸ் தலைகளைப் பார்த்தபோது மக்கள் கேட்டுக் கொண்டார்கள்.

"யாரு... முதலமைச்சரம்மாவா வராங்க?"

"போலீஸ் கெடிபிடி பார்த்தால் அப்படித்தான் தெரியுது."

                                        விரலோடு வீணை

"இல்லீங்க. அந்தம்மா வராங்கன்னா டிராபிக் மொத்தமும் பிளாக் பண்ணிடுவாங்க."

"அதுவும் சரிதான்."

மண்டபத்தினுள் அட்டகாசமாய் அலங்கரித்திருந்தனர். மல்லிச்சரங்களும், ரோஜா இதழ்களும், தாமரை மொட்டுக் களுமாக தேவலோகம் மாதிரி இருந்தது. பட்டு வேஷ்டி புரள, முழுக்கைச் சட்டை போட்டு தேவேந்திரனை ஒத்த கவர்ச்சித் தோற்றத்துடன் வந்து நின்றான் விஸ்வநாதன். அத்தனை சோகத்திலும் அந்த முகத்தின் களை அனைவரையும் கவர்ந்தது.

"நம்ம விஸ்வநாதனோட லட்சணம் யாருக்கும் வராது."

"ஏன் மல்லிகா மட்டும் என்னவாம்? பாப்பாரப் பொண்ணுங்க மாதிரி என்ன நெறம், எத்தனை லட்சணம்?"

விஸ்வநாதன் காதுகளை அந்தப் பேச்சு எட்டிற்று. முகம் சுளித்துக் கொண்டான்.

"பையனை வந்து மணைல ஒக்காரச் சொல்லுங்கோ. நிச்சயதார்த்த நேரம் நெருங்கிட்டது பாருங்கோ..."

விஸ்வநாதன் பந்தலுக்குள் ஏறி மணையில் உட்கார்ந்தான். "பொண்ணை அழைச்சிண்டு வாங்கோ..."

பக்கத்திலிருந்த மணப்பெண் அலங்கரிப்பு அறையிலிருந்து தரையில் மெத்து மெத்தென்று பாதம் பதிய நடந்து வந்த மல்லிகாவைப் பார்த்து சபை பிரமித்தது.

"பொண்ணு ரொம்ப லட்சணம்."

"அசப்புல கௌதமி மாதிரி இல்ல?"

"கௌதமியவிட அழகு."

"இப்படி ஜோடிப் பொருத்தம் அமையறது அபூர்வம்தான்."

பந்தலுக்கு வந்த மல்லிகாவைப் பார்த்த சாஸ்திரிகள் தன்னிச்சையாக முணுமுணுத்தார்.

"மகாலக்ஷ்மி மாதிரி இருக்கா. தீர்க்காயுசா, தீர்க்க சுமங்கலியா இருக்கணும்..."

"ம்... நமஸ்காரம் பண்ணும்மா."

குனிந்து நமஸ்கரித்தாள்.

"உட்கார்ந்துக்கோ."

உட்கார்ந்து கொண்டாள். மந்திரம் சொல்ல ஆரம்பித்தார். மேளம் முழங்கிற்று. நாதஸ்வரம் காதுகளை வருடிக் கொடுத்தது.

"வாங்கோ...சம்பந்திய அழைச்சுண்டு வாங்கோ செட்டியார். லக்னப் பத்திரிகை எழுதிடலாம்."

செட்டியாரும், மல்லிகாவின் அப்பாவும் எழுந்து பந்தலுக்குப் போனார்கள். முகூர்த்தம் குறிக்கப்பட்டது. ஜனவரித் திங்கள் தை மாதம் இருபத்தெட்டாம் தேதி புதன்கிழமை காலை 9 - 10 1/2 மணி முகூர்த்தத்தில்..."

சாஸ்திரிகள் குறுக்கிட்டார்.

"முகூர்த்தத்திற்கு இன்னும் பத்தே நாள்தான் இருக்கு ஸ்வாமி..."

மற்றொரு ஐயர் உரக்கச் சொன்னார்.

"பணமிருக்கிறவாளுக்குப் பத்து நாள் எதுக்கு? நாளைக்கேகூட வச்சிக்கலாம்."

சபை சிரித்தது. பத்து நாளில் கல்யாணமா?

அடிவயிறு புரளத் தலைநிமிர்ந்த விஸ்வநாதனின் கண்களில் மல்லிகாவின் மெளனமான அழகு பளீரெனக் கண்ணில் பட்டது. 'எத்தனை குடும்பப் பாங்கான முகம்!'

நினைத்துக்கொண்ட போது மாலை மாற்றும்படி உத்தரவு வந்தது. மாற்றிக் கொண்டான். ஐயர் செய்யச் சொன்னதையெல்லாம் செய்தான். கெட்டிமேளம், கெட்டி மேளம் என்றார்கள்.

சபைக்கு நமஸ்கரிக்கச் சொல்லி நமஸ்கரித்த போது அதி அற்புதமாக மங்கல வாத்தியம் முழங்கிற்று.

* * * * *

*ச*த்திரத்திலிருந்து வீட்டிற்கு வந்த விஸ்வநாதனின் மனம் பாரமாகக் கிடந்தது. மல்லிகாவின் கள்ளமற்ற வெள்ளை முகம் அந்தப் பாரத்தை அதிகப்படுத்திற்று. 'ஒரு பெண்ணின் மனதை சங்கடப்படுத்தினது போறாது என்று இன்னொரு பெண்ணா? அவளை அழவைத்த மாதிரி இவளையும் அழ வைப்பதா? பெண் பாவம் பொல்லாது என்பார்களே?'

'அதிலும் மல்லிகா விவரமறியாதவள். குழந்தை மாதிரி, போர்த்துப் போர்த்து வளர்த்ததால், வீட்டிற்குள் இறுத்திப் பாதுகாத்ததால் உலகமே தெரியாமல் நிற்பவள். அப்படிப் பட்ட கபடற்ற பெண்ணை ஏமாற்றலாமா? இது நியாயமா? இதற்கு என்ன செய்வது?'

'ஏற்கெனவே ஒரு பெண்ணை ஏமாற்றியாகிவிட்டது. பாவம் ஷைலஜா! பீச்சில் எப்டிப அவமானப்பட்டாள்? காரிலிருந்து கீழே தள்ளி, காலால் உதைத்து. அப்பா... ஏன் இப்படியெல்லாம் செய்கிறீர்கள்?'

ஓர் ஆழமான பெருமூச்சு வெளிப்பட்டது, அவனிடமிருந்து. அதற்குப் பின் ஷைலஜாவைப் பார்க்கக்கூட இல்லை. ஆறுதலாக ஒரு வார்த்தை பேசவில்லை. அப்பாவின் அநாகரிகமான செய்கைக்கு மன்னிப்பு கேட்கவில்லை. நிச்சயதார்த்தம் பற்றி சொல்லவில்லை.

சொன்னால் என்ன செய்வாள்? எப்படி துடித்துப் போவாள்? ஆத்திரத்தில், கோபத்தில், அழுகையில்... எதில் வேண்டுமானாலும் வெடிக்கலாம். எதுவாக இருந்தாலும் தாங்கிக் கொள்ள வேண்டும். பொறுத்துக் கொள்ள வேண்டும். வேறு வழியில்லாமற் போய்விட்டதை எடுத்துச் சொல்ல வேண்டும். இதமாய் அன்பாய்ப் பேச வேண்டும். அலைகின்ற மனதிற்கு ஆறுதலளிக்க வேண்டும்.

ஷைலஜா... ஷைலஜா... ஷைலஜா...

அப்போதே பார்க்க வேண்டுமென்று தோன்றின வெறியை அடக்கிக் கொண்டான். எப்படியாவது காலையில் அவளது விலாசம் கண்டுபிடித்துவிடவேண்டும். எப்படி? யாரைக் கேட்கலாம்? யார் சொல்லுவார்கள்?

ராத்திரி முழுதும் யோசித்ததில் சட்டென்று விடை கிடைத்தது.

'அவளது காலேஜ் பிரின்ஸ்பாலைச் சந்தித்துக் கேட்க வேண்டும். அப்ளிகேஷன் பாரத்தில் அவளது விலாசம் இருக்கும். கல்லூரியில் சேருவதற்கு முன் கொடுத்திருப்பாள். கெஞ்சிக் கேட்டு எப்படியாவது அதை வாங்கிக் கொண்டுவிட வேண்டும்...

அதன் பின்னரே அவனுக்குள் ஓர் அமைதி ஏற்பட்டது. மறுநாள் உதயத்தை எதிர்பார்த்து மெல்ல கண்களை மூடினான்.

⬩━⟨○⟩━⬩

விரலோடு வீணை

24

விஸ்வநாதனைப் பார்த்ததும் பளீரென்று மலர்ந்தது ஷைலஜாவின் முகம். அவனைக் கொஞ்சம்கூட எதிர்பார்க்காத அதிர்ச்சியும், ஆச்சரியமும் தெரிந்தது. அனுப்பிக் கொண்டிருந்த டெலக்ஸ் செய்தியைப் பாதியில் நிறுத்தி விட்டு, பரபரவென்று கண்ணாடிக் கதவைத் தள்ளிக் கொண்டு வெளியில் வந்தாள். கண்கள் அகல அவனைப் பார்த்தாள். அதன் மினுமினுப்பில் மனதின் சந்தோஷம் எட்டிப் பார்த்தது.

"விஸ்வம்..." என்றவள், மேலே வார்த்தை வராமல் தவித்தாள்.

'இந்த அளவிற்கா நான் அந்நியமானவனாகி விட்டேன்?' என்கிற வருத்தம் அப்பட்டமாய்த் தெரிந்தது. குரல் எழும்ப மறுத்தது. ஆனாலும் தன்னை சுதாரித்துக் கொண்டு கேட்டான்.

"என்கூட கொஞ்சம் வெளில வர முடியுமா ஷைலஜா...?"

"என்ன விஸ்வம் அப்படி கேட்கறீங்க...? காத்துக் கிட்டிருக்கேன். ஒரு நிமிஷம் இருங்க. உள்ள போய் பர்மிஷன் கேட்டுட்டு வந்துடறேன்."

போய் உடனே திரும்பி வந்தாள்.

"வாங்க போகலாம்..." காரில் ஏறிக் கொண்டவள் மனதின் படபடப்பை அடக்க முடியாதவளாகக் கேட்டாள்.

"நான் இங்க வேலை செய்யறது எப்படித் தெரியும் விஸ்வம்...?"

"நீ சொல்லாட்டிப் போனாலும் தெரிஞ்சுக்கிட்டேன்..."

"எப்படி...?"

"எப்படியோ... அதுவா இப்போ முக்கியம்?"

"சொல்லுங்க விஸ்வம். எப்படின்னு தெரிஞ்சுக்கணும் போல இருக்கு."

"சிம்பிள். உங்க காலேஜ் பிரின்சிபால் கிட்டே இருந்து வீட்டு விலாசம் வாங்கிக்கிட்டேன். வீட்டுக்குப் போனால் அங்க நீ இந்த இடத்தில் வேலை செய்யிற விஷயம் சொன்னாங்க... ஆமாம், இப்படி என்கிட்ட கூடச் சொல்லாமல் வேலைல சேரலாமா ஷைலஜா...? அந்த அளவுக்கா நான் அந்நியமாயிட்டேன்...?"

"எனக்குக் கோவம் விஸ்வம். உங்க பேர்ல. உங்கப்பா பேர்ல எல்லாம் தாங்க முடியாத கோபம். அதான் சொல்லலை...?"

ஒரு வினாடி மௌனமாக இருந்தான் அவன்.

"என்ன விஸ்வம் பேசாமல் இருக்கீங்க...?"

"நியாயமான கோபம்தான். நீ அப்படி நடந்துக்கிட்டதில் தப்பு இல்லை. என் அப்பா செய்த தப்புக்கு நான் உன்கிட்ட மன்னிப்பு கேட்டுக்கறேன்... தயவு செய்து மன்னிச்சிடு ஷைலஜா."

"ஐயோ... என்ன விஸ்வம் இது...? நீங்க எதுக்கு மன்னிப்பு கேட்கணும்...? உங்க பேர்ல என்ன தப்பு...?"

"இருக்கு. முதல் தப்பு அப்பா அப்படி நடந்துக்கிட்ட போது அவரைத் தடுத்திருக்கணும். ரெண்டாவது தப்பு மறுநாளே நீ இருக்கிற இடத்தைத் தேடிக் கண்டுபிடிச்சு வந்து மன்னிப்பு கேட்டிருக்கணும். ரெண்டும் செய்யல..."

"எப்படி விஸ்வம்? என் வீடே தெரியாதபோது எப்படி வந்திருக்க முடியும்?"

"இப்போ கண்டுபிடிக்கல. அந்த மாதிரி கண்டு பிடிச்சி ருக்கணும். பிரின்ஸ்பாலைக் கேட்டு விலாசம் வாங்கலாம்ன்றது நேற்று வரை மனசுக்கு உறைக்கலை..."

"போகட்டும் விஸ்வம், விடுங்க. நடந்ததைப் பத்திப் பேச வேண்டாம். அதுவும் அந்த பீச் விஷயத்தை ரெண்டு பேருமே மறந்துடலாம்... என்ன...?"

"நான் மறந்தாலும் விதி என்னை மறக்கவிடாதே ஷைலஜா..." என்று நினைத்துக் கொண்டவன் காரை டிரைவ் இன்னிற்குள் திருப்பி ஒதுக்குப்புறமான மர நிழலில் நிறுத்தினான். நிதானமாகத் திரும்பி அவளைப் பார்த்தான்.

"என்ன பார்க்கறீங்க விஸ்வம்...?" என்று கொஞ்சலாகக் கேட்டு அவன் தோளில் சரிந்தாள் அவள்.

அந்த ஸ்பரிசத்தில் அவனது உணர்வுகள் மெல்ல விழித்துக் கொண்டன. இழுத்து அவளை முத்தமிடத் தோன்றியதை அடக்கிக் கொண்டான். சொல்ல வந்த விஷயத்தை எப்படிச் சொல்லலாமென்று யோசித்து ஒரு முடிவிற்கு வந்த மாதிரி மெதுவாக ஆரம்பித்தான்.

"ஷைலு, உன்கிட்ட ஒரு விஷயம் சொல்லணும், எப்படிச் சொல்றதுன்னு தெரியலை..."

"சொல்லுங்க விஸ்வம், எதுவானாலும் நேரிடையா சொல்லிடுங்க..."

"ஆனால் சொல்ல நா எழவில்லை. தலை குனிந்து, ஒரு வினாடி அமைதியாக வெறித்துப் பாத்தபடி இருந்தான்."

"சொல்லுங்க விஸ்வம், ஏன் தயங்கறீங்க?"

"நேற்று எனக்கும் என் அத்தை பொண்ணு மல்லிகாவுக்கும் கல்யாணம் நிச்சயமாயிடுச்சு ஷைலஜா..."

"என்...ன...?!"

சடாரென்று அவன் முகத்தைப் பார்த்த அவளது கண் ளில் எல்லையயற்ற அதிர்ச்சி தெரிந்தது. கோபம் தெரிந்தது. ஏமாற்றம் தெரிந்தது. அவன் பார்த்துக் கொண்டிருந்தபோதே வெறுப்பாக மாறிற்று.

"விளையாடாதீங்க விஸ்வம்..." என்றபோது அந்தக் குரலில் அழுகை எட்டிப் பார்த்தது.

"விளையாடலை ஷைலு. நிஜமாத்தான் சொல்றேன். என் விருப்பத்தை மீறி நடந்த நிச்சயதார்த்தம் இது. அப்பா என்னை பயமுறுத்திச் செய்த ஏற்பாடு "வேணாம். ப்ளீஸ் வேணாம், காரணம் சொல்லாதீங்க...'

"நீ புரிஞ்சுக்கணும் ஷைலஜா என்னை, என் உணர்வுகளைப் புரிஞ்சுக்கணும். நம்மை மீறி நடக்கற சில விஷயங்களில் என் நிச்சயதார்த்தமும் ஒன்னு. இதுக்கு சம்மதிக்க லேன்னா அப்பா

தற்கொலை செய்துப்பேன்னு சொல்றார். அம்மா பதற்றாங்க. சொன்னபடி செய்து காட்டறவர் அப்பா... என் இடத்துல நீ இருந்திருந்தா என்ன செய்திருப்ப ஷைலஜா..."

முகத்தை மூடிக் கொண்டு அழ ஆரம்பித்தாள் அவள். விரலிடுக்குகளில் வழியாகக் கண்ணீர் வழிவதைப் பார்த்த அவன் அவள் கைமீது தன் கை வைத்தான்.

"நோ..." சடாரென்று உதறிவிட்டாள்.

"என்னைத் தொடாதீங்க ப்ளீஸ், என்னைத் தொடற உரிமையை நீங்களும், அதை அனுமதிக்கிற உரிமையை நானும் இழந்திட்டேன்."

"ஷைலு..."

'வேணாம்... இனிமேல் இந்த மாதிரி செல்லமாக் கூப்பிடறதை விட்டுடுங்க. ஷைலுவுக்குப் பதிலா மல்லீன்னு கூப்பிடுங்க..."

"ஷைலஜா...தயவு செய்து என்னைப் புரிஞ்சுக்க. நீயே புரிஞ்சுக்கலைன்னால் வேற யார் புரிஞ்சுப்பாங்க? என் இஷ்டத்துக்கு மீறி நடந்த விஷயம் இது, அப்பாவை மீறி ஒண்ணும் செய்ய முடியாத நிலைமையில் நடந்த விஷயம்."

"நீங்க இந்த மாதிரி அப்பா பிள்ளையாக இருப்பீங்கன்னு நினைக்கலை... என்னைக் காதலிக்கிற போது அப்பா ஞாபகம் ஏன் வரல உங்களுக்கு? அவரைக் கேட்டுக் காதலிச்சிருக்கணும்...?"

அவன் மௌனமாகத் தலை கவிழ, அவள் கண்களைத் துடைத்துக் கொண்டு சடாரென்று நிமிர்ந்தாள்.

"இதுவரைக்கும் நான் ஆசைப்பட்ட எதுவும் எனக்குக் கிடைக்காமல் போனதில்ல. நாம் முதல் முதல்ல சந்திச்சது உங்களுக்கு ஞாபகமிருக்கா...?'

"அதை எப்படி என்னால் மறக்க முடியும்?"

"நீங்க ஒரு கண்ணாடி பொம்மை வாங்கினீங்களே...?"

"அதைக்கூட நீ கைதவறி கீழ போட்டு உடைச்சிட்டியே...?"

                                                        விரலோடு வீணை

"உங்ககிட்ட ஒரு உண்மையைச் சொல்லணும். கைதவறி உடையல அது. வேணும்னே தவற விட்டேன்..."

"என்... ன...?"

"எனக்கு கிடைக்காதது வேற யாருக்கும் கிடைக்கக் கூடாதுன்ற குணம் என்னுடையது. அதே மாதிரி எனக்குக் கிடைக்காத நீங்க வேற எந்தப் பொண்ணுக்கும் கிடைச்சுடக் கூடாதுன்னு இப்போ தோணுது."

"ஷைலு...?" என்று அதிர்ந்தான் அவன்.

"என்ன பேசற நீ...?"

குரல் தீவிரமடைந்து ஒருவித வெறித்தனம் எட்டிப் பார்த்தது. பாட்டிலைத் திறந்த பூதம் மாதிரி பழைய குணம் திரும்பிற்று. பார்வையில் மினுமினுப்பு ஏறிற்று. குரல் ஆக்ரோஷமாய் வந்தது.

"எஸ். எனக்குக்கிடைக்காதநீங்க, உங்கஅத்தைப்பொண்ணுக்குக் கிடைக்கக் கூடாது."

அதுகேட்டு அவன் தடுமாறினான்.

"என்ன ஷைலு இது...? இந்தக் கல்யாணத்தை நிறுத்தற தைரியமும், பலமும் இருந்திருந்தா ஆரம்பத்திலேயே கிள்ளி எறிஞ்சிருக்க மாட்டேனா...?"

கோபம், ஆக்ரோஷம் எல்லாம் தணிய, திடீரென்று சிரிக்க ஆரம்பித்தாள் அவள். சடார் சடாரென்று அவள் மாறிய விதம் அவனுக்குள் பயத்தை ஏற்படுத்தியது. என்ன ஆயிற்று இவளுக்கு? அதிர்ச்சியில் பைத்தியம் பிடித்து விட்டதா...? ஒரு வேளை தான் அப்படி பட்டென்று போட்டு உடைத்திருக்கக் கூடாதோ...? அவளால் அதைத் தாங்கிக் கொள்ள முடிய வில்லையோ...?

அவன் எண்ணங்களைப் புரிந்து கொண்டவளாக மீண்டும் பேசத் துவங்கினாள்.

"என்ன விஸ்வம் அப்படிப் பார்க்கறீங்க? எனக்குப் பைத்தியம் புடிச்சிடிச்சேன்னு நினைக்கறீங்களா...?"

அதிர்ந்தான்.

"இல்ல விஸ்வம், சுய நினைவோடத்தான் இருக்கேன். கவலைப்படாதீங்க..." என்றவள் கால் வினாடி அமைதியாகிப் பின் தானாகப் பேசினாள்.

"சுயநினைவு தவறிப் போனாக்கூட நல்லாத்தான் இருக்கும்..."

மீண்டும் அதிர்ந்து அவளை ஏறிட்டு குரல் கரகரத்தான்.

"எதுக்கு ஷைலு இப்படியெல்லாம் பேசற...?"

"இப்போகூடப் பேசலேன்னா எப்படி விஸ்வம்? தயவு செய்து என்னைப் பேச விடுங்க. கோபப்பட விடுங்க. மனசுல இருக்கிறதைக் கொட்ட விடுங்க. சத்தியம் செய்து வாங்கிக்க விடுங்க...'

"சத்தியமா...? என்ன சத்தியம் ஷைலு...?" எனக்குக் கிடைக்காத நீங்க உங்க அத்தைப் பெண்ணுக்கும் கிடைக்கக் கூடாது. கிடைக்க விடமாட்டேன். அதுக்கு நீங்க எனக்கு ஒரு சத்தியம் செய்து தரணும்..."

"நீ கேட்கிற மாதிரி இந்தக் கல்யாணத்துக்கு நோ சொல்ற தைரியமிருந்தா, அப்பாவை எதிர்க்கிற சக்தியிருந்தா ஆரம்பத்துலேயே கிள்ளி எறிஞ்சிருக்க மாட்டேனா...? நிச்சயதார்த்தமே நடக்க விடாமத் தடுத்திருக்க மாட்டேனா...?" பரிதாபமாகச் சொன்னான். அது கேட்டு உதடுகள் மட்டும் விரியப் புன்னகைத்தாள்.

"உங்களையாரு இப்போகல்யாணத்தை நிறுத்தச் சொன்னது...?"

"பின்ன...?"

"தாராளமாப் பண்ணிக்குங்க. ஓஹோன்னு பேசற மாதிரி பிரமாதமாப் பண்ணிக்கோங்க. முகூர்த்த நேரம் தவறாமல் தாலி கட்டுங்க. நானும் வந்து அட்சதை போட்டு எங்கிருந்தாலும் வாழ்க... பாடறேன். ஒருபெரிய பொக்கே பரிசு தரேன். போறுமா...? "

"ஷை... ல... ஜா..."

"அதையெல்லாம் நான் தடுக்கல. வேணாம்னு சொல்லல. ஆனால் கல்யாணம் மட்டும்தான் பண்ணிக்கணும். பேருக்குத்தான் அவ மனைவியாக இருக்கணுமே தவிர நீங்க அவளை மனைவியாக உபயோகிச்சுக்கக் கூடாது..."

"புரியல... ஷைலஜா..." நிஜமாகவே புரியாமல் விழித்தான்.

"புரியலையா, இல்ல புரிஞ்சுக்க விருப்பப்படலையா..."

கண்களை இடுக்கி கூர்மையாக அவனைப் பார்த்து குரூரமாகக் கேட்டாள்.

"ஏன் இப்படியெல்லாம் பேசற...? நிஜமாகவே புரியலை..."

"புரியும்படி சொல்லிடவா...?"

"சொல்லு..."

"அப்புறம் எனக்கு சத்தியம் செய்து தரமாட்டேன்னு. சொல்லக் கூடாது..."

"சொல்லலை..."

"நம்பலாமா...?"

"தாராளமா நம்பலாம்......"

"எங்கே... கைல அடிச்சு சத்தியம் பண்ணுங்க..." "என்னன்னு...?"

"நீ கேட்கிற சத்தியத்தைச் செய்துதரேன். ஏமாத்தமாட்டேன்னு..."

நீட்டிய அவள் உள்ளங்கையில் அடித்துக் கிள்ளினான்.

"ஏமாத்த மாட்டேன் ஷைலஜா. சத்தியமா நீ கேட்கிற சத்தியத்தைச் செய்து தரேன்."

"வாழ்க்கைலதான் ஏமாத்தீட்டீங்க. இதுல ஏமாத்த மாட்டீங்கன்னு நம்பலாமா...?"

"நம்பலாம்..." -

"அப்படின்னா கேட்டுடறேன், கைகேயி தசரதன் கிட்ட கேட்ட வரம் மாதிரித்தான் இதுவும். அதைவிட மோசமான துன்னு நீங்க

நினைச்சாலும் நினைப்பீங்க. அப்படி நினைச்சாலும் தப்பு இல்ல. இன்ளவே அப்படிப்பட்ட மோசமான, வரம்தான் இது... தசரதன் தன் சத்தியத்தை மீறாத மாதிரி நீங்களும் மீற மாட்டீங்கன்னு நினைக்கிறேன். உயிர் போறதானாலும் மீறக்கூடாது..."

"மாட்டேன் ஷைலஜா. ஒருபோதும் மீற மாட்டேன். நீ விஷயத்தைச் சொல்லு..."

"சொல்லிடறேன்... எனக்குத் தெரியும்... நான் கேட்கப் போற சத்தியம் எத்தனை அநியாயமானது... அபாண்டமான துன்னு..., கைகேயி மாதிரியே கொஞ்சம்கூட மனுஷத்தனம் இல்லாதது. அதனால்தான் இத்தனை தடுமாறறேன். சுத்திச் சுத்தி வளைக்கறேன்."

அவன் மிக அமைதியாக அவளையே பார்த்துக் கொண்டிருந்தான்.

"... ஆனாலும் கேட்கத்தான் போறேன். வேற வழி யில்லை எனக்கு. இந்த சத்தியத்தை நீங்க செய்து தந்தால்தான் என் மனசு கொஞ்சமாவது ஆறும்."

"உன் மனசு ஆறுதலடையும், ஓரளவாவது நிம்மதி கிடைக்கும்னா எந்தவிதமான சத்தியமும் செய்துதர நான் தயாராக இருக்கேன் ஷைலஜா..."

"சொல்லிட்டு அப்புறம் பின் வாங்கக் கூடாது."

"மாட்டேன்."

"மறுக்கக்கூடாது..."

"என்னை நம்பு ஷைலஜா..."

"அப்படின்னா கேட்டுடறேன்..."

"கேளு..."

"உயிர் போனாக்கூட மீறக்கூடாது."

"மீறமாட்டேன்."

"...தாலி கட்ற ஒன்னைத்தவிர மல்லிகாகிட்ட நீங்க எந்த சந்தோஷமும் அடையக் கூடாது. அவளுக்கும் தரக்கூடாது.

உங்க சுண்டு விரல் நுனிகூட அவள்மீது படக் கூடாது. எங்கே கையடிச்சு சொல்லுங்க. இதையெல்லாம் செய்யறேன்னு...''

நீட்டிய அவள் கையைப் பார்த்தவாறு வாயடைத்து அப்படியே உட்கார்ந்திருந்தான். விஸ்வநாதன்.

—◦—

25

நகைகளின் பாரம் தாங்காமல் லேசாகக் கழுத்தைச் சாய்த்தபடி பெண்கள் நடமாடிக் கொண்டிருந்தார்கள். கல்யாண அரங்கம் இரைச்சலும், சத்தமுமாக இருந்தது. ஒரு குழந்தை வீரிட்டலற, அதன் தாய் பந்தலை விட்டு எடுத்துக் கொண்டு ஓடினாள்.

பக்கத்தில் தலைகவிழ்ந்து அமர்ந்திருக்கும் மல்லிகாவைப் பார்த்தான் விஸ்வ நாதன் உள்ளுக்குள் பரிதாபம் பொங்கிற்று.

'எதற்காக பெண்ணே என்னைத் திருமணம் செய்து கொள்ளச் சம்மதித்தாய்...? என்னால் உன்னை மனைவியாக அடைய முடியாது. என் சுண்டு விரல் நக நுனிகூட உன் மீது படாது என ஒருத்திக்கு நான் சத்தியம் செய்து தந்திருக்கிறேன். கல்யாணமாகியும் பிரம்மச்சாரியாக வாழ்வதாக வாக்குக் கொடுத்திருக்கிறேன்... எத்தனைக் கனவுகளுடனும் எதிர் பார்ப்புக்களுடனும் என்னைக் கல்யாணம் பண்ணிக் கொள்கிறாயோ... அவை எதற்கும் நான் அருகதையற்றவன்...'

உள்ளுக்குள் உருகிக் கொண்டிருந்தான் அவன். குற்ற உணர்ச்சியில் குறுகுறுத்துக் கொண்டிருந்தான். ஐயர் சொன்ன மந்திரங்களுக்கு வெறுமனே உதடுகளை அசைத்தான். வியர்வையில் உடல் கசகசத்தது. புகையில் கண்ணெரிந்தது முகூர்த்த நேரம் நெருங்க நெருங்க மனது அடித்துக் கொண்டது...

'விஸ்வநாதா... தப்பு செய்யாத்! வீணாக ஒரு பெண்ணின் வாழ்க்கையைக் கெடுக்காதே...மணையை விட்டு எழுந்து போய்விடு...இப்போதே போய்விடு...!'

"கெட்டிமேளம்... கெட்டிமேளம்..." ஐயர் அறிவிக்க கூட்டம் எழுந்து நின்றது. கொடுக்கப்பட்ட அட்சதையும், பூவும் தூவிற்று. உடம்பும், மனமும் உற்ற விஸ்வநாதன் மல்லிகாவின் கழுத்தில் தாலி கட்டினான். என்ன காரணத்தி னாலோ ஷைலஜாவின்

முகம் மாதிரித் தெரிந்தது. 'எனக்கு செய்து கொடுத்த சத்தியத்தை மறக்கக்கூடாது விஸ்வநாதன்...' என்றது. 'மாட்டேன் ஷைலஜா. ஒரு போதும் மறக்க மாட்டேன்...'

யார் யாரோ வந்தார்கள் கைகுலுக்கினார்கள். வாழ்த்து சொன்னார்கள். பரிசு கொடுத்தார்கள்...எல்லாமே நிழற்படங்களாகத் தோன்றின.

சடங்குகள் எல்லாம் முடிய, ஐந்தாவது பந்தி சாப்பாடு நடந்து கொண்டிருக்க, விஸ்வநாதன் அவசரமாகக் கழுத்து மாலையைக் கழற்றினான். கூட்டத்தில் அம்மாவைத் தேடிப் போய்ச் சொன்னான்.

"அம்மா... நான் வீட்டுக்குப் போறேம்மா. ரொம்பத் தலை வலிக்கிறதம்மா..."

"சாப்பிட்டுப் போயேண்டா..."

"இல்லம்மா... ஏஸி போட்டுட்டு அமைதியா கொஞ்ச நேரம் தூங்கினா சரியாயிடும்."

"அப்போ சரி நீ போய்த் தூங்கு. நான் அப்புறம் சாப்பாடு அனுப்பறேன். இல்லைன்னால் நானே கொண்டு வரேன்."

அவன் வந்து படுத்த அரை மணி நேரத்திற்கெல்லாம் தெய்வானையம்மாளும் வீட்டிற்கு வந்தாள். டிபன் காரியரை மேஜை மீது வைத்துவிட்டு அவனைத் தேடி அவனது அறைக்குள் நுழைந்தாள். கட்டிலில் கவிழ்ந்து படுத்துக் கொண்டிருந்த மகனைப் பார்த்துத் திடுக்கிட்டாள். நெஞ்சு வேதனையில் துடித்தது.

'ஒரு மணி நேரத்துக்கு முன்னால கல்யாணம் பண்ணிக் கிட்ட பையனா இவன்...? புதுசா கல்யாணம் பண்ணிக்கிட்ட வங்க எப்படி இருப்பாங்க...? இவன் மட்டும் ஏன் இப்படி இருக்கான்? ஓரே மகனைப் பெத்து அவன் சந்தோஷமா இல்லைன்னால் பெத்தவங்களுக்கு வேற என்ன தண்டனை வேணும்...?

வந்து கட்டிலின் விளிம்பில் அவன் பக்கத்தில் உட்கார்ந்து கொண்டாள். முதுகு தடவிக் கொடுத்தபோது புரண்டு

படுத்தான் அவன். முகம் சிவந்து கண்கள் கலங்கிக் கிடப்பதைப் பார்த்ததும் அடிவயிறு கலங்கிற்று. முன்நெற்றியில் புரண்ட முடிக்கற்றையை விலக்கி விட்டவாறு குரல் தழுதழுக்கப் பேசினாள்.

"விஸ்வம்... ஏண்டா இப்படி இருக்க...?"

அவன் சரேலென்று எழுந்து குழந்தை மாதிரி தாயின் மடியில் முகம் புதைத்துக் கொண்டான். உடம்பு ஒரு முறை குலுங்கிற்று. குரல் கரகரத்தது.

"எனக்குப் பிடிக்கலம்மா...இந்தக் கல்யாணம் நீங்க செய்த விஷயம்... எதுவும் பிடிக்கல... ஏம்மா இப்படி செய்தீங்க...? ஒரு பையன் தன் மனசுக்குப் பிடிச்சவளைத் தேர்ந்தெடுத்துக்கிட்டது ஒரு தப்பாம்மா...?"

தலைமுடியைக் கோதி விட்ட அந்த அம்மாள் என்ன சொல்லி இவன் மனசை மாற்றலாம், எண்ணங்களைத் திசை திருப்பலாமென யோசித்தாள்.

"என்னம்மா பேசாமலிருக்கீங்க?"

"ஒண்ணு மில்லப்பா... கல்யாணமான ஒரு மணி நேரத்துக்கெல்லாம் பெத்த பையன் தனியா ரூமுல கதவ சாத்திக்கிட்டு குப்புறப்படுத்து அழறதைப் பார்க்கிறப்போ ரொம்ப வேதனையா இருக்குப்பா... சொல்ல முடியாத அளவு மனசை சங்கடப்படுத்துது..."

"உங்களுக்கே அப்படின்னா எனக்கு இன்னும் எத்தனை சங்கடமா இருக்கும்மா. என் ஷைலஜாவை விட்டு என்னைப் பிரிச்சுட்டீங்களேம்மா...?"

'என் ஷைலஜாவா...?' அந்தம்மாள் நெஞ்சில் ஈட்டி பாய்ந்த வலி ஏற்பட்டது. மல்லிகாவை நினைத்து துக்கம் புரண்டது.

சின்ன வயதிலிருந்து தூக்கி வளர்த்த பெண் மல்லிகா பார்த்துக் கொண்டு வருகிற பெண் அடக்கமான அழகான பெண். மென்மையான பெண். அதிர்ந்து பேசத் தெரியாத பெண். இவன் மீது உயிரையே வைத்திருக்கிறது. அதுவாக ஏற்பட்டதோ... அல்லது தாங்கள் எல்லாரும் சொல்லிச் சொல்லி உருவாக்கி

                                        விரலோடு வீணை

விட்டு விட்டதோ தெரியவில்லை. ஆனால் இவனுக்காக உருகி உருகிக் காத்துக் கொண்டிருக்கிறது. இவன் பெயர் கேட்டாலே முகமெல்லாம் மலர்ந்து மனசின் சந்தோஷத்தை வெளிப்

படுத்துகிறது. அப்படிப்பட்ட குழந்தை மனசுள்ளவளை, இவன்மீது உயிரை வைத்திருப்பவளை இவன் இதுபோல் பேசி நோகடித்து விட்டானானால்...?

ஐயோ கூடாது. செத்துப்போய் விடும் அந்தப் பெண்... அந்த நல்ல மனசை நோகடிக்க விடக் கூடாது.

முடிவு செய்துகொண்டு அந்தத் தொனியில் ஆரம்பித்தாள் அந்தம்மாள்.

"மல்லிகா ரொம்ப நல்லப் பொண்ணுப்பா! அமைதியான அடக்கமான பொண்ணு. உன்னைத் தவிர உலகம் தெரியாத பொண்ணு உம்மேல உசுர வச்சுக்கிட்டிருக்கு தெரியுமா...?"

"ஐயோ...அதனால்தாம்மா கஷ்டப்படறேன். அந்த நல்ல பொண்ணோட வாழ்க்கை நாசமாயிடக் கூடாதுன்னு வேதனைப்படறேன்."

"விஸ்வம். என்ன பேசற நீ...?" சடாரென்று அந்த அம்மாளின் குரல் உயர்ந்தது முகத்தில் கோபம் எட்டிப் பார்த்தது.

"நீ ஒரு ஆம்பிளடா. இந்த மாதிரிப் பேச வெட்கமாக இல்ல உனக்கு? பொம்பளப் புள்ள மாதிரி கட்டில்ல குப்புறப் படுத்துக்கிட்டு கண் கலங்கிக்கிட்டிருக்க அவமானமாக இல்ல...? எழுந்திருடா... மொதல்ல எழுந்திரிச்சு உட்காரு..."

அந்தக் குரலில் தொனித்த ஏதோ ஒன்று அவனை எழுந்து உட்காரச் செய்தது.

"போடா! போய் முகத்தைக் கழுவிக்கிட்டு தெளிவான மனசோட வா..."

வந்தான். தெய்வானையம்மாவே தொடர்ந்தாள்.

"ஆம்பிளைன்றவன் கம்பீரமானவான இருக்கணும். எதுக்கும் கண் கலங்காதவனாக இருக்கணும். உள்ளுக்குள்ள ஒரு குருட்ஷேத்திர யுத்தம் நடந்தாலும் வெளிய காட்டிக்காதவனா

இருக்கணும். எதையும் சமாளிக்கிற தைரியம் கொண்ட வனாக
இருக்கணும்.''

''இப்போ என்ன ஆயிடுச்சுன்னு இந்த மாதிரி மனசப் போட்டு
அலட்டிக்கிற...? நீ காதலிச்சவ ரதியாகவே இருக்கட்டும்.
ரம்பை, ஊர்வசின்னு அழகா இருக்கட்டும். ஆனா நம்ம
மல்லிகா என்ன குரூபியா...? அழகில்லாதவளா...? எத்தனை
தங்கமான பொண்ணுன்றது உனக்கே தெரியும். உனக்குள்ள
ஆயிரம் இருந்தாலும் அந்தப் பொண்ணு மனசு நோகாமல்
கண்ணு கலங்காமல் காப்பாத்தத் தெரியணும். அது முடியாது
உன்னால...?' ஒரு பொண்ணை சந்தோஷப்படுத்தத்
தெரியாதவன், முடியாதவன் ஆம்பிளை இல்லடா...''

'ஐயோ...அதில்தாம்மா சங்கடமே... அதை நினைச்சுத்
தாம்மா கஷ்டப்படறேன். என் விரல்நக நுனிகூட மல்லிகா
மேல படாதுன்னு ஷைலஜாவுக்கு சத்தியம் செய்து
கொடுத்துட்டேனேம்மா...அத மீற முடியாதேம்மா...'

டக்கென்று அடக்கிக் கொண்டான். நம் கஷ்டமும் சங்கடமும்
நம்மோடு. இதைச் சமாளிப்பது நம் பொறுப்பு. இதையெல்லாம்
சொல்லி அம்மாவை மேலும் பதறச் செய்யக் கூடாது.
என் பாரத்தை அவள் நெஞ்சில் சுமத்தி நான் இளைப்பாற
நினைக்கக்கூடாது...

அந்த முடிவில் ஏற்பட்ட தெளிவான மனதோடு அம்மாவை
ஏறிட்டுப் பார்த்தான்.

''அர்ஜுனனுக்குக் கண்ணன் உபதேசம் செய்த மாதிரி செய்து
என்னைச் சரியாக்கிட்டம்மா. ஒரு தெளிவை ஏற்படுத்
திட்ட. நான் கொஞ்சம் கொஞ்சமா சரியாயிடுவேம்மா. நீ
கவலைப்படாமல் போம்மா...'',

''அப்பா...'' என்று ஒரு பெரிய விடுதலை உணர்வுடன் அவனின்
முன் நெற்றியில் முத்தமிட்டாள். ''இப்போ என் வயத்துல
பாலை வார்த்தப்பா... இன்னிக்கு ராத்திரி உங்களுக்கு சாந்தி
முகூர்த்தத்துக்கு ஏற்பாடு செய்திருக்கா... அதுல நீ நல்ல
படியா நடந்துக்கணு மே... மல்லிகா மனசைப் புண்படுத்திடக்

                          விரலோடு வீணை

கூடாதுன்னு நினைச்சேன். இப்போ அந்த மாதிரி எதுவும் செய்திட மாட்டேன்ற நம்பிக்கையோட போறேன்..."

சொல்லிய பின் அறையை விட்டு அந்த அம்மாள் அகன்றாள். பகீரென்றது இவனுக்கு. 'சாந்தி முகூர்த்தம்' என்ன செய்யப் போகிறோம்...? எவ்வாறு சமாளிக்கப் போகிறோம்.

அறை மிக அழகாக அலங்கரிக்கப் பட்டிருந்தது. சில்லென்ற ஏர்கண்டிஷன் கிளர்ச்சியோடு மல்லிகைப் பூவாசனை கிழவனானாலும் அவனை உணர்ச்சிகளின் விளிம்பிற்குக் கொண்டுபோகிற சூழ்நிலையின் மயக்கத்திலிருந்து எவ்வாறு விடுபடப் போகிறோம் என்கிற பயம் ஏற்பட்டது விஸ்வநாதனுக்கு.

பட்டு வேஷ்டி சரசரக்க் கட்டிலில் உட்கார்ந்த போது நெஞ்சு கலங்கிற்று. ஆண் திடமானவன். அதிகம் நெகிழாதவன். அவ்வளவு சுலபமாக உணர்ச்சி வசப்படாதவன். அவனையே இச்சூழல் கிறங்க வைக்குமானால்... மல்லிகா...?

பெண். மென்மையானசுபாவம்கொண்ட பெண்நளினமானவள். அதிலும் முற்றிலும் தன்மீது காதல் வயப்பட்டிருப்பவள். எத்தனைக் கனவுகளோடு உள்ளே நுழைவாள்! அவளது உணர்வுகள் புண்படாத வகையில் என்ன சொல்லி எப்படிச் சமாளிக்கப் போகிறோம்...?

ஊதுவர்த்தி வாசனையும், மல்லிகை மணமும் அதிகரிக்க அவன் யோசனையோடு உட்கார்ந்திருந்தபோது அறை வாசலில் அரவம் கேட்டது. பெண்களின் புடவைச் சத்தம், சிரிப்புச் சத்தம், பேச்சுச் சத்தம், கேலி செய்யும் குரல்கள்......

'மல்லிகா...காலைல முழுசா வெளிய வருவியான்னே சந்தேகமாக இருக்கும்...'

'நீ இவளப் பத்திக் கவலைப்படற. நான் அவரைப் பத்திக் கவலைப்படறேன். இவளுக்கு அவர்மேல் இருக்கிற ஆசையில் கடிச்சே தின்னுடுவான்னு தோணுது...'

"சீ! போங்கடி..." மல்லிகாவின் சிணுங்கல் மெல்லிய வெள்ளி மணி ஓசையாகக் கேட்டது. இவனுக்குள் கலக்கம் அதிகரித்தது.

மல்லிகாவை உள்ளே தள்ளி வெளியில் கதவைத் தாழிட்டுக் கொண்டு போகிற சத்தம் கேட்டது. இவனுக்குள் அந்தச் சத்தம் பலமாய் எதிரொலித்து அதிர்ச்சி ஏற்படுத்திற்று.

'கடவுளே... என்னை இந்த இக்கட்டிலிருந்து காப்பாற்று. அவ மனசை நோகடிக்காமலும் காப்பாற்று...'

சட்டென்று ஏதோ தோன்ற நெற்றிப் பொட்டை அழுந்தப் பற்றிக் கொண்டான். 'அ...ம்...மா...' என முனகினான். நடிப்புதான். வேறு வழியில்லை.

தலை முழுதும் பூ வைத்து அவளே ஒரு பூவாய் மெத்தென்ற பாதங்களால் மெல்ல அடிவைத்து அவனை நெருங்கிய மல்லிகா அவன் தலையைப் பிடித்துக் கொண்டு முனகுவது பார்த்து தவித்துப் போனாள்.

பால் செம்பை வைத்துவிட்டு அருகில் போய் அவன் தலை பற்றி இதமாய் மெலிதான குரலில் கேட்டாள்.

"என்னங்க ஆச்சு...?"

"ஒண்ணு மில்ல மல்லிகா... ரொம்பத் தலையை வலிக்குது..."

"காலையிலிருந்து புகைல உட்கார்ந்துக்கிட்டிருந்தது ஆகல போலிருக்கு... தைலம் போட்டுத் தேய்த்து விடட்டுமா...?"

குரலில் குழைவு, அந்த அன்பு, காதலாகிப் பார்த்த அவளது பார்வை...

'மல்லிகா... மல்லிகா... என்னை மன்னிச்சுரு? உன்னை முழுதுமாய் ஏமாற்றப் போகிற பாவி நான்...'

"வேணாம் மல்லி. கொஞ்சம் படுத்துத் தூங்கினா சரியாயிடும்னு தோணுது தூங்கட்டுமா? நீ தப்பாக நினைச்சுப்பியா...?"

"ஐயோ...என்னங்க இது...? இதுக்குப் போய் தப்பா நினைச்சுப்பாங்களா...? அதுவும் உங்களை நினைக்க முடியுமா?"

"இல்ல மல்லி... இன்னிக்கு நமக்கு முதல்..."

                                   விரலோடு வீணை

"அதனால என்னங்க...? இத்தனை வருஷம் உங்களுக்காகக் காத்துக்கிட்டிருந்த நான் இந்த ஒருநாள் ராத்திரி காக்க மாட்டேனா என்ன? நீங்க படுங்க. நான் உங்களுக்குக் தலையப் பிடிச்சு விடறேன்."

"வேணாம் மல்லி. தலையெல்லாம் பிடிச்ச விட்டுப் எனக்குப் பழக்கமில்ல... தூக்கம் வராது. அதைவிட வெறுமனே படுத்தாலே தூங்கிடுவேன்."

"சரி. படுத்துக்குங்க. கொஞ்சம் பால் மட்டும் குடிச்சிட்டுப் படுங்க."

"நீ...?"

"நீங்க தூங்கறதைப் பார்த்துக்கிட்டே உட்கார்ந்திருப்பேன்..."

"ம... ல்... லிகா...!" பதறினான் அவன்.

'இந்த அன்புக்கு நான் அருகதையற்றவன்!'

"நீயும் படுத்துத் தூங்கு. உனக்கும் களைப்பாக இருக்குமில்ல..."

"ஆகட்டுங்க. இந்தாங்க. பால் சாப்பிடுங்க."

டம்ளர் முழுதும் நிரப்பி வழிய வழிய நீட்டினாள். ஒரே மூச்சில் மொத்தப் பாலையும் குடித்து வெறும் டம்ளரை அவன் நீட்டிய போது அவள் மனதிற்குள் பெரிதாய் ஓர் பள்ளம் விழுந்தது.

'இப்படியா...? தலைவலி, தூக்கம் என்று தட்டிக் கழித்தாகி விட்டது. பாதிப் பால் கூடவா தரக்கூடாது. பக்கத்தில் உட்கார வைத்துக் கொள்ளக்கூடாது. தோள் மீது கை போட்டு மெல்ல அணைக்கக் கூடாது. முத்தமிடக் கூடாது. தலைவருடி காதருகில் மெதுவாகக் கிசுகிசுக்கக் கூடாது...?'

'மல்லி... சாரிம்மா... இன்னிக்கு என்னை மன்னிச் சுடும்மா... நாளைக்கு வச்சுக்கலாம். வட்டியும் முதலுமாக இந்த இழப்பை சரி கட்டிடலாம்... என்ன...?'

குழந்தை மாதிரி தன்னை இறுக அணைத்து, தன் மீது கால் போட்டு, தன் முகத்தை மார்பில் வைத்துக் கொள்ளச் சொல்லிக் கேட்டு,

"குட் நைட்டா டார்லிங்..." சொல்லி...

ஆனால் அவனோ எதுவுமின்றி ஒரு 'குட் நைட்' கூட இன்றி எதிர்ப்புறம் ஒருக்களித்துப் படுத்து போர்வையை இழுத்துத் தலைமுதல் கால்வரை அவன் தூங்கத் தொடங்கியதும் அதிகம் ஏமாந்து போனாள் மல்லிகா...

⸺◦◦⸺

26

அன்றைய முதலிரவு வெற்றிரவாகிப் போனதைக் கூட எதேர்சையாகத்தான் எடுத்துக் கொண்டாள் மல்லிகா. தலைவலி காரணமாகவே விஸ்வநாதன் தள்ளிப் போட்டதாக நினைத்தாள். வேண்டுமென்றே செய்திருப்பான் என்ற எண்ணம்கூட ஏற்படவில்லை.

ஆனால் மறுநாள், அதற்கும் மறுநாள், மூன்றாவது நாள் என ஒவ்வொரு இரவாக மாறி மாறி ஏதாவதொரு காரணம் சொல்லப்பட்டதும் சற்றே சந்தேகப்படத் தொடங்கினாள். கிட்டத்தட்ட பத்து நாட்கள் அவ்வாறு போனதும், அதற்கு மேல் தாங்க முடியாமல் ஒருநாள் இரவு கேட்டு விடுகிற உத்வேகத்தில் மெதுவாக ஆரம்பித்தாள். அவன் பக்கத்தில் உட்கார்ந்து அவனது தோளில் சரிய முயன்றபோது தீ பட்ட மாதிரி தள்ளி விலகியதைக் கவனித்துக் கொண்டாள். அதற்கு மேல் அவன் முகத்தை ஏறிட்டவாறு தொடங்கினாள்.

"ஏங்க... நான் உங்ககிட்ட கொஞ்சம் பேசலாங்களா...?"

"என்ன...? எதுவானாலும் காலைல பேசிக்கலாமே...எனக்கு ரொம்பத் தூக்கம் வருது..."

"காலைல எழுந்திரிக்கிறதே பத்து மணி. உடனே அரக்கப் பரக்க கடைக்கு ஓடிடறீங்க. ராத்திரி வரும்போதும் மணி ஒன்னாகுது... நான் எப்போங்க பேசறது...?"

"சரி. பேசு..."

"உங்களுக்கு என்னைப் பிடிக்கலையா...?"

"ஏன் மல்லிகா அப்படிப் பேசற?"

"இல்ல... பிடிச்ச மாதிரி நீங்க நடந்துக்கலையேன்னு தான் கேட்கறேன்..."

"புடிச்சவங்க எப்படி நடந்துப்பாங்க?"

"நீங்க என்ன சின்னத்தம்பி பிரபுவா...? இதுகூட தெரியாமலிருக்க...?"

சடாரென்று சிரிப்பு வந்து விட்டது அவனுக்கு. வெகு நாட்களுக்குப் பின் வாய் விட்டுச் சிரித்தான். நாம் நினைத்த மாதிரி இல்லை... புத்திசாலிப் பெண்தான் என்பதை மனதிற்குள் சொல்லிக் கொண்டான்.

'சீ! பாவம். என்னை மன்னிச்சுடு மல்லிகா. இப்படி உன்னைத் தவிக்க விடறது பாவம்தான். பரம பாவம். ஆனால்... ஆனால் வேறு வழியில்லை மல்லிகா...! மெல்லவும் முடியாமல் விழுங்கவும் முடியாமல் ஒரு சத்தியத்தைச் செய்து கொடுத்துவிட்டுத் தவிக்கிறேன் நான்...!'

"என்ன, பேசாமல் இருக்கீங்க? மௌனம் சம்மதமா?"

"நிறைய தமிழ் சினிமா பார்ப்பாயா மல்லிகா...?"

"ஒரு சினிமாவுக்குக்கூட நீங்க இன்னும் என்னைக் கூட்டிட்டுப் போகல...?"

"சினிமா எங்கேயாவது ஓடிப் போயிடுதா...?"

"சினிமா ஓடாதுங்க... வயசு ஓடிப் போயிடும். இளமை ஓடிப் போயிடும்... அந்தந்த நேரத்துல அதது நடக்கலேன்னா மனசு சலிச்சு வெறுத்துப் போயிடும்."

பேசாது தலை குனிந்திருந்தான் அவன். அவளே தொடர்ந்தாள்.

"எல்லாம் சரியா இருக்காடி... மாப்பிள்ளை நல்லபடியா நடக்கறாரான்னு... எங்கம்மா கேட்கறாங்க. அத்தையும், மாமாவும் விஸ்வநாதன் எப்படி நடந்துக்கறான்னு நாள் தவறாமல் விசாரிக்கிறாங்க..."

அதற்கும் அதேபோல் மௌனமாக இருந்தான்.

"நான் தினமும் பொய் சொல்றேங்க. நீங்க நல்லா நடந்துக்கறீங்க. ரொம்பப் பிரியமா, ஆசையாப் பழகறீங்கன்னு நெஞ்சறியப் பொய் சொல்றேன்...'

  விரலோடு வீணை

அவளை என்ன சொல்லி சமாதானப் படுத்துவது என்பதை முடிவு செய்து விட்டவனாகத் தலை நிமிர்ந்து அவளைப் பார்த்தான். "தாங்க்ஸ் மல்லிகா..." என்றபோது குரல் தழுதழுத்தது.

"தாங்க்ஸ் எல்லாம் வேணாங்க. நீங்க போய் எனக்கு தாங்க்ஸ் சொல்லலாமா... உங்களோட இழைஞ்சு போனவங்க நான். நீங்கதான் நான்-நான்தான் நீங்கன்னு நினைச்சுக்கிட்டிருக்கிறவ... உங்க கஷ்டம் என் கஷ்டமில்லையா...?

"ஏன் இப்படி நடந்துக்கறீங்க...? என்கிட்ட என்ன குறை...? ஏதாவது பிடிக்கலையா...? இல்ல, இந்தக் கல்யாணமே உங்களுக்குப் பிடிக்காமல்தான் நடந்திச்சா...? அத்தையும், மாமாவும் வற்புறுத்திக் கட்டி வச்சிட்டாங்க ளான்ற கேள்வியெல்லாம் எனக்குள்ள எழுது. எந்தக் கேள்விக்கும் விடை தெரியாமல் தூங்க முடியாமல் சாப்பிட முடியாமல் அவஸ்தைப் படறேங்க நான்...!"

அவன் மனது இன்னமும் இறங்கிற்று. உள்ளுக்குள் எவ்வளவு அவஸ்தைப்படுகிறாள் என்பதை அவனால் புரிந்து கொள்ள முடிந்தது. சாதாரண அவஸ்தை இல்லை அது. நெருப்பு விழுங்கின அவஸ்தை. பாவம். ஒரு தவறும் செய்யாதவளுக்கு எதற்காக இந்தத் தண்டனை? கடவுளே... எப்போது இந்தப் பிரச்சினை தீரும்...? என்று வழி பிறக்கும்...? பிறக்குமா, பிறக்காதா...?

தனக்கே விடை தெரியாத கேள்விகளைக் கேட்டுக் கொண்டான். பின்னர் சற்று யோசித்து வெகு ஜாக்கிரதையாக வார்த்தைகளைத் தேடி எடுத்துக் கையாண்டான். கண்ணாடிப் பாத்திரத்தைக் கையாளுகிற ஜாக்கிரதை உணர்ச்சியோடு கையாண்டான்.

"மல்லிகா... நீ கேட்கிற எல்லாக் கேள்விகளும் நிஜம். ஒவ்வொரு கேள்வியும் நியாயமானதுதான். ஆனால் நான் ஏன் அப்படி நடந்துக்கறேன்னு நீ புரிஞ்சுக்கணும். என்னைப் புரிஞ்சுக்கணும். நான் உன்னை வேணும்ன்னுதான் தொடாமல் இருக்கேன். எனக்குள் ஒரு எண்ணத்தை ஆழமாக விதைச்சுக் கிட்டுப் பேசாமல் இருக்கேன்..."

'என்ன...?' என்பதுபோல் கண்களை உயர்த்தி அவனைப் பார்த்தாள் அவள்.

"வேற ஒண்ணுமில்ல... உன்னை ஸ்விட்ஸர்லாந்துக்குக் கூட்டிக்கிட்டுப் போகணும். அந்தக் குளிர்ச்சியில், இதமான சூழலில், கண்ணைக் கவரும் இயற்கை எழிலில்தான் உன்னை முதல் முதலாகத் தொடணும். முத்தமிடணும். கட்டி அணைச் சுக்கணும். முதல் இரவைக் கொண்டாடணும்னெல்லாம் முடிவு பண்ணி வச்சிருக்கேன்.

"அதுக்கு முன்னால் உன்னைத் தொடக்கூடாது. விரல் நகநுனிகூட உன்மேல படக்கூடாதுன்னு வலுக்கட்டாயமாக என்னைக் கட்டுப் படுத்திக்கிட்டிருக்கேன். எனக்கு நானே தடை விதிச்சுக்கிட்டிருக்கேன். இது அதீதமான ஒரு தீர்மான மாக உனக்குத் தெரியலாம். என்னை நீ கிறுக்கன்னு நினைக்கலாம். பக்கத்துல இத்தனை அழகான பொண்ணை வச்சுக்கிட்டு இப்படி இருக்கானே... என்ன காரணம்னு சந்தேகப்படலாம். அது இயற்கை. அதை நான் தப்பு சொல்லலை... ஆனால் என் மனசுல இருக்கிறது இதுதான். இதுக்காகத்தான் காத்துக்கிட்டிருக்கேனே தவிர உன்னைப் பிடிக்காமலோ, உன்மேல் ஆசையில்லாமலோ இல்லை...

அதைக் கேட்டுப் பளீரென முகம் மலரச் சிரித்தாள் அவள்.

"அப்படின்னா உங்களுக்கு என்னைப் பிடிச்சிருக்கா...,

"ரொம்ப..."

"இது போதுங்க. உங்களுடைய ஆன்பும் காதலும் இருந்துச்சுன்னா நான் எதையும் தாங்கிப்பேன். எத்தனை நாள் வேணும்ன்னாலும் காத்திருப்பேன்..."

"தாங்க்ஸ் மல்லிகா..." அவன் குரல் கரகரத்தது.

"அதுக்காகக் காலம் முழுசும் காக்க வச்சிடாதீங்க. சீக்கிரம் ஸ்விட்சர்லாந்து போக ஏற்பாடு பண்ணுங்க..."

'பண்றேம்மா... பண்ணாமல் இருப்பேனா...? உன் பாஸ் போர்ட்டுக்கு அப்ளை பண்ணி அது வரணும். விசா வாங்க ணும். இதெல்லாம் முடிஞ்சுத்தானே கிளம்ப முடியும்?"

　　　　　　　　　விரலோடு வீணை

"எப்ப...?"

அந்தக் கேள்வியின் எதிர்பார்ப்பு... ஏக்கம்... 'மல்லிகா... ஐயம் ஸாரிம்மா... வெரி சாரி... பொய் மேல் பொய்யாகச் சொல்லி உன்னை ஏமாத்தறேன். ஒரு சத்தியத்தைக் காப்பாற்ற எத்தனை பொய்கள்...'

அந்தப் பொய்யும் மற்றொரு பதினைந்து நாட்களுக்குத் தான் காப்பாற்றிற்று. மல்லிகாவோடு படித்த தேவகி வீட்டிற்கு வந்த அன்று அவன் சொன்ன ஸ்விட்சர்லாந்து பொய் என்பது நிரூபணமாயிற்று. கல்யாணத்திற்கு வர இயலாத தேவகி அன்று பிற்பகல் வீட்டிற்கு வந்து மல்லிகாவைப் பார்த்தாள். தட்டு நிறைய பூ, பழம், வெற்றிலைப் பாக்கோடு பெரிதாய் வெள்ளிக் குத்து விளக்கு ஒன்றைப் பரிசாகத் தந்துவிட்டுக் கேட்டாள்.

"எங்க மல்லி... உன் வீட்டுக்காரரைக் காணோம்...?"

"கடைக்குப் போயிருக்காரு..."

"கடையா... என்ன விளையாடறியா...? கல்யாணமாகி ஒரு மாசமாகல. அதுக்குள்ள கடைக்குப் போக ஆரம்பிச்சிட்டாரா...? அவ்வளவுதானா நீ...?"

"ஏண்டி...? கடைக்குப் போகாம என்ன செய்வாரு...?"

"என்ன செய்வாரா..." என்று குறும்பாகச் சிரித்துக் கண்ணடித்தாள் தேவகி. "இத்தனை நாள் என்ன செய்தாரோ அதையேதான் செய்வாங்க. ராத்திரி பகலாக, பகல் ராத்திரியாக மாறின அதே ரசவாத வித்தைதாண்டி இப்பவும் நடக்கணும்..."

அதைக் கேட்டுக் கள்ளமில்லாமல் சிரித்தாள் மல்லிகா.

"இதப்பாரு தேவி ராவும் பகலாகல. பகலும் ராவாகல அந்தமாதிரி ரசவாத வித்தை எதுவும் இன்னமும் நடக்கல..."

மல்லிகா சிரித்துக் கொண்டு சொன்னாலும் தேவகியின் மனசில் பளீரென எதுவோ தைத்தது. ஆழமான பள்ளமாக விழத் தொடங்கிற்று. மல்லிகாவின் முகத்தையே ஏறிட்டுப் பார்த்தபடி மெதுவாகக் கேட்டாள்.

"ஏண்டி...? இன்னும் பர்ஸ்ட் நைட்டுக்கே ஏற்பாடு செய்யலியா உங்க வீட்ல...?"

"செய்தாங்களே... கல்யாணத்தன்னிக்கு ராத்திரியே செய்தாங்க..."

"பின்ன...?"

"அன்னிக்கு இவருக்கு பயங்கரத் தலைவலி வந்து மூட் அவுட் ஆகி எதுவுமே நடக்கலே..."

அது கேட்டு இப்போது தேவகி மூட் அவுட் ஆனாள். முதலிரவன்று ஒருவன் அதுவும் இளைஞன், அழகன், தலைவலியைக் காரணம் காட்டி மனைவியை நெருங்காமல் படுத்துத் தூங்கினான் என்றால்... தலைவலி காரணமல்ல... எப்படி வரும் தலைவலி...? அதுவும் அன்றா...? அந்த ராத்திரியா...?

பாவம் மல்லிகா... உலகம் தெரியாதவள். வெகுளி. எந்தக் கள்ளம் கபடும் இல்லாதவள். யார் எதைச் சொன்னாலும் நம்புபவள். அவளை நம்ப வைக்கத் தலைவன் திருகுவலி என்று ஏதோ ஒன்று...

ஆழமாய் பெருமூச்செறிந்த தேவகி விடாமற் கேட்டாள்.

"சரி மல்லி. அன்னிக்குத்தான் தலைவலி. அதற்கடுத்த நாள் மறுநாளெல்லாம் என்ன ஆச்சு...?"

"ஒன்னும் ஆகல. ஒருவாரம் வரை காத்துக்கிட்டிருந்து நானே அவரைக் கேட்டேன்."

"என்ன சொன்னாரு...?"

ஸ்விட்சர்லாந்து விஷயத்தை மல்லிகா சொன்னதும்தான் தாமதம். "முட்டாள்..." என்று தாழ்ந்த குரலில் வெடித்தாள் தேவகி.

"இந்த அளவுக்கா நீ கொழந்தையா இருப்ப? எப்படிப் பட்டவனும் அழகான இளமையான, தாலி கட்டின புதுப் பொண்டாட்டியை பக்கத்துல வச்சிக்கிட்டு ஸ்விட்சர்லாந்து போய்த்தான் தொடணும்னு காத்துக்கிட்டிருக்க மாட்டான். ஒவ்வொரு நாள் ராத்திரியும் ஸ்விட்சர்லாந்துல இருக்கிற

                              விரலோடு வீணை

மாதிரியில்ல போயிருக்கணும்... அதை விட்டுட்டு... இதெல்லாம் என்ன கதை மல்லி? இந்த மாதிரி அபத்தமான பொய் யெல்லாம் நம்பிக்கிட்டு...?"

"தேவி... பொய்யின்னா சொல்ற...?"

"இல்ல... உங்க வீட்டுக்காரரு அரிச்சந்திரன் உண்மை பேசறாரு..."

"தே... வகி..."

"ஏய் முட்டாள். இந்த அப்பட்டமான பொய்க்கு ரெண்டே காரணம்தான் இருக்க முடியும்."

"என்... ன?"

"ஒன்னு, உன்னை அவருக்குப் பிடிக்கலை...?"

"இல்ல தேவகி, என்னை ரொம்பப் பிடிக்குதுன்னு சொன்னாரே..."

"அதில்லைன்னு சொன்னார்னா, அது உண்மையா இருந்திச்சின்னா ரெண்டாவது காரணம் அவரு ஆண்மை யில்லாதவராக இருக்கணும்."

"தேவகி...!"

"என்னை அதட்டிப் பிரயோசனமில்ல... எது உன் வீட்டுக்காரருன்னு முதல்ல கண்டுபிடி. இதுக்கு மேலயும் சும்மா இருந்தா விஷயம் விபரீதமாகப் போயிடும். நான் வரேன் மல்லி... நீ சந்தோஷமா இருப்ப. பார்த்திட்டுப் போகலாம்னு வந்தேன். வராமலே இருந்திருக்கலாம்னு இப்போ தோணுது.'

"ஏண்டி..." மல்லிகா அழ ஆரம்பித்தாள்.

"அழாத மல்லி. நிலைமையைப் புரிஞ்சுக்க. உன் நிலைமை எந்தப் பொண்ணுக்கும் வரக்கூடாது. இத்தனை நாள் எப்படி தாங்கிக்கிட்ட...? கட்டின கணவன் பக்கத்தில் இருக்கக் கல் மாதிரிகிடப்பது எந்தப் பொண்ணுக்கு சாத்தியம்...? கண்ணகிக்கு அப்புறம் நீதான் இப்படி இருந்திருப்பேன்னு நினைக்கிறேன்... ஒரு வேளை மாதவி யாராச்சும் இருக்கா

ளான்னு கண்டுபிடி. அதுவும் சாத்தியமான விஷயம்தான்."

தேவகி சொல்லிவிட்டுப் போன பின்னரே மல்லிகாவிற் குத் தெளிவாகப் புரிய ஆரம்பித்தது. யோசிக்க யோசிக்கத் தான் வஞ்சகமாக ஏமாற்றப் பட்டிருப்பது தெரிந்தது. ஸ்விட்சர் லாந்து என்பது அப்பட்டமான பொய் என்பது பிடி பட்டது. அதை நம்பிய தன் முட்டாள்தனத்தின் மீது கோபம் வந்தது.

இப்படியா...? இப்படிக் கூடவா...? சீ! என்ன மனிதன்...'

அன்றிரவு விஸ்வநாதன் வருகிறவரை விழித்திருந்தவள், வந்ததும் சட்டென்று பிடித்துக் கொண்டாள்.

"இன்னிக்கே எனக்கு ஒரு உண்மை தெரிஞ்சாகணும்..."

அந்த முகம், அதிலிருந்த கோபம், ஆத்திரம்... விஸ்வநாதன் திடுக்கிட்டான். ஆனாலும் அமைதியாகச் சொன்னான்.

"எனக்கு ரொம்பப் பசிக்குது மல்லிகா. முதல்ல சாப்பிட்டு வந்துடறேன்."

"இல்ல... எனக்கு இப்பவே தெரிஞ்சாகணும்..."

"என்ன மல்லிகா இது... குழந்தை மாதிரி பிடிவாதம் பிடிக்கற...? இன்னிக்குக் கடைல ரொம்ப வேலை. நின்ன எடத்துல நிக்க முடியல. அதனால் ரொம்ப டயர்டா இருக்கு மல்லி. சாப்பிட்டு வந்துடறேன். அப்புறம் என்ன வேணும்ன்னாலும் கேளு..."

வெறுத்துப் போனான் அவன்., வேறு வழியின்றி அவளை வெறித்துப் பார்த்துச் சொன்னான்.

"சரி. கேளு... என்ன தெரியணும் உனக்கு...?"

"நீங்க ஆண்மையில்லாதவர்தானே...? ஏமாத்தி என்னைக் கல்யாணம் பண்ணிக்கிட்டீங்க இல்ல...?"

பளாரென்று அவன் கை அவளது கன்னத்தில் இறங்கிற்று. அதைச் சிறிதும் எதிர்பார்க்காத மல்லிகா ஆடிப் போனாள்.

⎯⎯⎯⎯●◦●⎯⎯⎯⎯

27

தனியாகவந்திறங்கிய பெண்ணைப்பார்த்த அதிர்ச்சியடைந்தாள் நாச்சியம்மை.

"என்ன மல்லி தனியா வந்திருக்க...? விஸ்வநாதன் வரல...?"

மல்லிகா பதில் சொல்லாமல் அம்மாவைக் கட்டிக் கொண்டு அழ ஆரம்பித்ததும் பெற்ற வயிறு பதறத் தொடங்கிற்று.

"என்னம்மா... ஏன் அழுவுற?'

"அம்மா... அம்மா..." என்று அரற்றினாளே தவிர வாய்விட்டு வார்த்தை வரவில்லை.

"என்னங்க... கொஞ்சம் இங்க வாங்க. நம் மல்லிகா அழுதுகிட்டே வந்திருக்குதுங்க..."

கணவனை அழைத்தாள். சட்டென்று அம்மாவின் வாயைப் பொத்துவதற்குள் வெளியில் வந்துவிட்ட அப்பாவைப் பார்த்தாள். மேலும் துக்கம் துறுத்திக்கொண்டு வர, இன்னும் அழுதாள்.

"என்னம்மா... மல்லிகா...! ஏம்மா அழுவுற...? விசயத்தைச் சொல்லாம அழுதியானா மனசு துடிக்குதும்மா... என்ன ஆச்சு...?"

"அவரு என்னை அடிச்சிட்டாருப்பா..."

"யாரு... விஸ்வ நாதனா...?"

"ஆமாம்ப்பா..."

"எதுக்கும்மா...?" பதறினார் அவர்.

மகள் விசும்பிக் கொண்டே கேட்டாள்.

"ஏம்ப்பா... கல்யாணத்துக்கு முன்னால அவர யாராச்சும் என்னைக் கட்டிக்க இஷ்டம்தானன்னு கேட்டீங்களா...?"

"ஏம்மா... எதுக்கு இப்படி கேட்கற...?"

"கொஞ்சம்கூட இஷ்டமே இல்லாமத்தான் என்னைக் கட்டிக்கிட்டிருக்காருப்பா அவரு..."

"ஐயோ... புரியும்படி சொல்லேம்மா... அப்படிண்ணு விஸ்வநாதன் சொன்னானா...?"

'சொல்லணு மாப்பா...? வாய் திறந்து சொன்னால் தானா...? நடந்துக்கிட்டா போறாதா...?"

"என்னம்மா செய்தான் அவன்...?"

"ஒண்ணுமே செய்யலம்மா."

"என்... ன...!"

"ஆமாம்மா. கல்யாணமாகிக் கிட்டத்தட்ட ஒரு மாசமாகப் போகுது. இன்னும் அவரு ஒருநாள்கூட என்கிட்ட முகம் கொடுத்துப் பேசினதில்லை. பீச், சினிமா எதுக்கும் அழைச்சுக் கிட்டுப் போனதில்ல. இதெல்லாம் இல்லாட்டி கூடப் பரவாயில்லை. அவரோட விரல் நக நுனிகூட என்மேல் படாத அளவு ஜாக்கிரதையாக நடந்துக்கறார். தள்ளி நிக்கறார். இதை யெல்லாம் பார்க்கிறப்போ, என்னை அவருக்குப் பிடிக்கல. வற்புறுத்திக் கல்யாணம் பண்ணி வச்சிட்டாங்கன்றது தெரியல...?"-

"மல்லி... என்னடி சொல்ற...? விஸ்வநாதன் ஒன்னத் தொடக்கூட இல்லியா...?"

"பின்ன... சாந்தி முகூர்த்தத்து அன்னிக்கு என்ன ஆச்சு...?"

"ஒண்ணு மே ஆகல. தலைவலின்னு சாக்கு சொல்லி படுத்துத் தூங்கிட்டாரு."

"ஐயோ...பிள்ளையார்பட்டி பிள்ளயாரப்பா... இதெல்லாம் என்ன சோதனை...?" என்றரற்றிய நாச்சியம்மை கேட்டார்.

                                                   விரலோடு வீணை

"சாந்தி முகூர்த்தத்துக்கு மறுநாள் கேட்டப்போ எல்லாம் நல்லா நடந்திச்சுன்னு சொன்ன...?".

"பொய் சொல்லிட்டேம்மா... அவரைக் காட்டிக் கொடுக்கக் கூடாதுன்னு நினைச்சு பொய் சொன்னேன்." மீண்டும் அழத் துவங்கினாள் மல்லிகா. "கல்யாணம்ன்ற பேர்ல என் கழுத்துல கல்லைக் கட்டி கிணத்துல இறக்கிட் டேங்களேம்மா... புருஷனுக்குப் பிடிக்காத பொண்ணு வாழ்ந்தா என்ன செத்தா என்னம்மா...?"

"மல்லீ..." என்று தாய்தந்தை இருவருமே பதறினார்கள்.

"என்ன பேச்சு பேசற...? இந்த மாதிரியெல்லாம் பேசி எங்க நெஞ்சை இன்னும் நோகப் பண்ணாதம்மா. ஒண்ணே ஒன்னு கண்ணே கண்ணுன்னு உன்மேல் உசுரை வச்சுக்கிட்டி ருக்கோம்மா... இந்தமாதிரியெல்லாம் பேசி எங்களை சோதிக்காத தாயி..." நாச்சியம்மை கை கூப்பி கண்களில் நீர் வழியக் கெஞ்சினாள்.

"அன்னிக்கு அவனை வேற ஒரு பொண்ணு கூட சினிமாத் தியேட்டர்ல பார்த்தப்போவே நாம பொண்ணு கொடுத்திருக்கக் கூடாது நாச்சியம்மை! நாமே நம் கையால் நம் கண்ணைக் குத்திக்கிட்ட மாதிரி ஆயிடுச்சு பாரு..."

"சினிமாத் தியேட்டர்ல பொண்ணா...? என்னப்பா சொல்றீங்க...?" சடாரென்று தலை நிமிர்ந்தாள் மல்லிகா.

"ஆமாம்மா. நானும் உங்கம்மாவும்தான் பார்த்தோம். உடனேபோய் விஸ்வநாதனோட அப்பாகிட்ட சொன்னோம். அவரு ஏதோ சமாதானம் சொல்லி கல்யாணத்தை முடிச்சிட்டாரு... நாங்களும் தீர விசாரிக்காம, பொறந்த உடனே நிச்சயிச்ச விஷயம்தானே இதுன்னு. கல்யாணத்துக்கு ஒத்துக்கிட்டோம்..."

"தப்பு பண்ணிட்டிங்கப்பா... பெரிய தப்பு பண்ணிட்டீங்க. எனக்கு மட்டுமல்லேப்பா... பாவம். அவருக்கும் சேர்த்து தப்பு செய்திட்டீங்க. சினிமாத் தியேட்டர்ல நீங்க பார்த்த பெண்ணை அவரு காதலிச்சிருக்கணும். உயிரா நேசிச்சிருக்கணும். அந்தப் பொண்ணையும் மறக்க முடியாம, என்னையும்

நெருங்க முடியாம அவரு இருதலைக் கொள்ளி எறும்பா தவிக்கறாருப்பா... காலைல சீக்கிரம் வீட்டை விட்டு ஓடிப்போயிடறாரு. ராத்திரி வேணும்னே நேரம் கழிச்சு வராரு... என்னைவிட அவருதாம்ப்பா பாவம். ரொம்ப பாவம்...'

கண்களைத் துடைத்துக் கொண்டு, சடாரென்று ஒரு தெளிவு வர மல்லிகா பேசியதும் அவர் அரண்டு போனார். - 'தன் கணவன் இன்னொரு பெண்ணைக் காதலித்த விஷயம் இவளைக் கலக்கவில்லையா...? அவளை நினைத்து உருகித் தன்னைத் தொடாமல் தள்ளி வைத்திருப்பது கோபத்தை ஏற்படுத்த வில்லையா...? அவனை வெறுப்பதற்குப் பதிலாகப் பரிதாபப்படுகிறாளே...பாவம் என மாய்ந்து போகிறாளே... என்ன பெண் இவள்...!'

உருகிப் போனார். உடைந்தும் போனார். வார்த்தை வராமல் தடுமாறினார்.

"அம்மா... மல்லி...! என்னம்மா சொல்ற...? அவனுக்குப் பாவம் பார்த்துப் பரிஞ்சு பேசற? உன் வாழ்க்கையைக் கெடுத்தவன்மா அவன்..."

"அப்பா... தப்பா பேசாதீங்க. அவரு என்ன செய்தாரு? இதுல அவர் குற்றம் என்ன...? ஒரு பொண்ணைக் காதலிச்சதா...?"

"ஏம்மா...அப்போ அந்தப் பொண்ணைக் காதலிக்கிறேன்னு சொல்லியிருக்க வேணாம்...?"

"நீங்க கேட்டீங்களாப்பா...? அவரைக் கூப்பிட்டு உட்காரவச்சு என் பொண்ணைக் கல்யாணம் செய்துக்க முழுச் சம்மதம் தானான்னு விசாரிச்சீங்களா...? வேற யாராச்சும் அவர் மனசுல இருக்காங்களான்னு தெரிஞ்சுக்கவாவது நினைச் சீங்களா...?"

"அ... ம்மா...... டீ... இதெல்லாம் தோணவே இல்லையே... இந்த மாதிரி நினைச்சுக்கூடப் பார்க்கலையே...சின்ன வயசுலேர்ந்து உனக்குன்னு அவன், அவனுக்குன்னு நீன்னு வளர்த்துக்கிட்டு வந்திட்டு இப்போ வேற மாதிரி நினைக்க எப்படிம்மா மனசு இடம் தருமா...?"

                    விரலோடு வீணை

"தந்திருக்கணும்ப்பா. உங்க காலமில்லேப்பா இது...! பெரியவங்க பார்த்து முடிவு செய்தா சரின்னு பூம்பூம் மாடு மாதிரி தலையாட்ற காலமில்ல. என்னைத்தான் வீட்டோட வச்சு வளர்த்திட்டீங்க வெளி உலகம் தெரியாமல் போர்த்திப் போர்த்தி கண்ணைக் கட்டிட்டீங்க நேராப் பார்க்கணும்னு குதிரைக்கு ரெண்டு பக்க கண்ணையும் பக்கவாட்ல மூடற மாதிரி மூடி நீங்க காட்டின பாதை தவிர வேற பாதை தெரியாத அளவுக்கு ஆக்கி வச்சிட்டீங்க.

"கல்யாணத்துக்கு முன்னால அவருகிட்ட என்னையாவது பேச விட்டிருக்கணும். என்னையும் பேச விடல. நானாவது கேட்டிருப்பேன். கல்யாணத்துக்கு முன்னால பேசறதாவது, பழகறதாவதுன்னு தடுத்திடீங்க... ஏம்ப்பா... குழந்தையா இருந்தப்ப நீங்களா முடிவு செய்திட்டீங்கன்னா அதுக்கப் புறமும் அவங்க வளரலையா...? குழந்தையாகவேவா இருக்காங்க...? என்னை மாதிரி அப்பா, அம்மான்ற ஒரே சூழல்லயா வளர்றாங்க...? என்னை மாதிரி வீட்டோடவா கிடக்கறாங்க...? காலேஜுக்குக் கூடப் போகாம வீட்டுக்கு வாத்தியாரை வரவழைச்சா படிக்கறாங்க...?"

தன் மனதிலிருந்த ஆதங்கம் அத்தனையும் கொட்டினாள். ஒரு சந்தர்ப்பத்திற்குக் காத்திருந்த மாதிரி பேசினாள்.

அவள் பேசுவதைக் கேட்கக் கேட்கத் தங்கள் தவறு பிடிபட, தலைகுனிந்து மௌனமாக நின்ற அம்மாவையும் அப்பாவையும் பார்த்தாள். மீண்டும் கண் கலங்கிற்று. ஆத்திரம், கோபம், ஆதங்கம் எல்லாம் அகன்று, சொல்ல இயலாத வருத்தம் மட்டுமே தலை தூக்கிற்று. நெஞ்சு விம்மித் தணிந்தது.

"...அவரை நான் மனசுல வச்சு இந்த அளவு பூஜிக்க நீங்களும் அம்மாவும் தாம்ப்பா காரணம். சின்ன வயசுலேர்ந்து சொல்லிச் சொல்லி வளர்த்துவிட்ட அன்புப்பா. தானாக வளர்ந்த அன்பு இல்லப்பா... அன்பும், காதலும் உருவாகணும். எந்தக் காரணமும் இல்லாமல் சடார்னு தோணணும். அவருக்கு அந்தப் பொண்ணு மேல தோணின மாதிரி..."

"அப்போ விஸ்வநாதன் அந்தப் பொண்ணைக் காதலிச்சான்ற முடிவுக்கே வந்திட்டியாம்மா...?"

"கைப்புண்ணுக்குக் கண்ணாடி தேவையாப்பா...?" "இப்போ... என்னம்மா செய்யலாம்ன்ற?"

"அப்பா...உங்களையும் அம்மாவையும் கைகூப்பி கும்பிட்டுக் கேட்டுக்கறேன். தயவு செய்து இனிமேலயாவது இந்த விஷயத்துல தலையிடாமல் இருங்க. என் விஷயம், என் வீட்டுக்காரர். என் வாழ்க்கை. நான் பார்த்துக்கறேன். நான் சின்னக் குழந்தை இல்லேப்பா... இருபது வயசாகுது. உலகம் தெரியலேன்னாலும் உணர்ச்சிகள் புரியும்ப்பா... அதனால் இதை என்கிட்ட விட்டுடுங்க. ஏதாவது உதவி தேவைன்னால் கேக்கறேன். அப்போ அதை மட்டும் செய்யுங்க. போறும். என்ன...?"

"சரிம்மா..." என்றவர்கள், கண்களைத் துடைத்துக் கொள்ள, ஒரு வினாடி தயங்கி மீண்டும் அவளே கேட்டாள்.

"நீங்க தியேட்டர்ல அவர் கூடப் பார்த்த பொண்ணு எப்படி இருந்தாப்பா...?"

"நாங்களும் கிட்ட பார்க்கல. தூரத்துலேர்ந்துதான் பார்த்தோம். வெள்ளை வெளேர்னு அழகா பாப்பாரப் பொண்ணு மாதிரித்தான் இருந்திச்சு..."

"நம்ம ஜாதிப் பொண்ணாக இருக்காதுப்பா. மாமாவுக்கு விஷயம் தெரிஞ்சிருக்கணும். மாமிக்குக்கூடத் தெரிஞ்சுதான் இருக்கணும். அவங்கரெண்டு பேரும் சேர்ந்து அவரைக்கண்டிச்சு, அந்தப் பொண்ணைக் கல்யாணம் செய்துக்கக் கூடாதுன்னு தடுத்து எனக்கு முடிச்சிருக்கணும். அப்பா, அம்மா பேச்சை மீற முடியாமத்தாம்ப்பா அவரு என்னைக் கட்டிக்கிட்டிருக்காரு... கொஞ்சம்கூட விருப்பப்படாத பொண்ணு கூட எப்படிப்பா வாழ முடியும்? அதான் தவிக்கிறாரு..."

"அவன் தவிக்கிறான், அவன் தவிக்கறான்னு அவனுக்காகக் கவலைப் படறியேம்மா...நீ தவிக்கறியேம்மா...அதைப் பார்த்து நாங்க தவிக்கிறோமே. அது உனக்குத் தெரியலையே..."

"தெரியாம இல்லப்பா... தெரிஞ்சிருக்கு. ஆனால்... ஆனால்... அவர் கஷ்டப்படறார்னு தெரியறப்போ எனக்கு ரொம்பக் கஷ்டமா இருக்குப்பா. மனசை என்னவோ செய்யுது.

நெஞ்சடைக்குது. அந்த அளவுக்கு அவரை... அவர் மேல நான்... நான்" தடுமாறினாள்.

புரிந்து கொண்ட அவர் அவளருகில் போனார். தலையை மெல்ல வருடிக் கொடுத்தார். தன் மார்பில் சாய்த்து வாஞ்சை யோடு அணைத்து நெகிழ்ந்து போன குரலில் சொன்னார்.

"அம்மாடி... உன் நல்ல மனசுக்கு, விஸ்வநாதன் மேல நீ வச்சுக்கிட்டிருக்கிற இந்த ஆழமான அன்புக்கு ஆண்டவன் நிச்சயமா உனக்கு ஒரு நல்ல வழி காட்டுவான்மா. கைவிட்டுட மாட்டான்..."

"அந்த நம்பிக்கைல தாம்ப்பா நானும் இருக்கேன். என் அன்பு நிஜமானதா, நியாயமானதா இருந்தா அவர் எனக்குக் கிடைப்பார்ப்பா... ஆனால் அப்படி நினைக்கிற அன்பு சுயநலமான அன்புப்பா. தன்னை நினைச்சு செலுத்தப்படற அன்பு. அவர்மீது அப்படி ஓர் அன்பை வைக்க நான் இஷ்டப் படலேப்பா. அவருக்காக அவர்மேல் அன்பு செலுத்தறேன் பாருங்க...! அதான் நிஜம். அதனால் அவர் எனக்குக் கிடைக்கணும் என்கூட வாழணும்னு நினைக்காமல் அவரு ஆசைப்பட்ட அந்தப் பொண்ணு கூட சேர்ந்து வைக்க முயற்சி செய்யப் போறேன். அதான் நான் அவர்மேல் வச்சிட்டிருக்கிற அன்புக்கு அடையாளம்..."

அவள் சொல்லி முடிப்பதற்குள் நாச்சியம்மையும், அவரும் அலறினார்கள்.

"என்ன மல்லிகா இது...? இந்த மாதிரிகூட ஒரு பொண்ணு இருக்குமா...?"

"இருக்கேனே...நான் மட்டுமில்ல. இன்னும் எத்தனையோ பேர் இருக்காங்க. என் முயற்சிக்குத் தடையாக எதுவும் செய்ய மாட்டேன்னு நீங்க ரெண்டு பேரும் எனக்கு சத்தியம் செய்து தரணும். அது மட்டுமில்ல. மாமாவுக்கோ, மாமிக்கோ இந்த விஷயம் தெரியக் கூடாது. தெரியாமப் பார்த்துக்கறோம்ன்ற அந்த சத்தியத்தையும் சேர்த்து செய்யணும்..."

"மல்லி..."

"ப்ளீஸ்ப்பா...ப்ளீஸ்மா.உங்க பொண்ணுக்கு ஏதாவது நல்லது செய்யணும்னு நீங்க நினைச்சா இதைச் செய்து கொடுங்க..."

அழுதவாறே இருவரும் கையடித்துத்தர, அந்தக் கைகளை இறுகப் பற்றிக் கெண்டாள் அவள்.

சின்னச்சாமிச் செட்டியாருக்கு இருப்பு கொள்ளவில்லை. கூடத்திற்கும், வாசலுக்குமாக அலைந்தார். மாடிக்கும், கீழுக்கும் ஏறி இறங்கினார். நொடிக்கு நூறுதரம் மனைவியைக் கூப்பிட்டுக் கேட்டார்.

"அந்தப் பொண்ணு நம்மகிட்ட சொல்லிக்காம ஏன் திடீர்னு கிளம்பிப் போச்சுன்னு உனக்குக் கூடத் தெரியாது..."

'தெரியாது' எனத் தலையாட்டினாள் அந்த அம்மாள்.

"உன்கிட்ட கூடவா சொல்லிக்கல தெய்வானை?"

"இல்லைன்னு இன்னும் எத்தனைத்தரங்க சொல்றது...?"

"விஸ்வநாதனைக் கூப்பிடு. விஷயம் என்னன்னு விசாரிச்சிடுவோம்..." என்றவர், தெய்வானை நகரத் துவங்கியதும் சட்டென்று நிறுத்தினார்.

"இல்ல தெய்வானை. வேணாம். எங்கப்பா குதிருக்குள் இல்லைன்னு நாமா ஆரம்பிக்க வேணாம். கொஞ்சம் பொறுமையாக இருந்து நாளை வரை பார்ப்போம். மல்லிகா திரும்பி வரலைன்னால் கேட்போம். அதுவரை பல்லைக் கடிச்சுக்கிட்டிருப்போம்... என்ன சொல்ற...?"

"நான் தனியா என்னத்தைச் சொல்லப் போறேன்...? நீங்க என்ன சொல்றீங்களோ அதான் எனக்கும்..."

கஷ்டப்பட்டு இரவைத் தள்ளி மறுநாள் காலையில் எழுந்து காபி குடித்துக் கொண்டிருந்தபோது மல்லிகா உள்ளே நுழைந்தாள். அதைப் பார்த்த செட்டியாருக்கும், தெய்வானைக்கும் முகம் பளீரென மலர்ந்தது. உதட்டில் சிரிப்பு வந்தது. இருவருமே ஒரே சமயத்தில் கேட்டனர்.

"எங்கம்மா போன...?"

   விரலோடு வீணை

"அப்பா அம்மாவைப் பார்க்கணும்னு தோணிச்சு மாமா. அதான் கிளம்பிப் போயிட்டேன்..."

"சொல்ல வேணாமாம்மா...? நாங்க தவிச்சுப் போயிட்டோமில்ல...?"

"தப்புத்தான் மாமா. மன்னிச்சிடுங்க. நீங்களும் மன்னிக்கணும் அத்தே. ஏதோ ஒரு வேகத்துல சொல்லிக்கணும்ன்றது மறந்து போயிட்டேன். தப்புத்தான் மன்னிச்சிடுங்க..."

"மன்னிப்பு கேட்கிற விஷயமே இல்ல இது... சொல்லியிருந்தா கவலைப்பட்டிருக்க மாட்டோம்... பல் தேய்ச்சிட்டியாமா காபி தரச் சொல்லட்டுமா...?"

"வேணாம் மாமா. அவர் எழுந்திட்டாரா பார்க்கறேன்..."

"துரை பத்து மணிக்குக் குறைஞ்சு எப்போம்மா எழுந்திரிச்சிருக்கான்...?"

"எதுக்கும் போய்ப் பார்த்திட்டு வந்துடறேன்மா. கண் விழிக்கிறபோது நான் அவர் கண் எதிரிலேயே இருக்கணும். இல்லாட்டி கோபம் வந்துடும்..."

"வேணாம்மா... நீ போ...' என்ற சின்னச்சாமியும், தெய்வானையும் அவள் படியேறுவது பார்த்து அப்பாடா எனப் பெருமூச்சுவிட, விஸ்வநாதன் என்ன சொல்வானோ என்ற பயம் அடி வயிறு கலக்க அறைக்குள் நுழைந்தாள் மல்லிகா...

———◆———

28

மல்லிகாவைப் பார்த்ததும் கட்டிலில் படுத்துக் கொண்டிருந்த விஸ்வ நாதன் எழுந்து உட்கார்ந்தான். முகமும் கண்களும் கலங்கிச் சிவந்தி ருந்தன. 'எத்தனை விஷத்தைக் கொட்டி விட்டுப் போனாள்...' என்ற நினைவில் தாடை இறுகிற்று. உள்ளுக்குள் கோபம் கொண்டு வந்தது.

"நீங்க ஆண்மை இல்லாதவர்தானே...? ஏமாத்திக் கல்யாணம் பண்ணிக்கிட்டீங்க இல்ல..."

ஒரு ஆணுக்கு இதைவிடப் பெரிய அவமானம் இருக்க முடியாது. திருடன், பொய் சொல்பவன், கொலைகள் எதையும் கேட்டுக் கொண்டு விடலாம். ஆனால் ஆண்மை யற்றவன் என்ற அந்த வார்த்தை...!

நெஞ்சில் ஈட்டியாகப் பாய்ந்து ரணத்தையும், வலியையும் ஏற்படுத்திற்று. அம்பு மாதிரி குத்திக் கொண்டு நின்றது. சாதாரண அம்புகூட இல்லை. பீஷ்மரைப் போன்ற அம்புப் படுக்கை. பீஷ்மரால் முடிந்தது. அவர் பிதாமகர், ஞானி, சர்வ வல்லமையும் பெற்றிருந்தவர். ஆனால்... இவன்... சாதாரண மனிதன். இரு பெண்களுக்கிடையில் மாட்டிக்கொண்டு அவஸ்தைப் படுபவன்...

'பெண்கள்... பெண்கள்... வேண்டாமே...' காதல் வேண்டாம். கல்யாணம் வேண்டாம். எதுவுமே வேண்டாம். தன்னை விட்டு விட்டால் போதுமென்றிருந்தது. கூடவே யோசித்துப் பார்க்கிறபோது மல்லிகா மீது தவறில்லை என்பது புரிந்தது. அவள் நிலைமையில் தான் இருந்திருந்தால் கூட அதையேதான் நினைத்திருப்போம். கேட்டிருப்போம்... இன்னமும் கோபமும் ஆத்திரமும் பட்டிருப்போம்...

பாவம் அவள், கிட்டத்தட்ட பதினைந்து நாட்கள் பொறுமையாகத்தான் இருந்திருக்கிறாள். தன் உணர்ச்சிகளை

அடக்கிக்கொண்டு தன்னோடு ஈடு கொடுத்திருக்கிறாள். அதற்கு மேல் தாங்க இயலாமல்தான் கொட்டியிருக்கிறாள். அதில் தப்பு இல்லை . அதற்காக அவள் மீது கோபப்பட்டதும், அவளைக் கை நீட்டி அடித்ததும்தான் தவறு.

எல்லாச் சிக்கல்களையும் தான் உருவாக்கிவிட்டு அவள் மீது கோபப்பட்டது தன் பலவீனத்தைக் காட்டுகிறது. இயலாமையைக் காட்டுகிறது... அதைச் செய்திருக்கக் கூடாது. அவளை அடித்தது பரம தப்பு. ஒரு பெண்ணைக் கை நீட்டி அடிப்பவன் நிஜமாக ஆண்மையற்றவனாகத்தான் இருக்க முடியும்... அந்த வகையில் தான் ஆண்மையற்றவன்தான்...

அவன் யோசித்துக் கொண்டிருந்தபோதே அருகில் வந்த மல்லிகா அவன் தோள் மீது ஆதரவாகக் கை வைத்தாள். அந்த ஸ்பரிசத்தின் இதத்தில் சடாரென்று தலையை உயர்த்தினான். அவளது பார்வையோடு பார்வை சந்தித்தபோது நெஞ்சை என்னவோ செய்தது. நெகிழ்ந்து போய் சொன்னான் அவன்.

"ஐயம் ஸாரி மல்லிகா. நான் உன்னை அடிச்சது தப்பு தான். அதற்காக மன்னிப்பு கேட்டுக்கறேன்."

அதற்குமேல் பேச இயலாத வகையில் அவனது வாயைப் பொத்தினாள் அவள்.

"மன்னிப்பு கேட்க வேண்டியவ நான். நீங்க இல்ல. அத்தனைக் கடுமையான வார்த்தையை நான் உபயோகிச்சி ருக்கக் கூடாது...'

"இல்ல... நான்தான் கொஞ்சம் நிதானிச்சிருக்கணும். ஒரு ஆணுன்ற அடிமன எண்ணமும் திமிரும் தலைதூக்கிடுச்சு..."

"இதைப் பற்றி நாம் இனிமேல் பேசவேணாமே...?"

'சரி' என்று தலையாட்டினான் அவன்.

"ஓரே ஒரு விஷயத்தை மட்டும் சொல்லி விட்டுடறேன். தயவு செஞ்சு எதையும் மனசுல வச்சுக்கிட்டு மருகாதீங்க. நீங்க இவ்வளவு பிடிவாதமா என்னைத் தொடாமல் கூட இருக்கீங்கன்னால் அதுக்கு ஆழமான காரணமாக ஏதோ இருக்கணும்ன்னு தோணுது. அது எந்தக் காரணமாக இருந்தாலும் சரி. காரணம் என்னன்றது கூட எனக்குத் தெரிய வேணாம். ஏதோ

ஒன்னை மனசுல வச்சுக்கிட்டுத்தான் நீங்க இதைச் செய்யறீங்க. அந்த ஏதோ ஒன்னுக்கு நானும் ஒத்துழைக்கிறதாக முடிவு செய்திட்டேன்...

காதல்ன்றதோ, அன்புன்றதோ... வெறும் உடம்பு பற்றின விஷயம் மட்டுமில்லீங்க. மனசையும், பற்றினதுதான். ஆனால் அது மட்டுமே இல்லை. அதனால் எத்தனைக் காலமானாலும், வருஷமானாலும் சரி, உங்களுக்காகக் காத்துக்கிட்டிருக்கத் தயாராக இருக்கேன். இந்த ஜென்மம் முழுசுமே அந்த பாக்யம் கிடைக்காமற் போனாலும் பரவாயில்லை. அடுத்த ஜென்மத்துல கிடைக்கும்ன்ற நம்பிக்கையோட இருப்பேன். அதுவரை உங்க மனைவின்ற பெயரோடயே இருப்பேன். அதுவரை உங்க மனைவின்ற பெயரோட உங்ககூட நீங்க சுவாசிக்கிற அதே காற்றை சுவாசிச்சுக்கிட்டு, நீங்க இருக்கிற அதே அறைல இருக்கிற பாக்யம் கிடைச்சிருக்கு பாருங்க... அது போறுங்க.

இனிமேல் இந்த விஷயம் பற்றி, இந்த விஷயம் மட்டு மில்ல... எதுவானாலும் உங்களைத் தொந்தரவு செய்ய மாட்டேன். நாம் ரெண்டு பேரும் ஒரே அறைல வாழற ரெண்டு நல்ல சினேகிதங்கன்ற நினைப்போடு இருக்கலாங்க. சினேகிதின்ற அந்த உரிமையை மட்டும் எனக்குத் தாங்க போறும்..."

குரல் கலையாமல், கண் கலங்காமல் நல்ல தெளிவான குரலில் அவள் சொல்லி முடித்தபோது அவளது கண்கள் கலங்கின. குரல் கரகரத்தது. 'என்ன பெண் இவள்...!' என்ற நினைப்பில் உருகினான். உள்ளுக்குள்ளேயே 'மல்லிகா... மல்லிகா...' என அரற்ற ஆரம்பித்தான்.

அவனது முகபாவத்தையும், கண்களின் கலக்கத்தையும் கவனித்தவள் நிலைமையை சகஜமாக்க முயன்றாள்.

"எழுந்திரிங்க... கடைக்குப் போக நேரமாச்சு பாருங்க..." என்று சிரித்துக்கொண்டே அவனைத் துரிதப் படுத்திக் கிளப்பிக் கடைக்கு அனுப்பிய பின்னர் தீவிரமாக யோசிக்கலானாள்.

'என்ன செய்வது...? அந்தப்பெண் யார் என்பதை எப்படிக் கண்டு பிடிப்பது...?'

புரியவில்லை. விஸ்வநாதனின் அலமாரி, டிரஸ்ஸிங் டேபிள், பிரீஃப்கேஸ் எல்லாவற்றிலும் தேடிப் பார்த்தாள். ஒரு கடிதம், புகைப்படம், முகவரி ஏதாவது கிடைத்தால் தேவலாம் போலிருந்தது. ஆனால் ஒன்றுகூட கிடைக்க வில்லை. எல்லாவற்றையும் முன்பு இருந்த அதே மாதிரி வைத்துவிட்டு கட்டிலில் உட்கார்ந்து கொண்டாள். 'யாரிடம் கேட்கலாம்...? யார் சொல்வார்கள் அந்தப் பெண்ணைப் பற்றி...?

நிச்சயம் மாமாவுக்குத் தெரிந்திருக்க வேண்டும். அத்தைக் குத் தெரிந்திருக்க வேண்டும். தெரியாமல் இருந்திருக்க முடியாது. அந்தப் பெண் காரணமாகத்தான் திடீரென்று இந்தக் கல்யாணத்தை நடத்தி முடித்திருக்கிறார்கள். வற்புறுத்தி செய்து வைத்திருக்கிறார்கள்.

அவர்களிடம் கேட்டால் என்ன...? சொல்வார்களா...? அத்தையிடம் மெதுவாகப் பேசிப் பார்க்கலாமா...?

கீழே இறங்கி வந்தாள். மெல்ல தெய்வானையம்மாளைத் தேடிக் கொண்டு போனாள். சமையலறையில் வேலையாக இருந்தவளைத்தன் அறைக்கு அழைத்து வந்தாள்.

"என்னம்மா...?" என்று புடவைத் தலைப்பில் கைகளைத் துடைத்துக் கொண்ட தெய்வானையம்மாள் சோபாவில் உட்கார்ந்து கொண்டாள்.

"உங்ககிட்ட தனியா கொஞ்சம் பேசணும்னுதாம்மா அழைச்சிக்கிட்டு வந்தேன்..."

"சொல்லும்மா...?"

சற்றுத் தயங்கிய மல்லிகா மெதுவாய் நெகிழ்ந்து போன குரலில் ஆரம்பித்தாள்.

"அம்மா... உங்க பிள்ளை, இந்தக் குடும்பம், எங்க அப்பா அம்மா, நான் எல்லோரும் நிம்மதியா இருக்கணும்னா... தயவு செய்து சொல்லுங்க. யார் அந்தப் பொண்ணு...?"

தூக்கி வாரிப்போடக் கேட்டாள் தெய்வானையம்மாள்.

"எந்தப் பொண்ணு...?"

அந்த அம்மாளின் முகத்தையே பார்த்துக் கொண்டிருந்த மல்லிகா சட்டென்று சொன்னாள்.

நான் எந்தப் பொண்ணைச் சொல்றேன்னு உங்கள் தெரியும்மா. யாருன்றதைத் தவிர எனக்கும் எல்லா விவரங்களும் தெரியும்."

"யார் சொன்னாங்க...?"

'நீங்க சொல்லலேன்னா வெளிய யாரும் சொல்ல மாட்டாங்களாம்மா...? எத்தனை பேர் உங்க மகனையும், அவளையும் ஒன்னா எத்தனை இடத்துல பார்த்திருக்காங்க...?

"யார் பார்த்தது?"

"எங்க அம்மா அப்பாவே சினிமாத் தியேட்டர்ல பார்த்திருக்காங்க. அதை வந்து உங்ககிட்டேயும் சொல்லியிருக்காங்க... அதுக்கப்புறம்தான் நீங்க இந்தக் கல்யாணத்துல மும்முரமா இறங்கினீங்க..."

"சரி. கல்யாணத்துக்கு முன்னால் அவன் ஒரு பொண்ணு மேல ஆசைப்பட்டான்றது நிஜம்னே வச்சிக்க...அது இப்போ உன்னை எப்படி கஷ்டப்படுத்துது...?"

வருத்தம் தோயச் சிரித்தாள் மல்லிகா. "என்னை மட்டு மில்ல, உங்க பிள்ளையையும் சேர்த்துக் கஷ்டப்படுத்துதுன்ற தால்தான் கேட்கறேன்."

"என்ன... சொல்ற நீ...? கொஞ்சம் விளக்கமா சொல்லு மல்லிகா... தாங்க முடியாத எதையாவது சொல்லிடப் போறியேன்னு பயமா இருக்கு..."

"தாங்க முடியாத விஷயம்தான் அத்தை! அதை இந்தப் பதினைஞ்சு நாளா நான் தாங்கிக்கிட்டிருக்கேன். தாங்கிக்கிட்டிருக்கிறது மட்டுமில்லாமல் வெளிலயும் சொல்லாமல் இருக்கேன் பாருங்க... அதுக்காகவாவது நீங்க அவ யாருன்றதைச் சொல்லித்தான் ஆகணும்..."

   விரலோடு வீணை

"நான் சொல்றது இருக்கட்டும். முதல்ல நீ விஷயத்தைச் சொல்லு...! நீயும். விஸ்வமும் சந்தோஷமா இருக்கீங்களா இல்லையா...?"

"எப்படி இருக்கோம்ன்றதைச் சொல்லிடறேன். அப்புறம் சந்தோஷமா இல்லையான்றதை நீங்களே கண்டுபிடுச்சுக் கோங்க..."

மொத்த விவரத்தையும் மல்லிகா சொல்லச்சொல்ல அதிர்ந்து போய் அப்படியே உட்கார்ந்திருந்தாள் அந்த அம்மாள். எதற்குப் பயந்தாளோ அது நடந்து விட்டது. விஸ்வம் இவளிடம் நடந்து கொள்ளாதது மட்டுமின்றி இவளைத் திரும்பிக் கூடப் பார்க்காமல் இருந்திருக்கிறான். விரல் நகநுனிகூட மேலே பட்டுவிடாமல் அதி ஜாக்கிரதையாகத் தன்னைப் பாதுகாத்துக் கொண்டிருக்கிறான்.

காரணம், அந்தப் பொண்ணு. நம் கடை ஸேல்ஸ்மேனின் பொண்ணு. பெயர்கூட ஏதோ சொன்னார்களே... ஜா... ஜீன்னு ஏதோ வரும்... கடையிலிருந்து ராமசாமியை வரவழைத்துக் கேட்டால் அந்தப் பெண் பற்றின விவரமெல்லாம் தெரிந்து விடும். அவன்தான் அவளுடைய அப்பா செத்துப்போனபோது வீடுவரை போய் உதவியிருக்கிறான். சரி, அதெல்லாம் பெரிய விஷயமில்லை, கண்டு பிடித்து விடலாம்.

ஆனால் அதையெல்லாம் தெரிந்து கொண்டு மல்லிகா ' என்ன செய்யப் போகிறாள் என்பதுமட்டும் தெய்வானையம் மாளுக்குத் தெரியவில்லை. ஆதலால் அதை முதலில் மெல்லக் கேட்டாள்.

"அந்தப் பொண்ணு பத்தின விவரம் தெரிஞ்சுக்கிட்டு என்னம்மா செய்யப் போறே...?"

"வெறும் விவரம் மட்டுமில்ல அத்தை. வீடு தெரியணும், விலாசம் வேணும்."

"எதுக்கு...?"

"போகப்போறேன் அத்தை நேராகப் போய் கேட்கப் போறேன்."

"என்னன்னு...?"

"ஒன்னு எனக்கு வாழ்க்கை தரட்டும். இல்லாட்டி, அவ வாழட்டும். இப்படி யாரும் வாழாமல், வைக்கப்போர் நாய் மாதிரி அலைஞ்சுக்கிட்டு... என்ன அத்தை இதெல்லாம்...?"

"அந்தப் பொண்ணு கிட்ட பேசினா சரியா வரும்னு நினைக்கறியா...?"

"வரணும். வந்தே ஆகணும். இந்தப் பிரச்சினைக்கு ஒரு முடிவு கிடைக்கணும்..."

"கிடைக்குமா?"

"கிடைக்கணும்."

"உனக்கு அனுகூலமா இருக்கும்னு எதிர்பார்க்கறியா...?"

"நான் எதையும் எதிர்பார்க்கல அத்தை. எல்லா எதிர் பார்ப்புக்களும் அடங்கிப் போயிடுச்சு. யாராவது ஒருத்தருக்கு அனுகூலமா முடியணும். யாருக்கு முடிஞ்சாலும் எனக்கு சந்தோஷம்தான். உங்க மகன் தூக்கி மனசுல வச்சுக்கிட்டிருக்காரே... அந்த பாரம் குறையும்..."

"நம்ம கடைல ராமசாமின்னு ஒருத்தன் வேலை செய்யறான். அவனுக்கு அந்தப் பொண்ணோட வீடு தெரியும்."

"இது போறும் அத்தை. ரொம்ப தாங்க்ஸ், பேர் என்ன சொன்னீங்க?"

"ஏதோ... வாயில நொழையாத பேரும்மா..."

"சரி வரேன் அத்தை..."

"கடைக்கா போற...?"

"இல்லத்தே... போன் பண்ணி அந்த ராமசாமியை வீட்டுக்கு வரவழைக்கப் போறேன். மெதுவாப் பேசி பொண்ணு. பேரு, விலாசம் எல்லாம் தெரிஞ்சுக்கிட்டு நான் மட்டும் போகப்போறேன்..."

    விரலோடு வீணை

"இந்த விஷயம் விஸ்வநாதனுக்கோ அவனுடைய அப்பாவுக்கோ தெரிய வேணாம்மா. அப்புறம் வீடு ரெண்டுபடும்."

"சரி, அத்தை ."

ஷைலஜா வீட்டில் இல்லை. குடித்தனக்காரர்களிடமிருந்து அவளது அலுவலக முகவரி வாங்கிக் கொண்டு போன போது ஷைலஜா ஏதோ டெலக்ஸ் செய்தி அனுப்பிக் கொண்டிருந்தாள். யாரோ ஒரு பெண் தன்னைப் பார்க்க வந்திருக்கிற செய்தி கிடைத்ததும் ஆச்சரியமானாள்.

'யாராக இருக்கும்...? ஒருவேளை நித்தியாக இருக்குமோ...? நித்தியானால் நேராக உள்ளே வருவாளே... ஆபீஸ் அமர்க்களப்படுமே... இது நித்தி இல்லை. பின்பு யாராக இருக்கும்...?'

டெலக்ஸ் செய்தியை நிறுத்திவிட்டு வெளியில் வந்தாள். வரவேற்பறையில் ஒரே பெண் உட்கார்ந்திருந்த காரணத்தினால் நேராக அவளிடம் போனாள். சிரிப்பு வறண்டு போன முகத்தோடு "ஜயம் ஷைலஜா" என்றாள்.

மல்லிகா மெல்ல எழுந்து நின்றாள். 'நிச்சயமாக இவள் பேரழகிதான். சந்தேகமில்லை. தன்னைவிட நூறு மடங்கு அழகானவள். விஸ்வநாதனுக்குத் தன்னைவிடப் பொருத்த மானவள்...?'

"எஸ்..." பொறுமை இழந்தாள் ஷைலஜா.

"என்னைத் தேடிக்கிட்டு வந்தது நீங்கதானே...?"

"ஆ... ஆமாம்."

"எதுக்காகன்னு தெரிஞ்சுக்கலாமா...?"

"கொஞ்சம் பேசிட்டுப் போகலாம்னு வந்தேன்..."

"எதைப்பத்தி?"

"வாழ்க்கையைப் பற்றி..."

"யாருடைய வாழ்க்கை...?"

"விஸ்வநாதனுடைய வாழ்க்கை."

"என்ன...?"

"ஆமாம்."

"உங்க பேரு...?"

"மல்லிகா:" அப்படியே நின்று போனாள் ஷைலஜா.

⸻◦◦⸻

29

அதிர்ந்து போனாள் ஷைலஜா. ஆடிப்போனாள். மல்லிகாவைக் கொஞ்சம்கூட எதிர்பார்க்காததால் வார்த்தை வராமல் தடுமாறினாள்.

'எதற்கு வந்திருக்கிறாள் இவள்...?'

'என்ன கேட்கப் போகிறாள்...?'

'எதை பதிலாகச் சொல்வது...?'

'எப்படி இங்கு வந்தாள்...?'

'ஒருவேளை விஸ்வநாதனே அனுப்பி வைத்திருப்பானோ...?'

அதில் மனது நெருப்பு பிடித்துக் கொண்டது. மெல்ல தலை நிமிர்த்தி மல்லிகாவைப் பார்த்தாள்.

"எ... எப்படி ஆபீஸ் அட்ரஸ் தெரியும்...?"

"உங்க வீட்டுக் குடித்தனக்காரங்க கொடுத்தாங்க"

"வீட்டு விலாசம்...?"

"ராமசாமிகிட்டேயிருந்து வாங்கினேன்."

"ராமசா..." சட்டென்று புரிந்து கொண்டாள்.

"சொல்லுங்க...?"

"இங்கேயே வா...? ஆபீஸின் இந்த வரவேற்பறையிலா...?"

"பின்ன, எங்கே போகலாம்ன்றீங்க...?"

"உங்க வீட்டுக்குப் போகலாமா...?"

"என் வீடு ரொம்பச் சின்னது..." விரக்தியாய் சிரித்தாள் மல்லிகா.

"என்ன சிரிக்கறீங்க?"

"நான் பேசத்தானே வந்திருக்கேன்."

"ஒரு நிமிஷம் இருங்க. சொல்லிட்டு வந்திடறேன்."

பதினைந்தே நிமிடங்களில் வீடு வந்து சேர்ந்தனர். சுவர்க் கடிகாரம் ஆறரை காட்டிற்று. கூடத்தில் கிடந்த பழைய நாற்காலியை நகர்த்திப் போட்டு மல்லிகாவை உட்காரச் சொன்னாள்.

"காப்பி சாப்பிடறீங்களா...?"

வேண்டாமென்றால் தப்பாக நினைத்துக் கொள்ளக் கூடுமென்ற எண்ணத்தில் சரி எனத் தலையாட்டினாள். ஷைலஜா உள்ளே போய் பில்டரில் தூள் போட்டு தண்ணீர் கொதிக்க வைத்துக் கொட்டினாள். முகம் கழுவி பொட்டிட்டு ஹவுஸ்கோட்டிற்கு மாறினாள். அதற்குள் டிகாக்ஷன் இறங்கியிருக்க, இரு டம்ளர்கள் காபி கலந்து கொண்டு வந்தாள். மல்லிகாவிடம் தந்து தானும் மௌனமாகக் குடித்து முடித்தாள். மல்லிகாவிற்கு எதிரில் தரையில் உட்கார்ந்து சுவரில் சரிந்து கொண்டாள்.

"இப்போ சொல்லுங்க..."

உடனே வாய் திறக்கவில்லை மல்லிகா. குனிந்து தரையைப் பார்த்துக் கொண்டிருந்தாள். மின்சார விசிறியின் விர்விர் சத்தம் தவிர வேறு எதுவும் கேட்கவில்லை . அந்த மௌனத்தின் வார்த்தைகளைத் தேடிக் கண்டுபிடித்த மாதிரி ஆரம்பித்தாள் மல்லிகா.

"எனக்கு இப்பத்தான் எல்லா விவரங்களும் தெரிய வந்திச்சு..."

சட்டென்று வந்த அந்த வார்த்தைகள் ஷைலஜாவின் மனதில் நுழைந்து இனம் புரியாத கலக்கத்தை ஏற்படுத்திற்று.

'என்ன சொல்ல வருகிறாள் இவள்...?'

நல்லவளாகத் தெரிகிறாள். கோபப்படாமல், படபடக்காமல் நிதானமாகப் பேசுகிறாள். எல்லா விவரங்களும் என்கிறாளே... என்ன விவரமெல்லாம் தெரியுமோ...? தான் விஸ்வநாதனிடம் கேட்டு வாங்கிக் கொண்ட சத்தியம் தெரிந்திருக்குமோ...?

   விரலோடு வீணை

திடீரென்று சொல்ல முடியாத அவமானம் ஏற்பட்டது. இப்போதுதான் அதுவும் இந்த நிமிடத்தில்தான் அந்த சத்தியத்தின் முழு அர்த்தமும் புரிய வந்தது.

'ராமன் பதினான்கு வருடம் காட்டிற்குப் போக வேண்டும். என் மகன் பரதன் நாடாள வேண்டும்...'

அதற்கும் இதற்கும் என்ன வித்யாசம்? கைகேயி மாதிரி எப்படிக் கேட்டுவிட்டேன். ஏன் அப்படிப்பட்ட பொறாமையும், ஆத்திரமும் வந்தது...?

கடவுளே... எதற்காக என்னை இப்படிப் படைத்தாய்...? படபடப்பு, வேகம், தான் என்கிற அகங்காரம், தனக்குக் கிடைக்காதது வேறு யாருக்கும் கிடைத்து விடக் கூடாது என்கிற ஆத்திரம்...

நாமும் மல்லிகாவைப் போல் பொறுமையாக, நிதானமாக இருந்திருக்கக் கூடாதா? உள்ளுக்குள் பணிவை வளர்த்துக் கொண்டிருக்கக்கூடாதா...?

இப்போது என்ன செய்வது...? கைகேயி கணவனை இழந்த மாதிரி நான் யாரை இழக்கப் போகிறேன்...? பரதனின் அன்பை இழந்த மாதிரி யாருடைய அன்பை இழக்கப் போகிறேன்...?

'இனி இழக்கத் தனக்கு என்ன இருக்கிறது...?'

அவளிடமிருந்து ஆழமான பெருமூச்சு வெளிப்பட்ட போது மல்லிகா கேட்டாள்.

"ஏன் இப்படிப் பேசாமல் இருக்கீங்க...?"

"இல்ல... எல்லா விஷயமும் தெரிஞ்சுதுன்னு சொன்னீங்களே... என்ன விஷயம் தெரிஞ்சுது...?"

"நீங்க என் கணவரைக் காதலிச்ச விஷயம். அவர் உங்க மீது உயிரை வச்சுக்கிட்டிருந்த விஷயம்..."

"அதெல்லாம்தான் முடிஞ்சு போச்சே..."

"முடிஞ்சுபோயிருந்தா நான் இங்கே வந்திருக்க மாட்டேனே..."

"மல்லிகா...?"

"நிஜமாச் சொல்றேன் ஷைலஜா கல்யாணத்துக்கு முன்னால் எனக்கு இந்த விஷயம் தெரிய வந்திருந்திச்சு..."

"என்ன செய்திருப்பீங்க..."

"தேடிப் பிடிச்சு எனக்குப் பதிலா உன்னை மணையில் உட்கார்த்தி வைச்சிருப்பேன்..."

திடுக்கிட்ட மாதிரி பார்வையை உயர்த்தினாள் ஷைலஜா.

"என்ன பார்க்கறீங்க...? சத்தியமாச் சொல்றேன். உங்களுக்குச் சொந்தமானதை உங்ககிட்ட ஒப்படைச்சிருப்பேன். இப்படி இடையில் புகுந்து உங்க ரெண்டு பேர் வாழ்க்கையையும் பாழாக்கியிருக்க மாட்டேன்."

கூனிக் குறுகிப் போனாள் ஷைலஜா. மனசு 'ஐயோ ஐய்யோ...' என்று அடித்துக் கொண்டது. எத்தனை உயர்வாய் நிற்கிறாள்! எவ்வளவு கம்பீரம்! அதற்கு முன் தான் சிறுத்து... ஒன்றுமேயில்லாதவளாகி...

'மல்லிகா... ப்ளீஸ். பேசாதேயேன்... என்னால் தாங்க முடியலையே...'

மல்லிகா தொடர்ந்தாள்.

இப்போகூட உனக்குச் சொந்தமானது அப்படியே சுத்தமாகத்தான் இருக்கு. விரல்நக நுனிகூட என்மீது படாமல் தன்னைக் காப்பாத்திக்கிட்டிருக்கு..."

துடித்துப் போனாள் ஷைலஜா. தண்ணீரிலிருந்து தூக்கித் தரையில் வீசிய மீனாக ஆனாள். மல்லிகாவை நிமிர்ந்து பார்க்கத் தைரியமற்ற விழிகளில் கரகரவென்று கண்ணீர் வழியத் தொடங்கிற்று.

அவள் விஸ்வநாதனை நினைத்துத்தான் அழுகிறாள் எனத் தப்பாகப் புரிந்து கொண்ட மல்லிகா, நாற்காலியை விட்டு எழுந்து வந்து தரையில் ஷைலஜாவின் பக்கத்தில் உட்கார்ந்து கொண்டாள். மெல்ல அவளின் தோள்மீது கைபோட்டு தன்னோடு சேர்த்து அணைத்துக் கொண்டாள்.

   விரலோடு வீணை

"அழாத ஷைலஜா ப்ளீஸ் அழாத உன்னை நான் நீ, வா, போன்னே கூப்பிடறேன். அனாவஸ்யமாக மரியாதை தந்து உன்னைத் தள்ளி வைக்க விரும்பலே..."

ஷைலஜாவிடமிருந்து பதில் வரவில்லை விசும்பல் மட்டும் அதிகமாயிற்று. அவள் முகத்தை உயர்த்திக் கண்களைத் துடைத்துவிட்ட மல்லிகா, சின்னக் குழந்தையிடம் பேசுவதுபோல் பேசினாள்.

"இதப்பாரு ஷைலஜா... எனக்கு உன்மேல் ஒரு கோபமுமில்ல அதே மாதிரி அவர்மேலயும் இல்ல ஏதோ விதி நம் மூணு பேர் வாழ்க்கையிலும் விளையாடிடுச்சு. என் பேர்லயும் இதுல எந்தத் தப்புமில்ல. அதனால என் மேல் கோவிச்சுக்காமல் அமைதியா, நிதானமா நான் சொல்றதைக் கேட்டுக்க... என்ன...?"

'கோபமா...? உன் மீதா...? இந்த மென்மையான மனசின் மீதா...? இந்த அன்பு நெஞ்சத்தின் மீதா...?' உருகினாள் ஷைலஜா.

"... எனக்குத் தாலி மட்டும்தான் கட்டினாரே தவிர மனசு பூரா நீதான் இருக்கே. நெஞ்சு முழுசும் நீ நிறைஞ்சிருக்கிற இடத்துல ஒர் ஓரமாக நான் ஒதுங்க நினைச்சாக்கூடத் தப்புதான். இப்படியே நாட்களைக் கடத்திக்கிட்டிருக்கிறதில் எந்த அர்த்தமும் இல்லைன்னுதான் இன்னிக்கு உன்னைத் தேடி வந்தேன். உன் பொருளை உன்கிட்ட ஒப்படைச்சிட்டுப் போகலாம்னு வந்தேன். நான் அவரை விவாகரத்து செய்ய முடிவு செய்திட்டேன். நாங்க வாழ்ந்துகிட்டிருக்கிறதைக் காரணம் காட்டினாலே இந்தக் கல்யாணம் ரத்தாயிடும். அதுக்கப்புறம் நீ அவரைக் கல்யாணம் செய்துக்கிட்டு..."

சடாரென்று தன் கைகளால் மல்லிகாவின் வாயைப் பொத்தினாள் ஷைலஜா.

"வேணாம் பேசாதே... ப்ளீஸ் பேசாதே... இனிமேல் தாங்க மாட்டேன் மல்லிகா. உடைஞ்சுபோயிடுவேன்..."

"சரி, பேசலை..." மல்லிகாவும் சட்டென்று அமைதியானாள். இருவரும் நீண்ட நேரம் அப்படியே உட்கார்ந்து கொண்டிருந்தார்கள். ஒருவர் கையை ஒருவர் பற்றிக்

கொண்டிருந்தார்கள். அந்த ஸ்பரிசம் பேச வேண்டியவற்றை யெல்லாம் பேசிற்று.

'உளறாதே மல்லிகா. வீட்டுக்குப்போ... என்னால் ஏற்பட்ட பிரச்சினை. இதுக்கு நானே முடிவு காணறேன்.'

'ம்ஹூம். இது என்னால் ஏற்பட்ட பிரச்சினை. உங்களுக்கு இடையில் புகுந்தது நான்தான். ஆகவே நான்தான் தீர்த்து வைக்கணும்...'

மாறி மாறி இருவரும் மௌனமாகவே தர்க்கித்துக் கொண்டார்கள். பின்னர் ஒரு முடிவிற்கும் வராமல் மல்லிகா எழுந்து கொண்டாள்.

"வரட்டுமா...? ரொம்ப நேரமாயிடுச்சு. அத்தை தேடு வாங்க. கவலைப்பட ஆரம்பிச்சுடுவாங்க."

"நீங்க இங்கதான் வரீங்கன்னு அவங்களுக்குத் தெரியுமா?"

"தெரியும்."

"அவங்களுக்கும் விஷயம் முழுசும் தெரியுமா...?"

"விஷயம் முழுசும்னு நீ எதைச் சொல்றேன்னு தெரியல. நீயும் அவரும் காதலிச்சது தெரியும். உன்னை மறக்க முடியாமல் அவர் தவிக்கிறது தெரியும்..."

"இல்ல மல்லி... என்ன மறக்க முடியாமல், அவர் தவிக்கலை. எனக்குச் செய்து கொடுத்த சத்தியத்தை மீற முடியாமல்தான் தவிக்கிறார்." "சத்தியமா...?"

கைகேயி வாங்கிக்கிட்ட மாதிரி நானும் ஒரு வரம் வாங்கிக்கிட்டேன்..."

அவளே பேசட்டு மென்று மௌனமாக இருந்தாள் மல்லிகா. ஷைலஜா தொடர்ந்தாள்.

"எனக்குக் கிடைக்காதது வேற யாருக்கும் கிடைக்கக் கூடாதுன்ற பிடிவாதம் எனக்கு சின்ன வயசுலேர்ந்து உண்டு. அந்தப் பிடிவாதம், பொறாமை, சின்னத்தனம் எல்லாம் சேர்ந்து

   விரலோடு வீணை

என்னைக் கைகேயியாக ஆக்கிடுச்சு. நான் வாங்கிக் கிட்ட வரம் என்னன்னு கேக்க மாட்டியா நீ...?'

"சொல்லு ஷைலஜா..."

"நான் உயிரோட இருக்கிறவரை விஸ்வநாதனுடைய சுண்டு விரல் நக நுனிகூட உன்மேல் படக்கூடாதுன்னு கையடிச்சு சத்தியம் வாங்கிக்கிட்டேன்."

ஒரு ஆழமான பெருமூச்சு வந்ததே தவிர மல்லிகாவிட மிருந்து வேறு பதில் இல்லை. அழுதவாறே அவளை நிமிர்ந்து பார்த்தாள் ஷைலஜா.

"என்மேல கோபம் வரலையா உனக்கு?"

இல்லையெனத் தலையாட்டினாள் மல்லிகா.

"என்ன பொண்ணு இவன்ற வெறுப்பு ஏற்படலை...?"

"இல்லை ."

"இப்படிப்பட்ட ராட்சஸியாக ஒருத்தி இருப்பாளான்னு அருவறுப்படையல...?"

"இல்லை... இல்லை... இல்லை..."

"பின்ன என்னதான் தோணுது என்னைப் பற்றி...?"

"ஏமாந்து போன குழந்தையின் கோபம் தெரியுது. பிடிவாதம் தெரியுது..."

"மல்லி... மல்லிகா... பீச்சுல என்னையும், அவரையும் சேர்த்துப் பார்த்த உங்க மாமா என்ன செய்தாரு தெரியுமா...?"

"மறந்துடு ஷைலஜா..."

"முடியலையே...அதை மட்டும் மறக்க முடியாதுன்னு தோணுது... என்னைப் பிடிச்சுக் கார்லேருந்து கீழே தள்ளி, காலால் எட்டி உதைச்சு..."

"வேணாம் ஷைலஜா... விட்டுடு, வியாபாரி ஷைலஜா அவர், மனசு இருக்க வேண்டிய இடம் முழுசும் பணம்தான் இருக்கும்."

"அந்தக் கோபம், ஆத்திரம், பொறாமை எல்லாம் சேர்ந்து விஸ்வநாதனைப் பழி வாங்கத் தோணிச்சு. உன்னைப் பழி வாங்கத் தோணிச்சு, வாங்கிட்டேன்..."

"விடு ஷைலஜா. கொஞ்ச நேரத்துக்கு அதை மறந்திட்டு வேற ஏதாவது பேசலாம்."

"மறக்கறதா...? அதையா...? நான் போட்ட முடிச்சை நானேதான் அவிழ்க்கணும்"

"போடி பைத்தியக்காரி. எல்லாம் மனுஷ எத்தனம்னா நினைக்கிற...? தெய்வ யத்தனம்னு ஒன்னு இருக்கு. சில சிக்கல்களை, முடிச்சை நாம் அவிழ்க்கணும்னு நினைச்சா மேலும் சிக்கலாகும். முடி இறுகும். கடவுள்கிட்ட ஒப்படைச் சிட்டு என் கைல ஒண்ணு மில்ல, எல்லாம் உன் கைலதான் இருக்குன்னு பேசாமல் இரு. தானாக விலகும். ஒவ்வொரு முடிச்சா அவிழும்..."

"நானா...? தானாக விலகும்னு இருக்கிறதா...? அது முடிஞ்சிருந்தா ஏன் இந்த நிலைமையில் நிக்கறேன்...?"

"சரி! எழுந்திரி. ரொம்ப நேரமாச்சு. நான் கிளம்பறேன். மீதியை நாளைக்குப் பேசிக்கலாம்:"

"நாளைக்கு நீங்க வர்றதுக்குள்ள இதுக்கு ஒரு முடிவு தேடி வச்சிருக்கேனா இல்லையா பாருங்க..."

ஒன்றும் சொல்லாமல் புன்னகையோடு நகர்ந்தாள் மல்லிகா. காரில் அவளை ஏற்றி வழியனுப்பிவிட்டு உள்ளே வந்த ஷைலஜாவின் மனது அலை பாய்ந்தது.

'இதற்கு ஒரு வழி தேடணுமே... காலைக்குள் கண்டு பிடிக்கணுமே...'

⸻◦⸻

  விரலோடு வீணை

30

வாசல் வராந்தாவிலேயே காத்துக் கொண்டிருந்தாள் தெய்வானையம்மாள். இன்னமும் மல்லிகா வராதது சங்கடத்தை ஏற்படுத்திற்று. அடிவயிற்றை என்னவோ செய்யத் துவங்கிற்று. 'மல்லிகாவைத் தனியாக அனுப்பியது தவறோ... கூடத் தானும் போயிருக்க வேண்டும்...?'

அந்த அம்மாள் கேட்டாள். மல்லிகா மறுத்து விட்டாள். 'வேணாம்மா. நீங்க வர வேணாம். நீங்க அங்கெல்லாம் வர்றது அத்தனை மரியாதை இருக்காது...'

"சரி, நீ சீக்கிரம் போயிட்டு சீக்கிரம் வந்திடு. நீ வர்ற வரைக்கும் எனக்குக் கையும் ஓடாது... காலும் ஓடாது...

"சரி.அத்தே..." என்று விட்டுப் போன மல்லிகாவை இன்னமும் காணாததால் பதைத்துப் போனாள்.

'மணி எட்டரையாயிடுச்சு. இன்னும் ஏன் வரல இந்தப் பொண்ணு...?'

கார் சத்தம் கேட்கிறதா என்று எட்டிப் பார்த்தாள்.

"முனுசாமி... நம்ம கார் வருதான்னு கொஞ்சம் கேட்வரை போய்ப் பாரேன்...'

முனுசாமி என்கிற அந்தப் பெரியவர் சிரித்தார்.

"ஏம்மா... கேட்டுக்கு வெளிய வர்ற காரு உள்ள வந்துதானே ஆகணும்..."

அந்த உண்மை உறைக்கப் பேசாதிருந்த பதினைந்து நிமிடங்களுக்கெல்லாம் கார் வந்து போர்ட்டிகோவில் நின்றது. அதிலிருந்து இறங்கிய மல்லிகாவைப் பார்த்ததும் ஓடி வந்தாள் அந்த அம்மாள்.

"என்னம்மா ஆச்சு...?"

"உள்ள வாங்கத்தை. சொல்றேன்..." அவள் குரல் உற்சாகமாக இருப்பதைக் கவனித்த அந்தம்மாள் பெருமூச்சு' விட்டாள்.

"ஏம்மா... என்னை ஒருதரம் அத்தைன்ற. இன்னொரு தரம் அம்மான்ற..."

"மாமின்னு கூடப் கூப்பிடறேன். இந்த மூணும் நிஜம் தானேம்மா..."

அவளுடன் படியேறி அவளது அறைக்குள் நுழைந்த தெய்வானையம்மாள் படியேறி வந்த களைப்பில் மூச்சிரைக்கக் கேட்டாள்.

"இருந்திச்சா அந்தப் பொண்ணு?"

"வீட்ல இல்லைம்மா. ஆபீஸ்ல இருந்திச்சு..."

"ஆபீசுக்குப் போவுதா...?"

"பின்ன, போகாமல் எப்படிம்மா இருக்க முடியும்...? பாவம்மா. தன்னந்தனியா அம்போன்னு நிக்குது. பார்த்தா ரொம்பக் கஷ்டமா இருக்குது...'

"ஏம்மா... நீ கஷ்டப்படப் போனியா... இல்ல நறுக்குனு நாலு வார்த்தை கேட்கப் போனியா...?"

"நீங்க பார்த்திருக்கணும் அந்தப் பொண்ணை. இதான் என் மருமகள்னு கூட்டிக்கிட்டே வந்திருப்பீங்க...", "என்ன பேச்சு மல்லிகா இதெல்லாம்...?"

"நிஜமாகத்தாம்மா சொல்றேன். பொய் சொல்லலை ஐயரு வீட்டுப் பொண்ணு மாதிரிப் பளிச்சுனு, தகதகன்னு நிக்குது."

"சரி கெடக்கட்டும். ஊரு உலகத்துல எத்தினியோ பொண்ணுங்க அழகா இருப்பாங்க. அதனால் நமக்கென்ன வந்திச்சு...? போன காரியம் என்ன ஆச்சு சொல்லு...?"

"பாரியமாகப் போகலையேம்மா நான்... பேசிட்டு வரத்தானே போனேன்."

                    விரலோடு வீணை

"அதான் பேசினியான்னு கேட்கறேன்..."

"பேசினேம்மா... ரொம்ப நல்லப் பொண்ணாகத் தெரியறா அவ. இந்த வீட்டுக்கு வந்திருந்தா நல்லா இருந்திருக்கும்."

"மல்லிகா... சும்மாச் சும்மா அதையே சொல்லாத. யார் எங்கே போகணும், யார் யாருக்கு யார் யாருன்றதெல்லாம் கடவுள் முடிவு செய்யிற விஷயம்..."

"இல்லம்மா... இந்த மனுஷங்க முடிவு செய்யறாங்க. பிரிச்சுப் பிரிச்சு வைக்கிறாங்க. பணம், காசு, ஜாதி இதெல்லாம் பிரதானமாக இருக்கு..."

"ஐயோ, அரசியல்வாதி மாதிரிப் பேசறியேம்மா... இதைக் கேக்கவா நான் உன் பின்னாலயே ஓடி வந்தேன்...?"

சட்டென்று தன்னை உணர்ந்து கீழ் உதடு கடித்து அடக்கிக் கொண்டாள்.

"மன்னிச்சுக்கோங்க அத்தை ஏதேதோ பேசிட்டேன் அந்தப் பொண்ணு பேரு ஷைலஜா. சின்ன ஒத்தை அறை வீட்டுல தனியா இருக்குது..."

"ஏன், வேற யாரும் இல்லையா...?"

"இருக்கிற மாதிரி தெரியலை..."

"என்ன சொல்லிச்சு...?"

"வேற என்ன அத்தை சொல்லும்...? என் வாழ்க்கைக்குக் குறுக்க நிக்கமாட்டேன்னு சொல்லிச்சு..."

"அப்பா...இதைச் சொல்றதுக்கென்ன முதல்ல...? வேற என்ன சொல்லிச்சு...?"

விசுவநாதனிடமிருந்து அவள் பெற்ற சத்தியத்தைச் சொல்லாமல் மறைத்தாள் மல்லிகா. 'அது தெரிய வேண்டாம். தெரிந்தால் ஷைலஜாவைக் கொன்று போட்டு விடுவார்கள்...!

"விஸ்வநாதனை இனிப் பார்க்கக் கூடாது, பேசக் கூடாதுன்னு கண்டிச்சுச் சொல்லிட்டு வந்தியா...?"

"ஆமாம் அத்தை..."

"அந்தப் பொண்ணு சரியாக நடந்துக்கிட்டாலும் நம்ம வீட்ல இருக்கிறது சரியா நடந்துக்கணுமே... அவனுக்கு அந்தப் பிள்ளையார்பட்டி பிள்ளையார்தான் நல்ல புத்தி கொடுக்கணும்..."

மாமியாரும், மருமகளும் பேசிக் கொண்டிருந்தபோதே கீழே கார் வந்து நிற்கும் சத்தம் கேட்டது.

"விஸ்வம்தான் வந்திருக்கான். அனாவஸ்யமாக அவன் கிட்ட ஷைலஜா வீட்டுக்குப் போனதெல்லாம் சொல்லிக் கிட்டிருக்காத..."

"சரி அத்தை..."

தெய்வானையம்மாள் கீழே இறங்கிப் பேசவும், விஸ்வநாதன் படியேறி வரவும் சரியாக இருந்தது. அம்மாவைப் பார்த்து ஆச்சரியத்துடன் கேட்டான் அவன்.

"என்னம்மா... அதிசயமா மேல வந்திருக்கீங்க...?"

"என்னவோ... மருமக கூப்பிட்டா வந்தேன்..." என்றவள், "சீக்கிரம் குளிச்சிட்டு வாப்பா... உனக்குப் பிடிச்ச பிரியாணி செய்து வச்சிருக்கேன். சூடாக சாப்பிடு. இல்லாட்டி நல்லா இருக்காது..."

"இதோ வரேம்மா..."

மேலே வந்ததும் மல்லிகா நன்கு உடுத்தியிருப்பதைப் பார்த்தான். 'எங்காவது வெளியில் போயிருப்பாள்...?' 'ஷைலஜா மாதிரி அழகில்லாது போனாலும் இவளும் அழகுதான். ஷைலஜாவினுடையது ஆர்ப்பாட்டமான அழகு. எதிரில் நிற்பவர்களை அடித்துப் போடுகிற அழகு. ஆனால் இவளுடையது அமைதியான அடக்கமான அழகு!'

'என்ன இது...? நம்மையும் அறியாமல் ஷைலஜாவையும் இவளையும் ஏன் ஒப்பிடுகிறோம்?'

குளித்து உடைமாற்றிப் புதிதாய் பளிச்சென்று வந்தான். மல்லிகாவைப் பார்த்து "சாப்பிடப் போகலாமா?" என்று கேட்டான்.

சாப்பிட்டு வந்து பேசலாமென அவனுடன் கீழே இறங்கிப் போனாள். நல்ல பசியாக இருந்திருக்க வேண்டும். நன்றாக ருசித்துச் சாப்பிட்டான். பெயருக்குத் தட்டில் அளைந்து விட்டு எழுந்து கொண்டாள் மல்லிகா. மீண்டும் மாடிக்கு வந்து கட்டிலில் படுத்தவன், புத்தகம் ஒன்றைப் பிடித்து வைத்துக் கொண்டான். அவன் அருகில் வந்து கட்டிலில் உட்கார்ந்த மல்லிகா மிக மெதுவாகப் பேச்சை ஆரம்பித்தாள்.

"சாயந்திரம் நான் ஷைலஜா வீட்டுக்குப் போயிருந்தேன்."

அவன் கையிலிருந்த புத்தகம் நழுவிற்று அவனை ஏறிட்டுப் பார்த்த முகம் அரண்டிருந்தது.

'நிஜமாகத்தான் அவள் ஷைலஜா வீட்டிற்குப் போனேன் என்று சொன்னாளா...? அல்லது என் காதில் அந்த மாதிரி விழுந்ததா...?'

மெல்ல மல்லிகாவிடம் கேட்டான், "நீ ஏதாவது சொன்னாயா..."

"நான் சொன்னது உங்க காதுல விழலையா..."

"விழுந்திச்சு. ஆனால் நம்ப முடியல."

"ஏன்...?".

"ஷைலு பத்தி உனக்கு எப்படித் தெரியும்?"

"தெரிஞ்சுக்கிட்டேன். நீங்க இப்படி இருக்க என்ன காரணம்னு அலசி ஆராய்ந்த போது ஷைலஜாகிடைத்தாள்"

அவன் அமைதியாக இருக்க முயன்றான். முடியவில்லை உள்ளுக்குள் மனம் கொந்தளித்தது. 'எதற்காக ஷைலஜாவைத் தேடிப் போனாள்... எப்படி கிடைத்தது விலாசம்?

அவன் கேட்காமலே பதில் சொன்னாள்.

'நம்ம கடை ராமசாமிக்கு அவ வீடு தெரியுங்க. அவளுடைய அப்பா செத்துப் போனபோது அவர்தாங்க கூட இருந்தாரு...

"ஓ..."

நான் போனது உங்களுக்குப் பிடிக்கலையா? கோபமா...?

இதுக்கு நான் என்ன பதில் சொல்லணும்னு எதிர்பார்க்கிற...?

பதிலே கூட வேணாங்க. என்னை நீங்க புரிஞ்சுக்கிட்டா போறும்.

அவன் பேசாதிருந்தான்.

"நீங்க இந்தமாதிரி கல்யாணம் பண்ணியும் பிரம்மச்சாரியாத் தவிக்கிறதை என்னால தாங்கிக்க முடியலைங்க..."

"நான் தவிக்கிறதா உனக்கு யார் சொன்னது...?" -

"யார் சொல்லணும்...? நான்தான் கூட இருந்து பார்க்கிறேனே... தூக்கம் வராமல் நீங்க அலையறதும், புஸ்ஸு புஸ்ஸுன்னு மூச்சு விட்டுக்கிட்டு எழுந்து உட்காற்றதும்..."

"ம... ல்லி... கா...!"

"இப்படியே போயிட முடியாதுங்க. போகவும் கூடாது. அதனால்தான். நான் அவளைத் தேடிக்கிட்டுப் போனேன்..."

"......................"

"ரொம்ப நல்ல பொண்ணுங்க. அதிகமாகச் செல்லம் கொடுத்து வளர்க்கப்பட்ட ஒரு பிடிவாதக்காரக் குழந்தையாக இருக்காங்க...!" அவனுக்கு நெஞ்சடைத்துக் கொண்டது. உடனே போய் ஷைலுவைப் பார்க்க வேண்டுமென்று தோன்றிற்று. கையடித்து சத்தியம் செய்து கொடுத்து விட்டு வந்தானே... அதன் பின் அவன் அவளைப் பார்க்கவில்லை. பேசவில்லை. கல்யாணத்திற்குப் பத்திரிகை அனுப்பி வைத்தானே தவிர நேரில் போய் கூப்பிடவில்லை. எப்படி இருக்கிறாள் அவள்... கேட்டுத் தெரிந்து கொள்ளத் துடித்த மனதை அடக்க முயன்றபோது மல்லிகாவே பேசினாள்.

"பாவங்க. அம்போன்னு தனியா இருக்காங்க. ஒரு வயசுப் பொண்ணு யாருமில்லாமல் தனி மரமாக நிக்கறதைப் பார்க்கக் கஷ்டமாக இருக்குங்க..." அதற்கும் அவனிடமிருந்து பதிலில்லை. பதிலை எதிர்பார்க்காதவளாகத் தொடர்ந்தாள்.

"...அவளுக்குத்தாங்க நீங்க தேவை. எனக்கென்னங்க...? கண்ணாக கவனிச்சுக்க அம்மா அப்பா எல்லாரும் இருக்காங்க.

பணமிருக்கு... இப்போ மாமா, அத்தை வேற இருக்காங்க என்ன குறைச்சல் சொல்லுங்க...?"

                                                                விரலோடு வீணை

"நானில்லையே மல்லிகா..."

"இல்லைன்னு ஆனப்புறம் என்ன செய்ய முடியும்... எல்லாருக்கும் எல்லாம் கிடைக்க முடியாதுங்க..."

"அந்த மாதிரி எனக்கு ஷைலஜா கிடைக்கலை."

"இல்லை. அப்படி நான் விடப்போறதில்லை. உங்களுக்கு ஷைலஜா கிடைக்கணும். கட்டாயம் கிடைக்கணும். கிடைச்சே ஆகணும்."

அவளுடைய ஆவேசம் அவனைப் பயமுறுத்திற்று.

"மல்லிகா... என்ன சொல்ற நீ......?"

"நீங்க ஷைலஜாவைக் கல்யாணம் பண்ணிக்கணும்னு சொல்றேன்.

"விளையாடாத மல்லிகா. அது முடிஞ்சு போன கதை."

"திரும்ப நான் ஆரம்பிச்சு வைக்கிறேன்."

"வேணாம் மல்லிகா... ப்ளீஸ். உன்னைக் கெஞ்சிக் கேட்டுக்கறேன். இதை இப்படியே விட்டுடு..."

கை கூப்பினாள் அவள்.

"நான் உங்களை கெஞ்சிக் கேட்டுக்கறேன். தயவு செய்து ஷைலஜாவுக்கு வாழ்க்கை கொடுங்க..."

"அப்போ நீ...?" அவனது அடிமனதிலிருந்தது கேள்வியாக வெளிவந்து விட்டது.

"நான்... நான்... திரும்பி எங்கம்மா வீட்டுக்குப் போயிடறேன். வேணும்ன்னு நீங்க நினைச்சீங்கன்னா, என்னிக்காவது உங்க வாழ்க்கையில் குறுக்கிடுவேன்னு அபிப்பிராயப்பட்டீங்கன்னா... டைவர்வஸுக்கு ஏற்பாடு பண்ணுங்க. எங்கே கேட்கறீங்களோ... அங்கே கையெழுத்து போட்டுத் தரேன்."

மல்லி... மல்லிகா... ப்ளீஸ். இதுக்கு மேல் பேசாத. நான் உடைஞ்சு போயிடுவேன்..."

அவள் ஆறுதலாக அவன் தோள் மீது கை வைத்தபோது டெலிபோன் மணியடித்தது. எடுத்தான்.

"விஸ்வநாதன் ஹியர்"

"நான் ஷைலஜா பேசறேன் விஸ்வம்."

ஒரு வினாடி அவன் இதயம் துடிப்பதை நிறுத்தி மீண்டும் தொடர்ந்தது...

<hr>

விரலோடு வீணை

31

ஷைலஜா! விஸ்வநாதனின் இதயம் ஒரு வினாடி துடிப்பதை நிறுத்தி மீண்டும் தொடர்ந்தது. உடல் ரத்தம் முழுதும் குப்பென்று தலைக்கு ஏறிற்று. 'ஏன் ஷைலு! எவ்வளவு நாட்களுக்குப் பின் இந்தக் குரலைக் கேட்கிறே?'

'அதுசரி, ஏன் இப்போது போன் பண்ணுகிறாள்? என்ன காரணமாக இருக்கும்? மல்லிகா சொன்ன மாதிரி இவளும் ஏதாவது சொல்லப் போகிறாளா? கடவுளே! என்ன நினைத்துக் கொண்டிருக்கிறார்கள் இவர்கள்? அவர்களாக ஒரு முடிவிற்கு வந்து, மாறி மாறித் தாக்கப் போகிறார்களா? அவர்கள் முடிவிற்கு நான் சரிசொல்கிற வரை என்னைவிடப் போவதில்லையா? என்ன இது?'

அலுப்பாக இருந்தது அவனுக்கு. ஏன் இந்தப் பெண்களிடம் மாட்டிக்கொண்டோம் என்றிருந்தது. காதலிக்காமல் இருந்து தொலைத்திருக்கக்கூடாதா?

"ஹலோ... ஹலோ..."

"சொல்லு ஷைலஜா, லைன்லதான் இருக்கேன்."

"நீங்களும் மல்லிகாவும் கிளம்பி உடனே எங்க வீட்டுக்கு வரீங்களா? கொஞ்சம் பேசணும்."

"எதுவானாலும் காலையில் பேசிக்கலாம் ஷைலஜா. இப்போ வேணாம்."

"ஏங்க...?"

"எனக்கு அலுப்பாக இருக்கு ஷைலஜா. மனசு ரொம்பக் களைச்சுப் போயிருக்கு."

"அப்போ நாளைக்குக் காலைல வரீங்களா?"

"வரேன். நான் ஆபீசுக்கு லீவு போட்டுடறேன்."

"சரி."

"மல்லிகாவையும் கூட்டிக்கிட்டு வரணும்."

"ரொம்ப தாங்க்ஸ்ங்க, குட் நைட்."

மறுநாள் காலையில் விஸ்வம் எழுந்த போதே மணி ஒன்பதாகி இருந்தது. அதற்குள் ஷைலஜா இரண்டு தரம் போன் பண்ணிவிட்டதாக மல்லிகா தெரிவித்தாள்!

"அப்படியா?" என்ற விஸ்வம், "கிளம்பு மல்லிகா..." என்றான்.

மல்லிகா தயங்கினாள். "என்ன?"

"நான் வரவேணாம்னு நினைக்கிறேன். நீங்க மட்டும் போங்க. அந்த மனசுக்குக் கொஞ்சம் ஆறுதலா, நிதானமாப் பேசுங்க."

அதுவும்சரி எனப்பட விஸ்வநாதன்கிளம்பினான். ஷைலஜாவின் வீட்டிற்குச் சற்று முன்னாலேயே காரை நிறுத்தினான். வீட்டிற்குள் நுழைந்த உடனேயே ஷைலஜா கேட்டாள்.

"மல்லிகா வரல?"

"ஏன் ஷைலு... நான் மட்டும் தனியாக வந்தால் கூப்பிடமாட்டாயா?"

"அப்படியில்லீங்க. மல்லிகாவும் இருந்தால் நல்லதுன்னு நினைச்சேன்."

"எத்தனை நாளுக்கப்புறம் பார்க்கிறோம். மல்லிகா இருந்தால் சரிப்படுமா ஷைலஜா?"

சரேலென்று நிமிர்ந்து அவன் கண்களைப் பார்த்தாள் ஷைலஜா. 'நோ... ப்ளீஸ் நோ...' எனத் தனக்குள் அரற்றிக் கொண்டாள். அவளது முகமும் கண்களும், உதடுகளின் முணு முணுப்பும் விஸ்வநாதனை என்னவோ செய்தன. அருகில் போய் தொடப் போனவனது கையை உதறினாள்.

"நோ விஸ்வம். என்னைத் தொடாதீங்க. தொடறது மட்டுமில்ல. மனசுல கூட நினைக்காதீங்க. உங்க மல்லிகா ரொம்ப உயர்ந்த

  விரலோடு வீணை

மனுஷி. ரொம்ப ரொம்ப நல்லவ. அவளுக்குத் துரோகம் செய்ய முயலாதீங்க விஸ்வம்.''

அவனுக்குத் தலை சுற்றத் தொடங்கிற்று. மாறி மாறி இரண்டு பெண்களும் என்ன நினைத்துக கொண்டு பேசுகிறார்கள். இதில் தன் விருப்பு வெறுப்பு என்பதே இல்லையா? அதை எண்ணிப்பார்க்க மாட்டார்களா?

''என்ன விஸ்வம் பேசாமல் இருக்கீங்க? மல்லிகா பாவம் விஸ்வம். இத்தனை நாள் அவளுடைய வயிற்றெரிச் சலைக் கொட்டிக்கிட்டதே பெரிய தப்பு. இனிமேலயும் கொட்டிக்க நான் இஷ்டப்படலை விஸ்வம்.''

சலித்துப்போய் பேசாதிருந்தான் அவன்.

''போன ஜென்மத்துல என்னவெல்லாம் செய்தேனோ, இந்த ஜென்மத்துல இப்படி அனுபவிக்கிறேன். இந்த ஜென்மத்துலயும் தப்பு பண்ணிட்டு அடுத்த ஜென்மத்துக்கும் தவிக்க முடியாத விஸ்வம்.''

உடைந்து போன அந்த ஒற்றை நாற்காலியில் உட்கார்ந் தான். குரல் நெருடலாக வரக் கேட்டான்.

''இப்போ என்ன சொல்ல வர ஷைலஜா?''

''சுற்றி வளைக்காமல் நேரிடையாகச் சொல்லிடட்டுமா?''

''சொல்லு.''

''தயவு செய்து நான் கேட்ட சத்தியத்தை நானே வாபஸ் வாங்கிக்கறேன். அப்படி ஒரு சத்தியத்தை வாங்கின என் மனசின் குரூரத்தை நான் உணர்றேன். அதுக்காக ரொம்ப ரொம்ப வெட்கமும் வேதனையும் படறேன். என் சத்தியத்தை என்கிட்ட திருப்பிக் கொடுத்திடுங்க.''

''சத்தியம்ன்றது கிள்ளுக்கீரையா ஷைலஜா? நினைச்சா வச்சுக்கிறதுக்கும், இல்லாட்டி திருப்பிக் கொடுக்கிறதுக்கும்?''

''இல்ல. நீங்க கொடுத்துதான் ஆகணும்''

"முடியாது ஷைலு. கையடிச்சுப் பண்ணினது பண்ணினதுதான். அதை இல்லேன்னு ஆக்கிட முடியாது. யாராலும் திருப்பிப் பெற முடியாது."

"என்னால் முடியும். திருப்பிப் பெற்றே ஆகணும். மல்லிகாவை வாழ வச்சே தீரணும்."

"உளறாதே ஷைலஜா! நேற்று ராத்திரி மல்லிகாவும் என்கிட்டே பேசினா. என்னை டைவர்ஸ் பண்ணிடறாளாம். நம் ரெண்டு பேரையும் சேர்ந்து வாழச் சொன்னா..."

"அதைக் கேட்டுக்கிட்டு நீங்களும் பேசாமல் இருந்தீங்களா? வெட்கமாக இல்லை விஸ்வம் உங்களுக்கு?"

"ஷைலஜா..."

"ஒரு பொண்ணுக்கு வாழ்க்கை, எதிர்காலம் எல்லாமே அவ புருஷன்தான். அதையே தியாகம் செய்ய மல்லிகா முன்வரான்னால் உங்க மீது எவ்வளவு அன்பிருக்கணும்னு யோசிச்சுப் பாருங்க விஸ்வம்? உங்களை எந்த அளவுக்குக் காதலிக்கிறான்னு தெரிஞ்சுக்குங்க..."

"பட், நான் அவளைக் காதலிக்கலையே ஷைலஜா..."

"என்ன செய்ய முடியும்? இப்படி மாற்றி மாற்றிப் போட்டு வேடிக்கை பார்க்கிறதுதான் அவனுக்குப் பொழுதுபோக்கு..."

"அவன் பொழுதுபோக்கிற்கு நான் பலியாகணுமா ஷைலஜா. என்னால் முடியாது, எனக்கு நீ வேணும். நீ இல்லாமல் எனக்கு வாழ்க்கை இல்லை..."

"நான் இருக்கேன். எங்கே போயிடப் போறேன். உனக்கு சினேகிதியாக இருக்கேன்."

"போராது, ஷைலஜா எனக்கு..."

"என்ன...?"

"சினேகிதியில்லை. அப்படி உன்னை என்னால் பார்க்க முடியாது. நீ என் மனைவி."

    விரலோடு வீணை

"நோ. அந்தத் தகுதி எனக்கில்லை அதுக்குத் தகுதியானவ மல்லிகாதான். ப்ளீஸ், உங்களைக் கையெடுத்துக் கும்பிடறேன். அவளை வாழ வையுங்க. அவளுக்கு வாழ்க்கை கொடுங்க. சுயநலமா சிந்திக்காதீங்க. மல்லிகா நமக்காக எவ்வளவு பெரிய தியாகத்தைச் செய்ய முன்வரா! நாமும் செய்யே வேணாமா...? மனுஷங்க இல்லையா?"

"என்ன சொல்ற ஷைலஜா நீ?"

"என் சத்தியத்தை அழிச்சிட்டு, என்கிட்டேயே திருப்பிக் கொடுத்திட்டு நீங்க மல்லிகாகூட..."

"ஐயம் சாரி. என்னால் அது முடியாது. ஒரு தரம் சத்தியம் செய்தால் செய்ததுதான்."

"இதுதான் உங்க முடிவா?"

"ஆமாம்."

"கடைசித்தரமா கெஞ்சிக் கேட்டுக்கறேன்."

"ஐயம் ஸாரி."

"அப்படின்னா நீங்க எழுந்து போகலாம்."

"ஷைலஜா..."

"ஐ ஸே கெட் அவுட்."

விஸ்வநாதனுக்கு முகம் சிவந்தது. கைக்குட்டையால் துடைத்துக் கொண்டே பரபரவென்று எழுந்து வெளியேறினான். சில வினாடிகளில் கார் கிளப்பப்படும் சத்தம் கேட்டது. கதவை அறைந்து மூடி மேலே என்ன செய்வது என யோசிக்கலானாள் ஷைலஜா.

மாலைவரை அப்படியே கிடந்தாள். குளிக்காமல், சாப்பிடாமல் சுருண்டு மூலையில் படுத்துக் கிடந்தாள்.

'என்ன செய்யலாம்? என்ன செய்யலாம்?'

பளீரென மின்னல் மாதிரி பளிச்சிட்டது. முகம் மலர்ந்தது. சுறுசுறுவென எழுந்து தெருக்கோடிக் கடைக்குப் போனாள்.

"ஒரு போன் பண்ணிக்கறேன் நாடார்."

பதிலைக்கூட எதிர்பார்க்காமல் விஸ்வநாதனின் எண்ணைச் சுழற்றினாள். மறுமுனையில் தொலைபேசி எடுக்கப் பட்டது.

"விஸ்வநாதன் ஹியர்..."

"நான் ஷைலஜா பேசறேன் விஸ்வம்."

"சொல்லு...?"

"நான் சொல்றதுக்குக் கொஞ்சம் மதிப்பு கொடுத்துக் கேளுங்க விஸ்வம். இன்னும் அரை மணி நேரத்துல நீங்க இங்கே வந்து சத்தியத்தைத் திருப்பி எடுத்துக்கிட்டேன்னு சொல்லணும். மல்லிகாவை வாழ வைக்கிறேன்னு புதுசா சத்தியம் செய்து தரணும்."

"முடியாது. சத்தியம்ன்றது என்ன? நீ பேசறியே மளிகைக் கடை. அங்கே விலைக்கு வாங்கற பொருளா?"

"விஸ்வம்... செய்ய மாட்டீங்களா?"

"மாட்டேன்."

"நிஜமாகத்தான் சொல்றேன்"

"ஆல்ரைட் விஸ்வம். நீங்க செய்ய வேணாம். உங்களால் முடியாதது என்னால் முடியும். நான் உயிரோடு இருக்கிற வரைதானே அந்த சத்தியம் செல்லும். நான் தற்கொலை செய்து உயிரை மாய்ச்சுக்கிட்டா...?"

"ஷை... ல... ஜா..."

"இன்னும் பத்தே நிமிஷத்துல எங்க வீட்டு மொட்டை மாடியிலிருந்து குதிச்சு தற்கொலை செய்துக்காட்டி என் பெயர் ஷைலஜா இல்லை..."

"ஷைலு... ஷைலஜா... ப்ளீஸ்..."

டெலிபோன் தொடர்பு துண்டிக்கப்பட, அவன் பதறினான். 'ஷைலஜாவைத் தெரியும் அவனுக்கு. பிடிவாதக்காரி. ரோஷக்காரி. தான் நினைத்தது நடக்க வேண்டும். நடத்திக்

　　　　　　　　விரலோடு வீணை

காட்டுவாள். சொன்னமாதிரி செய்து காட்டக்கூடியவள். அதுவும் அவள் வீடு இரண்டு மாடிக் கட்டடம். நல்ல உயரமான கட்டடம். அங்கிருந்து விழுந்தால் உயிர் போவது நிச்சயம்.

மல்லிகாவைக் கூப்பிட்டான்.

"அப்படியே கிளம்பு மல்லிகா..."

"எங்கேங்க?"

"ஐயோ... கிளம்பேன், சொல்றேன். நேரமாகற ஒவ்வொரு வினாடியும் ஷைலஜா உயிருக்கு ஆபத்து.'

"எ... ன்... ன?" அதிர்ந்தாள். அப்படியே அவன் பின்னால் ஓடி காரில் உட்கார்ந்துகொண்டாள். காரைக் கிளப்பிய விஸ்வநாதனிடம் மனசு பதறக் கேட்டாள்.

"என்னங்க ஆச்சு?"

"நான் செய்த சத்தியத்தை மறந்திடச் சொன்னா. திருப்பித் தந்துடுங்கன்னு கெஞ்சினா. நான் மாட்டேன்னு மறுத்திட்டேன். நான் உயிரோட இருக்கிறவரைதானே அந்த சத்தியத்துக்கு மதிப்புன்னு தன் வீட்டு மாடியிலிருந்து கீழே குதிச்சு தற்கொலை செய்துக்கப்..."

"ஐயோ... சீக்கிரம் போங்க. சொன்னா சொன்ன மாதிரி செய்யக்கூடிய பொண்ணு. உணர்ச்சிக் குவியல். அதுவும் அவ வீடு உயரமான கட்டடம். அங்கிருந்து குதிச்சா... சீக்கிரம் போங்க..."

அவர்கள் போனபோது ஷைலஜாவின் வீட்டு வாசலில் பெரிதாய் கும்பல் சேர்ந்திருந்தது. வீட்டு மொட்டை மாடியில் தண்ணீர்த் தொட்டி மீது ஏறி நின்று கொண்டிருந்த ஷைலஜாவை எல்லோரும் பயத்துடனும், பதைப்புடனும் பார்த்தனர்.

யாராலும் அவளை நெருங்க முடியவில்லை. மாடிக் கதவை வெளிப்பக்கம் தாழ்ப்பாள் போட்டுக் கொண்டிருந்தாள். கரணம் தப்பினால் மரணம் எனத் தொட்டி விளிம்பில் நின்று கொண்டிருந்தாள். 'யாராவது ஏறி வந்து காப்பாற்ற முயன்றால்

உடனே குதிச்சுடுவேன்' என்பதையே திரும்பத் திரும்ப சொல்லிக் கொண்டிருந்தாள்.

கூட்டம் வேடிக்கை பார்த்தது. விஸ்வநாதனும், மல்லிகாவும் வந்ததும் விலகி வழிவிட்டது. விஸ்வநாதனைப் பார்த்ததும் கத்தினாள் ஷைலஜா. "வந்திட்டீங்களா விஸ்வம். உங்களையும், மல்லிகாவையும் கடைசியா ஒரு தரம் பார்க்கணும்ன்ற ஆசை இருந்திச்சு. பார்த்திட்டேன்."

"நோ..." என்று கத்தினான் விஸ்வம்.

"தயவு செய்து கீழே இறங்கி வா..."

"ஊஹ்ம். முடியாது."

"ப்ளீஸ் ஷைலஜா..."

"சத்தியத்தைத் திரும்ப எடுத்துக்கறேன். மல்லிகாவை வாழ வைக்கிறேன்னு சொல்லுங்க, வரேன்."

அவன் தயங்க மல்லிகா கத்தினாள்.

"எடுத்துப்பாரு ஷைலஜா. நீ கீழே இறங்கி வா."

"நீங்க சொன்னால் போறாது. அவரு சொல்லட்டும்."

கெஞ்சத் துவங்கினாள் மல்லிகா.

"ஐயோ... சொல்லுங்களேன். சீக்கிரம் சொல்லுங்க. அவ இறங்கிக் கீழே வரட்டும்."

"ம... ல்... லிகா..."

"நீங்க தாமதிக்கிற ஒவ்வொரு வினாடியும் அவ உயிருக்கு ஆபத்துங்க."

"சரி. சொல்றேன், மல்லிகா..."

"சொல்லுங்க..."

விஸ்வம் உரத்துக் குரல் கொடுத்தான்.

"என் சத்தியத்தைத் திரும்ப எடுத்துக்கறேன். மல்லிகாவை வாழ வைக்கிறேன், போறுமா?"

     விரலோடு வீணை

"நிஜமாத்தானே சொல்றீங்க. அப்புறம் மாறிடமாட்டீங்களே?"

"இத்தனை பேர் நடுவுல சொல்றேன். எப்படி மாறுவேன்.?"

"ஓ... தாங்க்யூ விஸ்வம். தாங்க் யூ ஸோ மச். இதோ கீழே இறங்கி வரேன்..."

முகம் மலர இறங்க நினைத்தவளை தண்ணீர்க் குழாய் தடுக்கி விட்டது. 'ஹே... ஹே...' என்று கைகளால் எதையாவது பற்றிக் கொள்ள நினைத்தவளுக்கு ஒன்றும் கிடைக்காமற் போக, கால்கள் தண்ணீர்த் தொட்டியினின்று விலகி, உடம்பு வினாடி நேரத்திற்குள் கீழ்நோக்கிப் பறக்க...

வி

ஸ்

வ

ம்...

என்றஅலறல்தெருமுழுதும்எதிரொலித்தது. நச்சென்றுதரையில் அவளுடல் அறையப்பட்ட வினாடியில் விஸ்வநாதனின் கையைப் பற்றி 'கடவுளே...' என்று கதற ஆரம்பித்தாள் மல்லிகா. மெல்ல அவள் தோள்மீது கைபோட்டுத் தன்னோடு சேர்த்து அணைத்துக் கொள்ள...

அதைத் தன் திறந்திருந்த கண்களால் பார்த்தது, ஷைலஜாவின் உடல்.

'தேங்க் யூ விஸ்வம். தேங்க் யூ...' காதருகில் அவள் குரல் கிசுகிசுக்க, அருகில் போய் ஷைலஜாவின் கண்களை மூடினான் விஸ்வநாதன்.

———◦◦———